അധ്വാനം ഭാഷ വിമോചനം

adhwanam bhasha vimochanam

•

dr. p sreekumar

•

first edition
february 2008

•

second edition
february 2013

•

published
chintha publishers, thiruvananthapuram

•

typesetting
akshara dtp centre, thiruvananthapuram

•

printed
akshara offset, thiruvananthapuram

•

cover
vinod

•

price
rupees one hundred thirty only

വിതരണം

ദേശാഭിമാനി ബുക്ക് ഹൗസ്

H O തിരുവനന്തപുരം-695 035
www.chinthapublishers.com
chinthapublishers@gmail.com

ബ്രാഞ്ചുകൾ

ഹെഡ്ഓഫീസ് ബ്രാഞ്ച് കുന്നുകുഴി • ഓവർബ്രിഡ്ജ് തിരുവനന്തപുരം • കെ എസ് ആർ ടി സി ബസ് സ്റ്റേഷൻ ആലപ്പുഴ • കെ എസ് ആർ ടി സി ബസ് സ്റ്റേഷൻ എറണാകുളം • മച്ചിങ്ങൽ ലെയ്ൻ തൃശൂർ • ഐ ജി റോഡ് കോഴിക്കോട് • കെ എസ് ആർ ടി സി ബസ് സ്റ്റേഷൻ കോഴിക്കോട് • എൻ ജി ഒ യൂണിയൻ ബിൽഡിങ് കണ്ണൂർ • സെൻട്രൽ ബസ് ടെർമിനൽ കോംപ്ലക്സ് താവക്കര കണ്ണൂർ

CR - VV. 43 / 1215 / 3115

അധ്യാനം ഭാഷ വിമോചനം

ഡോ. പി ശ്രീകുമാർ

ചിന്ത പബ്ലിഷേഴ്സ്
തിരുവനന്തപുരം-695 035
വില :₹ 130

ഡോ. പി ശ്രീകുമാർ

ആലപ്പുഴ ജില്ലയിലെ മാവേലിക്കര താലൂക്കിൽ 1978 ൽ ജനിച്ചു. അച്ഛൻ: എം പ്രഭാകരൻ, അമ്മ: കെ രാജമ്മ.

കായംകുളം എം എസ് എം കോളേജ്, കേരള സർവകലാശാല ഭാഷാശാസ്ത്രവിഭാഗം എന്നിവിടങ്ങളിൽനിന്നും ബിരുദവും ബിരുദാനന്തര ബിരുദവും നേടി. എസ് എഫ് ഐ പ്രവർത്തനത്തിന്റെ ഭാഗമായി കേരളസർവകലാശാലാ അക്കാദമിക് കൗൺസിൽ അംഗമായും, കേരള സർവകലാശാലാ ഡിപ്പാർട്ട്മെന്റ് യൂണിയൻ ജനറൽ സെക്രട്ടറിയായും പ്രവർത്തിച്ചിട്ടുണ്ട്. ഇന്റർനാഷണൽ സ്കൂൾ ഓഫ് ദ്രവീഡിയൻ ലിംഗ്വിസ്റ്റിക്സിൽ ജൂനിയർ റിസർച്ച് ഫെലോ ആയും സി-ഡിറ്റിൽ ഭാഷാശാസ്ത്ര കൺസൾട്ടന്റായും ജോലി ചെയ്തിട്ടുണ്ട്. ഇപ്പോൾ ആന്ധ്രാപ്രദേശിലെ കുപ്പത്തുള്ള ദ്രാവിഡ സർവകലാശാലയിലെ ഭാഷാശാസ്ത്ര വകുപ്പിൽ അസിസ്റ്റന്റ് പ്രൊഫസറായി ജോലിനോക്കുന്നു.

ഭാര്യ : ഡോ. എസ് പ്രേമ (ഭാഷാശാസ്ത്ര ഗവേഷക)

മകൾ : ലക്ഷ്മി കൊട്ടക്കാട്

വിലാസം : ഡിപ്പാർട്ട്മെന്റ് ഓഫ് ദ്രവീഡിയൻ ആന്റ്
കംപ്യൂട്ടേഷണൽ ലിംഗ്വിസ്റ്റിക്സ്
ദ്രവീഡിയൻ യൂണിവേഴ്സിറ്റി
കുപ്പം, ചിറ്റൂർ ഡിസ്ട്രിക്റ്റ്
ആന്ധ്രപ്രദേശ് - 517 425

ഉള്ളടക്കം

“All science would be superfluous if the outward appearance and the essence of things directly coincided"

(Karl Marx, *Capital* Volume III)

ആമുഖം

അനേകലക്ഷം ജീവികളുണ്ട് ഈ പ്രപഞ്ചത്തിൽ. അവയിൽ അദ്ധ്വാനിക്കുന്ന ഒരേയൊരു ജീവി മനുഷ്യൻ മാത്രമാണ്. സംസാരിക്കുന്ന ഒരേയൊരു ജീവി മനുഷ്യൻ മാത്രമാണ്. എന്നാൽ ഉറുമ്പുകൾ കൂടു ണ്ടാക്കാറില്ലേ? അതും അദ്ധ്വാനമല്ലേ? കിളികൾ പാട്ടുപാടി ഇണയെ ആകർഷിക്കാറില്ലേ? മയിൽ നൃത്തമാടി പെൺമയിലിനെ ആകർഷിക്കാ റില്ലേ? തേനീച്ച നൃത്തം ചെയ്ത് തേനിരിക്കുന്ന സ്ഥലവും ദൂരവും കൂട്ടു കാരെ അറിയിക്കാറില്ലേ? അതും ഒരുതരം സംസാരം തന്നെയല്ലേ? എത്രയോ കാലമായി ഉറുമ്പ് കൂടുണ്ടാക്കുന്നു. എത്രയോ കാലമായി കിളി കൂടുകൂട്ടുന്നു. എന്തെങ്കിലും പരിഷ്കരണം ഉറുമ്പിന്റെ കൂടുപ ണിയിലും കിളിയുടെ കൂടുകൂട്ടലിലും ഉണ്ടായിട്ടുണ്ടോ? ഇല്ല. പഠിപ്പി ച്ചാൽ തത്ത സംസാരിക്കും. എന്നാൽ പഠിപ്പിച്ച വാക്കുകൾ മാത്രമേ തത്ത ഉച്ചരിക്കൂ. ഈ കൂടൊന്ന് തുറന്നുവിടുമോ എന്ന് തത്ത ഒരിക്കലും പറ യില്ല. തത്ത സംസാരിക്കുകയല്ല, കേട്ട വാക്കുകൾ ആവർത്തിക്കുക മാത്ര മാണ്. കേട്ട വാക്കുകൾ ആവർത്തിക്കുക മാത്രം ചെയ്യുന്നത് ഭാഷയല്ല. മറ്റു ജീവികളുടെ പ്രവർത്തനം മനുഷ്യന്റെ അദ്ധ്വാനത്തിൽനിന്നും വ്യത്യ സ്തമാണ്. തേനീച്ചയ്ക്ക് തേനുണ്ടെങ്കിൽ മാത്രമേ തേനുണ്ടെന്ന് നൃത്തം ചെയ്ത് അറിയിക്കാൻ കഴിയൂ. എന്നാൽ മനുഷ്യന് അതിലേറെ കാര്യ ങ്ങൾ ഭാഷയിലൂടെ അറിയിക്കാൻ കഴിയും. അതായത് മനുഷ്യരുടെ ഭാഷ ഇതരജീവികളുടെ വിനിമയത്തിൽനിന്ന് ഭിന്നമാണ്.

അദ്ധ്വാനിക്കുന്നതുകൊണ്ടാണ് മനുഷ്യൻ സാമൂഹ്യജീവിയായത്. സാമൂഹികജീവിതം ഉണ്ടായതുകൊണ്ടാണ് മനുഷ്യന് ഭാഷ ഉണ്ടായ ത്. അദ്ധ്വാനവും ഭാഷയും പരസ്പരം ബന്ധപ്പെട്ടിരിക്കുന്നു. അപ്പോൾ സ്വാഭാവികമായ ഒരു ചോദ്യം ഉണ്ടാകാം. അദ്ധ്വാനമില്ലായിരുന്നുവെങ്കിൽ

മനുഷ്യന് ഭാഷ ഉണ്ടാകുമായിരുന്നോ? ഉണ്ടാകുമായിരുന്നു. പക്ഷേ, അത് കുരങ്ങിന്റെ ഭാഷ മാത്രമേ ആകുമായിരുന്നുള്ളൂ. കുരങ്ങിന്റെ ഭാഷ കേട്ടിട്ടില്ലേ? ചുരുക്കം ചില ശബ്ദങ്ങൾ മാത്രമേ കുരങ്ങിന് വിനിമയത്തിനായി ഉപയോഗിക്കാൻ കഴിയൂ. കുരങ്ങൻ ഒന്നും കൃഷി ചെയ്യുന്നില്ല. മരത്തിൽ നിന്ന് കായ്കനികൾ പറിച്ചുതിന്നുന്നു. മരത്തിൽനിന്ന് കായ്കനികൾ പറിച്ചുതിന്നുന്നതും വേട്ടയാടി മൃഗത്തെ ചുട്ടുതിന്നുന്നതും അദ്ധ്വാനമല്ല. വിശക്കുമ്പോൾ ഏതു ജീവിയും ചെയ്യുന്ന സ്വാഭാവിക പ്രവൃത്തികൾ മാത്രമാണത്. ശത്രുക്കളായ ജീവികളെ കണ്ടാൽ കുരങ്ങും മറ്റുജീവികളും ചില ശബ്ദങ്ങൾ ഉണ്ടാക്കും. ശത്രുവിന്റെ സാന്നിധ്യം അറിയിക്കാനാണത്. ഏതു ജീവിയും ചെയ്യുന്ന സ്വാഭാവികമായ കാര്യമാണത്. അത് ഭാഷയല്ല.

കുരങ്ങിൽനിന്ന് നാം മനുഷ്യനിലേക്ക് പരിണമിച്ചത് അദ്ധ്വാനത്തിലൂടെയാണ്. ഈ പരിണാമത്തിലൂടെയാണ് ഭാഷ ഉണ്ടായത്. എന്നാൽ മനുഷ്യപരിണാമത്തിൽ ഭാഷ ഒരുദിവസം പെട്ടെന്ന് ഉണ്ടാകുകയായിരുന്നില്ല. മനുഷ്യന്റെ സാമൂഹിക പരിണാമത്തിലൂടെ ഭാഷ രൂപപ്പെടുകയായിരുന്നു. അദ്ധ്വാനവും ഭാഷയുമാണ് പ്രാകൃതമനുഷ്യനെ നാഗരിക മനുഷ്യനാക്കി മാറ്റിയത്.

ഈ പുസ്തകം ഭാഷയെപ്പറ്റിയുള്ള ചില പ്രാഥമിക കാര്യങ്ങൾ മാത്രമേ ചർച്ച ചെയ്യുന്നുള്ളൂ. ഭാഷയെപ്പറ്റി ശാസ്ത്രീയമായി പഠിക്കുന്ന വിഷയമാണ് ഭാഷാശാസ്ത്രം. എന്നാൽ ഭാഷാശാസ്ത്രത്തിലെ കണ്ടെത്തലുകളും സിദ്ധാന്തങ്ങളും നേരിട്ട് അവതരിപ്പിക്കുകയല്ല ഈ പുസ്തകത്തിൽ. അദ്ധ്വാനവുമായി ബന്ധപ്പെട്ട് ഭാഷയുടെ ഉത്ഭവവും വളർച്ചയും അവതരിപ്പിക്കുക, ഭാഷയും ഇതരജീവികളുടെ വിനിമയവും എങ്ങനെ വ്യത്യസ്തമാണെന്ന് ചർച്ച ചെയ്യുക, ശരീരം, മനസ്സ്, സമൂഹം, സാമ്പത്തിക വികസനം, പൊതുനന്മ എന്നിവയുമായുള്ള ഭാഷയുടെ സങ്കീർണ്ണ ബന്ധത്തെ ലളിതമായി അവതരിപ്പിക്കുക, എഴുത്തുമുതൽ കമ്പ്യൂട്ടർ വരെയുള്ള ഭാഷാസാങ്കേതികവിദ്യകളെ വിശദീകരിക്കുക, ജനാധിപത്യത്തിന്റെ സൂക്ഷ്മമായ പ്രയോഗത്തിൽ ഭാഷയുടെ പങ്ക് അവതരിപ്പിക്കുക എന്നിവയാണ് ഈ പുസ്തകത്തിന്റെ ഉദ്ദേശ്യം.

ഭാഷയെപ്പറ്റിയുള്ള ആധുനിക ചിന്താധാരകളിൽ ശക്തമായത് ചോംസ്കിയൻ ഭാഷാദർശനമാണ്. മനുഷ്യന്റെ സാമൂഹികജീവിതത്തിന്റെ സൃഷ്ടിയായ ഭാഷയെ സാമൂഹ്യേതരമായി അന്വേഷിക്കുന്ന രീതിയാണ് ചോംസ്കിയൻ ഭാഷാദർശനം. ഉദാഹരണമായി നിരന്തരം ഒഴുകിക്കൊണ്ടിരിക്കുന്ന നദിയിൽ ഒരു പ്രത്യേക കാലത്ത് രൂപപ്പെടുന്ന ഒരു കുമിളയായി മനുഷ്യനിലെ ഭാഷയെ സങ്കൽപ്പിക്കുക. നദിയുടെ ഒഴുക്കിൽനിന്നും നിരവധി വൈവിധ്യങ്ങളുള്ള നദിയിൽനിന്നും ജലത്തിൽനിന്നും മാറ്റിനിർത്തി കുമിളയെ പഠിക്കുന്ന രീതിയാണ് ചോംസ്കിയുടെ ഭാഷാ അന്വേഷണം. അതായത് ഭാഷയെ മനുഷ്യന്റെ സാമൂഹിക

ജീവിതത്തിൽനിന്നും വേർതിരിച്ച് ഒരു സ്വതന്ത്ര ജൈവ വ്യവസ്ഥയായി കാണുന്നതാണ് ചോംസ്കിയൻ ഭാഷാശാസ്ത്രം. ശാസ്ത്രീയമായ സൂക്ഷ്മത ഉണ്ടാവുമെങ്കിലും ഈ അന്വേഷണത്തിൽ സമഗ്രത ഉണ്ടാവില്ല.

ഭാഷയെ സാമൂഹിക ഭൗതികതയുടെ ഭാഗമായിത്തന്നെ സമീപിക്കുന്ന രീതിയിലൂടെയേ ഭാഷയെപ്പറ്റി സമഗ്രമായ അന്വേഷണം സാധ്യമാകൂ. *ജർമ്മൻ ഐഡിയോളജി* എന്ന കൃതിയിൽ മാർക്സും എംഗൽസും ഭാഷയെപ്പറ്റി ഇങ്ങനെ സൂചിപ്പിച്ചിരിക്കുന്നു:

> ഭാഷയ്ക്ക് ബോധത്തോടൊപ്പംതന്നെ പഴക്കമുണ്ട്. ഭാഷ പ്രായോഗികബോധമാണ്. ഇത് ഒരാളിൽ വ്യക്തിപരമായി നിലനിൽക്കുന്നത് മറ്റൊരാളിന്റെ സാന്നിധ്യംകൊണ്ടാണ്. മറ്റൊരാളുമായി വിനിമയത്തിൽ ഏർപ്പെടാനുള്ള ആവശ്യത്തിൽനിന്നാണ് ഭാഷ രൂപപ്പെടുന്നത്. മറ്റൊരാളുമായി നിലനിൽക്കുന്ന ബന്ധത്തിൽനിന്നാണ് ഭാഷ നിലനിൽക്കുന്നത്. എന്നാൽ മൃഗം മറ്റൊരു മൃഗവുമായി മനുഷ്യരിലുള്ളതുപോലെയുള്ള ബന്ധത്തിലേക്ക് പ്രവേശിക്കുന്നില്ല. ഉത്ഭവംകൊണ്ട് തന്നെ സാമൂഹിക ഉൽപ്പന്നമായ ഭാഷാബോധം മനുഷ്യൻ നിലനിൽക്കുന്നതുവരെ നിലനിൽക്കും (*Marx & Engles*, 1970 : 50–51).

ബോധം സാമൂഹിക ഉൽപ്പന്നം ആയിരിക്കുമ്പോൾ ഭാഷ ബോധത്തിന്റെ ഉപകരണമാണ്. അതുകൊണ്ടുതന്നെ ഭാഷ സാമൂഹികവുമാണ്. ഇതരജീവികൾ മനുഷ്യർ തമ്മിലുള്ളതുപോലുള്ള ഒരു ബന്ധത്തിലേക്ക് പ്രവേശിക്കാത്തത് അവ അദ്ധ്വാനിക്കാത്തതുകൊണ്ടാണ്. അദ്ധ്വാനത്തിൽനിന്ന് സമൂഹവും സാമൂഹ്യജീവിതത്തിൽനിന്നും ഭാഷയും രൂപപ്പെടുകയാണ് ചെയ്യുന്നത്. ഭാഷയെ സമൂഹത്തിന്റെ ഭൗതികതയിൽനിന്നും സ്വതന്ത്രമായി കാണുന്ന ദർശനമാണ് ആധുനിക ഭാഷാശാസ്ത്രത്തിന്റേത്. എന്നാൽ ഭാഷയെ സാമൂഹിക പ്രക്രിയയായി കാണുന്ന സമീപനമാണ് ഈ പുസ്തകത്തിൽ സ്വീകരിച്ചിട്ടുള്ളത്.

ഒന്നാം അധ്യായത്തിൽ ഭാഷയുടെ ഉത്ഭവത്തെ സംബന്ധിച്ച നിലവിലുള്ള സിദ്ധാന്തങ്ങളെ ചുരുക്കി അവതരിപ്പിക്കുന്നു. രണ്ടാം അദ്ധ്യായത്തിൽ മനുഷ്യപ്രത്യേകമായ അദ്ധ്വാനവുമായി ബന്ധപ്പെടുത്തി ഭാഷാ ഉത്ഭവത്തെ അവതരിപ്പിക്കുന്നു. ഇതരജീവികളുടെ സ്വാഭാവിക വിനിമയത്തിൽനിന്ന് ഭാഷ എങ്ങനെ വ്യത്യസ്തമാണെന്നും ഈ അദ്ധ്യായത്തിൽ വിശദീകരിക്കുന്നു.

മൂന്നാം അദ്ധ്യായത്തിൽ ശരീരവുമായി ബന്ധപ്പെട്ട ഭാഷാശാസ്ത്ര നിരീക്ഷണങ്ങൾ അവതരിപ്പിക്കുന്നു. നാലാം അദ്ധ്യായത്തിൽ ചർച്ച ചെയ്യുന്നത് ഭാഷയും മനസ്സും തമ്മിലുള്ള ബന്ധത്തെക്കുറിച്ചാണ്. മനു

ഷ്യന്റെ യാഥാർത്ഥ്യത്തെ നിർമ്മിക്കുന്നത് ഭാഷയാണോ അതോ ഭാഷകളിലെ വ്യത്യസ്തമായ യാഥാർത്ഥ്യങ്ങളെ നിർമ്മിക്കുന്നത് വ്യത്യസ്തമായ ഭൗതികാനുഭവങ്ങൾ ആണോ എന്നാണ് ഈ അദ്ധ്യായത്തിൽ ചർച്ച ചെയ്യുന്നത്. അഞ്ചാമത്തെ അദ്ധ്യായം ഭാഷയും സമൂഹവും തമ്മിലുള്ള മൂന്നു തരത്തിലുള്ള ബന്ധത്തെപ്പറ്റിയാണ് ചർച്ചചെയ്യുന്നത്. ആറാമത്തെ അദ്ധ്യായത്തിൽ ഭാഷാസാങ്കേതികവിദ്യ എന്താണെന്ന് നിർവചിക്കുകയും സംസാരം, എഴുത്ത്, അച്ചടി, ഡിജിറ്റൽ എന്നീ ഭാഷാസാങ്കേതികവിദ്യകളെപ്പറ്റി വിശദമായി ചർച്ചചെയ്യുകയും ചെയ്യുന്നു. *ഭാഷയും പൊതുനന്മയും* എന്ന അദ്ധ്യായത്തിൽ ഭാഷയെ ഒരു പൊതുസ്വത്തായും മനുഷ്യരിലെ പൊതുനന്മയുടെ ഉപകരണമായും ചർച്ചചെയ്യുന്നു. ഭാഷയും സാമ്പത്തിക വികസനവും എന്ന അദ്ധ്യായത്തിൽ ഭാഷകൾ വളരുകയും തളരുകയും ചെയ്യുന്ന പ്രക്രിയകളെ നിയന്ത്രിക്കുന്ന സാമ്പത്തിക ഘടകങ്ങളെ മൂന്ന് സാമ്പത്തിക ഘട്ടങ്ങളിലൂടെ പരിശോധിക്കുന്നു. ഒൻപതാമത്തെ അദ്ധ്യായത്തിൽ കഴിഞ്ഞ അദ്ധ്യായങ്ങളിലെ ചർച്ചകൾ സംഗ്രഹിക്കുകയും ഭാഷയിലൂടെയുള്ള മനുഷ്യന്റെ വിമോചനാത്മകതയെ അന്വേഷിക്കുന്നതിനുള്ള ഒരു പഠനപദ്ധതി മുന്നോട്ടുവയ്ക്കുകയും ചെയ്യുന്നു. ഭാഷയുടെ വിമോചനാത്മക സ്വഭാവത്തെ ജനാധിപത്യത്തിന്റെ ഗുണപരമായ പ്രയോഗത്തിന് എങ്ങനെ ഉപയോഗിക്കണം എന്നതാണ് ഈ അദ്ധ്യായത്തിൽ അന്വേഷിക്കുന്നത്.

ഭാഷയുടെ നിരവധി വശങ്ങളെപ്പറ്റി ഭാഷാശാസ്ത്രത്തിൽ ഉണ്ടായിട്ടുള്ള ചർച്ചകളെ അവതരിപ്പിക്കുകയും ആ ചർച്ചകളിൽനിന്ന് മനുഷ്യവിമോചനത്തിനായി ഭാഷയെ ഉപയോഗിക്കാവുന്ന ഇടങ്ങൾ കണ്ടെത്തുകയും ചെയ്യാനുള്ള ഒരു ശ്രമമാണ് ഈ പുസ്തകത്തിൽ പൊതുവെ സ്വീകരിച്ചിട്ടുള്ളത്.

ഭാഷയുമായി ബന്ധപ്പെട്ട ഓരോ വിഷയത്തെപ്പറ്റിയും ഭാഷാശാസ്ത്രത്തിൽ ഏറെ നിരീക്ഷണങ്ങളുണ്ട്. എല്ലാ നിരീക്ഷണങ്ങളും ഈ പുസ്തകത്തിൽ അവതരിപ്പിച്ചിട്ടില്ല. പുസ്തകത്തിന്റെ ഉദ്ദേശ്യത്തെ സഹായിക്കുന്നതും ലളിതവുമായ നിരീക്ഷണങ്ങളെ മാത്രമേ ഇവിടെ അവതരിപ്പിക്കുന്നുള്ളൂ. ഭാഷാശാസ്ത്രത്തിലെ സിദ്ധാന്തങ്ങളും സങ്കൽപ്പനങ്ങളും സാധാരണഗതിയിൽ അത്ര ലളിതമല്ല. ആവുന്നത്ര ലളിതമായി അവതരിപ്പിക്കാനുള്ള ശ്രമം നടത്തിയിട്ടുണ്ട്. ഈ പുസ്തകത്തിൽ ഉപയോഗിച്ചിട്ടുള്ള സാങ്കേതികപദങ്ങളുടെ മലയാളഭാഷയിലേക്കുള്ള വിവർത്തനം അത്ര പ്രചാരത്തിലുള്ളവയല്ല. മലയാളഭാഷയിൽ അത്ര വലിയ അളവിൽ ഇവ ചർച്ചചെയ്യപ്പെട്ടിട്ടില്ല. അതിനാൽ മലയാളത്തിൽ വിവർത്തനം ചെയ്തുപയോഗിക്കുന്ന സാങ്കേതികപദങ്ങളുടെ ഇംഗ്ലീഷും കൊടുത്തിട്ടുണ്ട്.

ചില അദ്ധ്യായങ്ങളിൽ ലേഖകൻ ഉദ്ദേശിച്ച തരത്തിലുള്ള ലാളിത്യം പാലിക്കാൻ കഴിഞ്ഞിട്ടില്ല. ചില കാര്യങ്ങൾ ലളിതമായി പറയാൻ കഴി

യില്ല എന്നല്ല. ലളിതവൽക്കരണം എഴുത്തിൽ കഴിഞ്ഞില്ലെങ്കിൽ വായനയിൽ ആവാം എന്നാണ് ലേഖകന്റെ വിശ്വാസം.

ഭാഷയിലെ വിമോചനാത്മകതയെക്കുറിച്ചുള്ള ചർച്ചയിൽ സജീവമായ താൽപ്പര്യം കാണിച്ച ഡോ: കെ എം അനിൽ, ഈ പുസ്തകത്തിന്റെ പ്രസിദ്ധീകരണത്തിന് പ്രചോദനമായിരുന്ന *ചിന്ത പബ്ലിഷേഴ്സി*ലെ വി കെ ജോസഫ്, യുവകവി ടി ഗോപി, ഷിജു ഏലിയാസ് എന്നിവരോടുള്ള നന്ദി രേഖപ്പെടുത്തുന്നു.

കുപ്പം
18-05-2008

പി ശ്രീകുമാർ
ദ്രാവിഡ സർവകലാശാല

1

ഭാഷ എങ്ങനെ ഉണ്ടായി

ഭാഷ എങ്ങനെ ഉണ്ടായി? ചോദ്യം വളരെ ലളിതമാണ്. ഉത്തരം ഏറെ സങ്കീർണ്ണവും. പ്രധാനമായും മൂന്നുതരം ഉത്തരങ്ങളാണ് നിലവിലുള്ളത്. ഒന്ന്, ഭാഷ ദൈവം സൃഷ്ടിച്ചതാണ്. രണ്ട്, ഭാഷ ചുറ്റുപാടുകളിൽനിന്നു മാത്രം മനുഷ്യൻ ആർജ്ജിക്കുന്നതാണ്. മൂന്ന്, മനുഷ്യനിൽ ജന്മസിദ്ധമായി ഭാഷ ആർജ്ജനത്തിനുള്ള പ്രത്യേക കഴിവുണ്ട്.

മനുഷ്യൻ ഉൾപ്പെടെ സർവചരാചരങ്ങളെയും ദൈവം സൃഷ്ടിച്ചതാണെന്ന വാദത്തിന്റെ ഭാഗമാണ് ദൈവസിദ്ധഭാഷാവാദം. ചാൾസ് ഡാർവിന്റെ (1859) പരിണാമസിദ്ധാന്തത്തിന്റെ പ്രചാരത്തോടെ ദൈവസിദ്ധവാദം അത്ര സ്വീകാര്യമല്ലാതായി. എന്നാൽ ദൈവത്തിനുപകരം പ്രകൃതിയെയാണ് പിന്നീട് ഭാഷയുടെ ഉത്ഭവകാരണമായി നിരീക്ഷിച്ചത്. 1861 ൽ, ബ്രിട്ടനിലെ റോയൽ ഇൻസ്റ്റിറ്റ്യൂട്ടിൽ ആദ്യകാല ഭാഷാശാസ്ത്രജ്ഞനായ മാക്സ് മുള്ളർ നടത്തിയ പ്രഭാഷണത്തിൽ ഇത് വ്യക്തമാണ്. മാക്സ് മുള്ളർ ഇങ്ങനെയാണ് അഭിപ്രായപ്പെട്ടത്:

> ഭാഷാശേഷി മനുഷ്യൻ നിർമ്മിക്കുകയായിരുന്നില്ല. അതൊരു സഹജവാസനയാണ്. മനസ്സിന്റെ ഇതര സഹജവാസനകളെന്നപോലെ ഇതും ഒഴിച്ചുകൂടാനാവാത്തതാണ്. ഭാഷ ഈ സഹജവാസനയുടെ ഉൽപ്പന്നമായി തുടരുന്നിടത്തോളം ഭാഷയും പ്രകൃതിയുടെ ഭാഗമാണ് (*Muller:* 1861 : 402-403).

പ്രകൃതിയെ ഭാഷയുടെ ഉത്ഭവകാരണമായി സ്വീകരിക്കുകയാണെങ്കിൽ ഇതര ജീവികൾ എന്തുകൊണ്ടാണ് മനുഷ്യനെപ്പോലെ സംസാരിക്കാത്തത്? അതിനാൽ, തുടർന്നുള്ള അന്വേഷണങ്ങൾ കേന്ദ്രീകരിച്ചത് ഇതരജീവികളിൽനിന്നും ഭിന്നമായി മനുഷ്യനിൽ ഭാഷാ ആർജ്ജനത്തി

നായി പ്രത്യേകമായി എന്തെങ്കിലും ഉണ്ടോ എന്നതിലായിരുന്നു. ഇത്തരത്തിലുള്ള അന്വേഷണങ്ങളാണ് തുടർന്ന് ഏറെ മുന്നോട്ടു പോയത്.

ഭാഷയുടെ ഉത്ഭവത്തെ പറ്റിയുള്ള പ്രധാനപ്പെട്ട രണ്ട് നിരീക്ഷണങ്ങളെ രണ്ട് സംഭവങ്ങളിലൂടെ നമുക്ക് ചർച്ച ചെയ്യാം. തുടർന്ന് സ്വീകാര്യമായ വാദങ്ങളെ എങ്ങനെ സ്വീകരിക്കാം എന്ന നിലപാടിലെത്തുകയും ചെയ്യാം.

ആദ്യത്തെ സംഭവം നടക്കുന്നത് ജർമ്മനിയിലാണ്. ബെർലിൻ അക്കാദമിയിൽ. എഴുപതുകളിൽ. അക്കാദമിയുടെ സ്ഥിരം സെക്രട്ടറി ആയിരുന്ന ജോഹൻ ഹെയ്റിച്ച് സാമുവൽ ഫോർമിയാണ് ചർച്ച തുടങ്ങിവച്ചത്. ഭാഷയുടെ ഉത്ഭവത്തെ പറ്റിയുള്ള തന്റെ നിരീക്ഷണത്തെ അദ്ദേഹം ഇങ്ങനെ അവതരിപ്പിച്ചു:

> ഭാഷയെപ്പറ്റി ഏറെ ചിന്തിക്കുമ്പോൾ പ്രകൃതിയുടെ ശുദ്ധാവസ്ഥയുടെ അയഥാർത്ഥ്യങ്ങളിലേക്കാണ് എത്തുക. അത് ഏറെ വിചിത്രമായ ഒന്നാണ്. അതിനാൽ ഒന്നെനിക്ക് ഉറപ്പാണ്. നമ്മുടെയൊക്കെ അസ്തിത്വത്തിന്റെ ആദ്യകാരണവും നമ്മുടെയൊക്കെ ആദ്യ ആശയത്തിന്റെയും ആശയപ്രകാശനത്തിന്റെ ഉപാധികളുടെയും കാരണവുമായ ദൈവത്തിലേക്കാണ് ഭാഷയെപ്പറ്റിയുള്ള നമ്മുടെ ചിന്ത പോവുക (Formey : 1700 [1759] : 376).

തുടർന്ന് 1759-ൽ ബെർലിൻ അക്കാദമിയിൽ ഭാഷയുടെ ഉത്ഭവത്തെപ്പറ്റിയുള്ള ഒരു ലേഖന മത്സരം സംഘടിപ്പിച്ചു. മനുഷ്യനിൽ ഭാഷ ഉത്ഭവിക്കുന്നതിൽ മനുഷ്യപ്രത്യേകമായ എന്തെങ്കിലും കഴിവ് മനുഷ്യനിലുണ്ടായിരുന്നോ? എങ്ങനെയാണ് മനുഷ്യനിൽ ഭാഷ ഉത്ഭവിച്ചത്? എന്നൊക്കെയായിരുന്നു ലേഖനമത്സരത്തിലെ പ്രധാന വിഷയങ്ങൾ. മുപ്പതോളം ലേഖകർ മത്സരത്തിൽ പങ്കെടുത്തു. അതിൽ ജോഹൻ ഗോട്ടിഫ് ഹെർഡറുടെ ലേഖനത്തിന് ഒന്നാം സമ്മാനത്തിനുള്ള പരിഗണന കിട്ടി. മനുഷ്യനിലെ ഭാഷാ ഉത്ഭവത്തെ പറ്റി ഹെർഡർ അവതരിപ്പിച്ചത് താഴെ പറയുന്ന നിരീക്ഷണങ്ങളായിരുന്നു.

1. മനുഷ്യനിലെ സ്വാഭാവികമായ ജൈവത്വരയല്ല ഭാഷയുടെ ഉത്ഭവത്തിന് കാരണം. പകരം മനുഷ്യനിലെ മാത്രം പ്രത്യേകതയായ പ്രതികരണക്ഷമതയാണ്. ഇതര ജീവികളിലും മനുഷ്യനിലും പൊതുവായുള്ള സംവേദനക്ഷമതകൊണ്ട് മാത്രം ഭാഷ ഉണ്ടാവുകയില്ല.

2. പ്രതികരണക്ഷമത എന്ന പ്രത്യേകത ഉള്ളതിനാൽ മനുഷ്യൻ ചുറ്റും നടക്കുന്ന നിരവധി കാര്യങ്ങളിൽ ചിലതിലേക്ക് മാത്രം നിരന്തരം ശ്രദ്ധ കേന്ദ്രീകരിക്കുന്നു. വ്യതിരിക്തതകളിലേക്കുള്ള, പ്രത്യേകിച്ചും ശബ്ദവ്യതിരിക്തതകളിലേക്കുള്ള, നിര

ന്തരകേന്ദ്രീകരണം മനുഷ്യനിൽ പ്രത്യേകമായ ഒരു മാന സികലോകം വികസിപ്പിക്കുന്നു. അവിടെ നിന്നാണ് ഭാഷ രൂപംകൊള്ളുന്നത്.

ഉദാഹരണമായി ഒരു തത്ത സംസാരിക്കുന്നതെങ്ങനെയെന്ന് നോക്കാം. തത്ത കുറെയൊക്കെ ശബ്ദവ്യതിരിക്തതകളെ ശ്രദ്ധി ക്കുകയും അവയെ അനുകരിക്കുകയും ചെയ്യുന്നു. അതുകൊ ണ്ടാണ് നമ്മൾ ആവർത്തിച്ച് തത്തയോടു പറയുന്ന വാക്കുകളും ചെറിയ വാചകങ്ങളും തത്ത നമ്മളോടു തിരിച്ചു പറയുന്നത്. എന്നി രുന്നാലും തത്തയ്ക്ക് നമ്മെപ്പോലെ ഒരു ഭാഷ സംസാരിക്കാൻ കഴിയുന്നില്ല. കാരണം തത്തയിൽ ഹെർഡർ നിരീക്ഷിച്ചതുപോലെ ഒരു പ്രത്യേക മാനസികലോകം ഉണ്ടാകുന്നില്ല.

3. ഭാഷയുടെ ദൈവസിദ്ധവാദത്തെ ഹെർഡർ നിഷേധിച്ചു.

പുൽത്തകിടിയിൽ ആടിനെ കാണുന്ന മനുഷ്യൻ ആടിന്റെ കരച്ചി ലിൽ മാത്രം നിരന്തരം ശ്രദ്ധ കേന്ദ്രീകരിക്കുകയും ആടിന്റെ കര ച്ചിലിന്റെ ശബ്ദത്തെ ആടിന്റെ പേരായി വിളിക്കുകയും ചെയ്യുന്നു എന്നതായിരുന്നു ഹെർഡറുടെ ഉദാ ഹരണം.

മാക്സ് മുള്ളർ

എന്നാൽ ഭാഷയുടെ സമഗ്ര തയെ പരിഗണിക്കാതിരുന്ന ഒരു നിരീക്ഷണമായിരുന്നു ഹെർഡറുടേ ത്. കാരണം എല്ലാ ഭാഷകളിലും ചുറ്റുപാടുകളിൽനിന്നുള്ള ശബ്ദ ത്തെ അതതിന്റെ പേരായി ഉപയോ ഗിക്കുന്ന വാക്കുകൾ പരിമിതമാണ്. ഹെർഡറുടെ നിരീക്ഷണത്തോട് മാക്സ് മുള്ളർ ഇങ്ങനെയാണ് പ്രതി കരിച്ചത്:

> കേവല ശബ്ദാനുകരണത്തിലൂടെ മാത്രം രൂപംകൊള്ളുന്ന പേരുകൾ ഭാഷയിലുണ്ട്. എന്നാൽ നിഘണ്ടു വിൽ അവ വളരെ ചെറിയ ഒരളവിൽ മാത്രമേ ഉള്ളു എന്ന താണ് (ഹെർഡറുടെ അനുകരണവാദത്തോടുള്ള) നമ്മുടെ ഉത്തരം (മാക്സ് മുള്ളർ: 1861:373).

ഭാഷയുടെ സമഗ്രതയെ വിശദീകരിക്കുന്നില്ലെങ്കിലും ഭാഷാ ഉത്ഭ വത്തിന്റെ കാരണത്തെ ദൈവത്തിൽനിന്നും മോചിപ്പിച്ച് പ്രകൃതിയിലേക്ക് സ്ഥാപിച്ചു എന്നതായിരുന്നു ഹെർഡറുടെ നിരീക്ഷണത്തിന്റെ മേന്മ.

ബെർലിൻ അക്കാദമിയിൽ സംഘടിപ്പിച്ച ഈ മത്സരത്തിൽ പങ്കെടുത്തവരിൽ പ്രധാനപ്പെട്ടവരുടെ നിരീക്ഷണങ്ങൾ ഏതാണ്ട് ഹെർഡറുടെ വാദഗതിയോട് ചേർന്നുവരുന്നവ ആയിരുന്നു. അവരെല്ലാം ഭാഷയുടെ തികച്ചും മാനവികമായ ഉത്ഭവത്തെ ഭാഗികമായെങ്കിലും പിൻതാങ്ങുന്നവർ ആയിരുന്നു. ചുരുക്കത്തിൽ ഭാഷയുടെ ഉത്ഭവത്തിന്റെ കാരണം ദൈവം അല്ല എന്ന വാദത്തെ ശക്തിപ്പെടുത്തുന്നതായിരുന്നു ഈ മത്സരത്തിന്റെ മൊത്തം ഫലം. ഒപ്പം, ഭാഷാ ഉത്ഭവത്തിന്റെ മനുഷ്യപ്രത്യേകവും എന്നാൽ അവ്യക്തവുമായിരുന്ന കാരണങ്ങളിലേക്ക് വിരൽ ചൂണ്ടുന്നതും.

പാവ്‌ലോവ്

രണ്ടാമത്തെ സംഭവം നടക്കുന്നത് റഷ്യയിലും അമേരിക്കയിലുമാണ്. ഏകദേശം നൂറ് വർഷങ്ങളോളം നീണ്ടുനിന്ന അന്വേഷണങ്ങളുടെ തുടർച്ചയാണ് ഈ സംഭവം. 1800-കളിലെ കമ്യൂണിസ്റ്റ് റഷ്യയിൽ ഭൗതികവാദപരമായ അന്വേഷണങ്ങൾക്ക് ഏറെ പ്രോത്സാഹനം ലഭിച്ചിരുന്നു. അതിന്റെ നിരവധി ഫലങ്ങളിൽ ഒന്നായാണ് മനുഷ്യസ്വഭാവങ്ങളുടെ കാരണങ്ങളെ ഭൗതികസാഹചര്യങ്ങളിൽ വിശദീകരിക്കുന്ന ക്ലാസിക്കൽ ബിഹേവിയറിസം റഷ്യയിൽ രൂപം കൊണ്ടത്. റഷ്യൻ മനഃശാസ്ത്രജ്ഞനായിരുന്ന പെട്രോവിക് പാവ്‌ലോവിന്റെ 1800കളിലെ പരീക്ഷണനിരീക്ഷണങ്ങളായിരുന്നു ക്ലാസിക്കൽ ബിഹേവിയറിസത്തിന് അടിസ്ഥാനമിട്ടത്. തുടർച്ചയായി മണികിലുക്കിക്കൊണ്ട് ഒരു നായക്ക് ആഹാരം കൊടുക്കുക. ആഹാരം കഴിക്കുന്നതിനായി നായുടെ വായിൽനിന്നും ഉമിനീര് വരും. ആഹാരം കൊടുക്കുമ്പോൾ മണിയടിക്കുന്നത് നിരന്തരം ആവർത്തിക്കുക. പിന്നീട് ആഹാരം കൊടുക്കാതെതന്നെ മണിയടിച്ചാലും നായുടെ വായിൽനിന്നും ഉമിനീര് വരും. ഇതായിരുന്നു ക്ലാസിക്കൽ ബിഹേവിയറിസത്തിന്റെ അടിസ്ഥാന പരീക്ഷണനിരീക്ഷണം. 'ക്ലാസിക്കൽ കണ്ടീഷനിങ്' എന്നായിരുന്നു ഇതിനെ അറിയപ്പെട്ടത്. മനുഷ്യന്റെ ഇതര സ്വഭാവങ്ങളും ഇങ്ങനെ കണ്ടീഷൻ ചെയ്തതാണെന്നായിരുന്നു പാവലോവിന്റെ വാദം. ഭാഷയും അങ്ങനെ

സ്കിന്നർ

നോം ചോംസ്കി

തന്നെ രൂപപ്പെടുന്നതാണെന്നായിരുന്നു അമേരിക്കൻ റാഡിക്കൽ ബിഹേവിയറിസ്റ്റായിരുന്ന ഡബ്ല്യു എഫ് സ്കിന്നറുടെ (Skinner, 1957) ബിഹേവിയറിസ്റ്റ് ഭാഷാനിരീക്ഷണം. അതായത്, മനുഷ്യനിൽ ഭാഷ ആർജ്ജിക്കുന്നതിനായി പ്രത്യേകമായ കഴിവുകളൊന്നുമില്ല. ഭൗതികസാഹചര്യങ്ങളിൽനിന്നും ദ്വിതീയ കണ്ടീഷനിങ്ങിലൂടെ ഭാഷ ആർജ്ജിക്കുകയാണെന്നായിരുന്നു ബിഹേവിയറിസ്റ്റ് ഭാഷാവാദം.

1957-ൽ അമേരിക്കയിൽ പ്രസിദ്ധീകരിച്ച *Verbal Behaviour* (Skinner;1957) എന്ന പുസ്തകത്തിലായിരുന്നു സ്കിന്നർ മേൽസൂചിപ്പിച്ച ബിഹേവിയറിസ്റ്റ് ഭാഷാവാദം മുന്നോട്ടുവച്ചത്. എന്നാൽ അമേരിക്കൻ ഭാഷാശാസ്ത്രജ്ഞനായിരുന്ന നോം ചോംസ്കി ഈ വാദത്തെ എതിർത്തു (Chomsky 1959). ബിഹേവിയറിസത്തിന്റെ കേവല സാഹചര്യ-പ്രതികരണ അന്വേഷണ മാതൃകയിൽ മനുഷ്യന്റെ ഭാഷാ ആർജ്ജന ശേഷിയെ വിശദീകരിക്കാൻ കഴിയില്ല എന്നതായിരുന്നു ചോംസ്കിയുടെ പ്രതിവാദം. ചോംസ്കിയെ ഏറെ ശ്രദ്ധേയനാക്കിയ ഭാഷാവാദങ്ങൾ താഴെ പറയുന്നവയാണ്.

1. ഒരു ഭാഷ സംസാരിക്കുന്ന കുട്ടിക്ക് താൻ ജീവിതത്തിൽ ഇന്നുവരെ കേൾക്കാത്തതും ആ ഭാഷയുടെ ചരിത്രത്തിൽ ഇന്നുവരെ ഉച്ചരിക്കപ്പെടാത്തതുമായ ഒരു വാക്യഘടന പുറപ്പെടുവിക്കാൻ കഴിയും. ഒപ്പം അതേ ഭാഷയിലെ ഒരു സാധാരണ ഭാഷകനും അത് മനസ്സിലാക്കാനും കഴിയും.
2. ഏത് ഭാഷ ആർജ്ജിക്കുന്നതിനും മനുഷ്യനെ പ്രാപ്തനാക്കുന്ന ഒരു ജൈവമണ്ഡലം എല്ലാ മനുഷ്യർക്കും ജന്മസിദ്ധമായി ഉണ്ട്. 'ലാംഗ്വേജ് അക്വിസിഷൻ ഡിവൈസ്' എന്നാണിതിനെ ചോംസ്കി വിളിച്ചത്.
3. വളരെ ചെറിയ കാലയളവുകൊണ്ട്, അതായത് നാലു വയസ്സാകുന്നതുവരെ കേൾക്കുന്ന ഭാഷകൊണ്ട് ഒരു കുട്ടിക്ക് തന്റെ ജീവിതത്തിലാകെ ഏതു സാഹചര്യത്തിലും സംസാരിക്കാൻ ശേഷി നൽകുന്ന ഭാഷാവ്യാകരണം ആർജ്ജിക്കാൻ കഴിയും.

ചുരുക്കത്തിൽ ഭാഷാഉത്ഭവത്തിന്റെ പ്രധാന കാരണം ചുറ്റുപാടുകളിലുപരി മനുഷ്യനിൽ പ്രത്യേകമായുള്ള ഭാഷാപരമായ കഴിവു തന്നെയാണെന്ന് ഉറപ്പിക്കുകയായിരുന്നു ചോംസ്കി. ചോംസ്കിയുടെ ഭാഷാസിദ്ധാന്തമാണിന്ന് പ്രധാനമായി ഭാഷാശാസ്ത്ര അന്വേഷണങ്ങളിൽ പരിഗണിച്ചു വരുന്നത്.

മേൽപ്പറഞ്ഞ രണ്ട് സംഭവങ്ങളിലൂടെ താഴെ പറയുന്ന കാര്യങ്ങളാണ് വ്യക്തമായി വരുന്നത്.

1. ഭാഷാ ഉത്ഭവത്തിന്റെ കാരണം ദൈവം ആണെന്നതിന്റെ സമ്പൂർണ്ണ നിഷേധം.
2. ഭാഷാഉത്ഭവത്തിന്റെ കാരണം പ്രകൃതിയാണെന്ന വാദവും ഭാഷാ ആർജ്ജനത്തിൽ മനുഷ്യപ്രത്യേകമായ ഒരു കഴിവുണ്ടെന്നതിലുള്ള ഊന്നലും.

എന്നാൽ മേൽപ്പറഞ്ഞ ചർച്ചകളിൽ നിരീക്ഷിക്കപ്പെടാതെ പോയ ചില കാര്യങ്ങളുണ്ട്. അവയാണ് നമ്മുടെ ചർച്ചയിൽ പ്രധാനം.

ഈ ചർച്ച ഭാഷയെപ്പറ്റിയുള്ള കേവലമായ ശാസ്ത്രീയ അന്വേഷണമല്ല. കാരണം കേവലമായ ശാസ്ത്രീയ അന്വേഷണം വിമോചനാത്മകമല്ല. വിമോചനാത്മകം എന്നതുകൊണ്ട് ഇവിടെ ഉദ്ദേശിക്കുന്നത് രണ്ട് കാര്യങ്ങളാണ്.

1. പ്രകൃതിയുടെ പ്രാകൃതത്വത്തിൽനിന്നും മനുഷ്യന്റെ വിമോചനത്തിൽ ഭാഷ വഹിച്ച പങ്കിനെ വിശദീകരിക്കുന്നതായിരിക്കണം.
2. അത്തരത്തിലുള്ള ഒരു അന്വേഷണത്തിൽനിന്നും ലഭിക്കുന്ന നിഗമനങ്ങളിലൂടെയേ മനുഷ്യനെ ഇപ്പോഴുള്ള അവസ്ഥയിൽ നിന്നും മോചിപ്പിക്കുന്നതിൽ ഭാഷയുടെ പങ്ക് വിശദീകരിക്കാൻ കഴിയൂ.

ഉദാഹരണമായി മനുഷ്യസമുദായം പ്രകൃതിയിൽനിന്നും സമൂഹത്തിന്റെ ഉള്ളിൽനിന്നും ഉണ്ടായ നിരവധി പ്രതിസന്ധികളെ അതിജീവിച്ചാണ് ഇന്നത്തെ അവസ്ഥയിലെത്തിയത്. ഭാഷയുടെയും ഇതര മനുഷ്യശീലങ്ങളുടെയും രൂപംകൊള്ളൽ അത്തരം പ്രതിസന്ധികളിൽ എത്രമാത്രം വിമോചനാത്മകം ആയിരുന്നു എന്ന അന്വേഷണത്തിനാണ് ഈ ചർച്ചയിൽ പ്രാധാന്യം. അതിന് പകരം ഭാഷയുടെ ഉത്ഭവത്തെയും വളർച്ചയെയും പറ്റി കേവലമായി അന്വേഷിക്കുന്നത് കേവല ശാസ്ത്രീയ അന്വേഷണം മാത്രമാണ്. അത്തരം അന്വേഷണങ്ങൾക്ക് ശാസ്ത്രീയ മൂല്യം ഉണ്ടെന്നല്ലാതെ വിമോചനാത്മകമായ സാമൂഹ്യമൂല്യം ഉണ്ടായിരിക്കില്ല. അതുകൊണ്ടാണ് കേവല ദാർശനികന്മാർ ലോകത്തെ വ്യാഖ്യാനിക്കുക മാത്രം ആയിരുന്നെന്നും യഥാർത്ഥ ഉത്തരവാദിത്വം ലോകത്തെ മാറ്റിത്തീർക്കലാണെന്നും കാൾ മാർക്സ് അഭിപ്രായപ്പെട്ടത്. മാർക്സ്

നിരീക്ഷിച്ച തരത്തിലുള്ള അന്വേഷണങ്ങളെയാണ് സമകാലിക ജർമ്മൻ ചിന്തകനായ ഹെബർമാസ് വിമോചനാത്മകമായ വിമർശനശാസ്ത്ര ങ്ങൾ എന്നു വിളിക്കുന്നത്.

ഭാഷാ ഉത്ഭവത്തെപറ്റിയുള്ള ചർച്ചയിൽ ഇവിടെ സ്വീകരിക്കുന്നതും അത്തരത്തിലുള്ള ഒരു വിമർശനാത്മക ശാസ്ത്രത്തിന്റെ നിലപാടാണ്.

നാം ചർച്ചചെയ്തുവന്ന ഭാഷാഉത്ഭവത്തെപ്പറ്റിയുള്ള രണ്ട് വാദങ്ങ ളിലും ഭാഷാഉത്ഭവത്തിന്റെ കാരണത്തെ ദൈവത്തിൽനിന്നും മാറ്റി പ്രകൃ തിയിലും വ്യക്തിയിലും പ്രതിഷ്ഠിക്കുകയാണ് ചെയ്തത്. ഇതര ജീവി കളിൽനിന്നും വ്യത്യസ്തമായി മനുഷ്യന് പ്രകൃതിയിലുള്ള ക്രിയാത്മക സാന്നിധ്യം ഒരു പ്രശ്നമായിത്തന്നെയാണ് അന്വേഷകർ ഉൾക്കൊണ്ടത്.

കുരങ്ങിൽനിന്നും ഇന്നുകാണുന്ന മനുഷ്യനിലേക്കുള്ള പരിണാമ ത്തിൽ മനുഷ്യന്റെ സാമൂഹികജീവിതത്തിന്റെ വളർച്ചയുടെ പങ്ക് പ്രാഥ മികമാണ്. സാമൂഹികജീവിതം എന്ന പ്രാഥമികവും വസ്തുനിഷ്ഠവു മായ സാഹചര്യത്തെ പരിഗണിക്കാതിരിക്കുന്നതായിരുന്നു മേൽ ചർച്ച ചെയ്ത രണ്ട് അന്വേഷണങ്ങളും. അതുകൊണ്ടാണ് തികച്ചും സാമൂ ഹികമായിത്തന്നെ രൂപംകൊണ്ട ഭാഷയുടെ സാമൂഹിക ഉത്ഭവത്തെയും സാമൂഹിക ധർമ്മത്തെയും മേൽപ്പറഞ്ഞ രണ്ട് വാദങ്ങൾക്കും പരിഗ ണിക്കാൻ കഴിയാതിരുന്നത്. കേവലമായ ശാസ്ത്രീയ അന്വേഷണ ത്തിന്റെ ഒരു രീതിയാണത്.

നമുക്കൊക്കെ വ്യക്തമായി ഉറപ്പുള്ള ഒരു കാര്യമുണ്ട്. മനുഷ്യനെ ഇതര ജീവികളിൽനിന്നും വ്യത്യസ്തനാക്കുന്ന ഒരു പ്രധാന ഘടകം മനുഷ്യൻ അദ്ധ്വാനിക്കുന്ന ജീവി ആണെന്നതാണ്. അദ്ധ്വാനത്തി ലൂടെയാണ് മനുഷ്യൻ കുര ങ്ങിൽനിന്നും മനുഷ്യനായി പരി ണമിച്ചത്. മാർക്സിസ്റ്റ് ചിന്തക നായ ഫ്രെഡറിക് എംഗൽസിന്റെ *കുരങ്ങിൽ നിന്നും മനുഷ്യനിലേ ക്കുള്ള പരിവർത്തനത്തിൽ അ ദ്ധ്വാനം വഹിച്ച പങ്ക്* എന്ന ലേഖ നത്തിൽ ഇത് വ്യക്തമായി വിശ ദീകരിക്കുന്നുണ്ട് (Engels, 1883: 214-230). അദ്ധ്വാനത്തിന്റെയും അദ്ധ്വാനം നിരന്തരമായി ഉൽപ്പാ ദിപ്പിക്കുകയും പരിവർത്തിപ്പിക്കു കയും ചെയ്യുന്ന സാമൂഹിക ജീവിതത്തിന്റെയും തുടർച്ച യാണ് മനുഷ്യന്റെ ഭിന്നാസ്തി ത്വം. ഈ തുടർച്ചയിലൂടെയാണ്

എംഗൽസ്

ഭാഷ ഉത്ഭവിക്കുന്നതും വികസിക്കുന്നതും. അതുകൊണ്ടാണ്, ഭാഷയുടെ ഉത്ഭവത്തെയും വികാസത്തെയും പറ്റിയുള്ള സമഗ്രമായ ചർച്ചയിൽ അദ്ധ്വാനത്തെ ഒഴിവാക്കാൻ കഴിയാത്തത്.

മനുഷ്യപ്രത്യേകമായ അദ്ധ്വാനം കേവലം ഭൗതിക ഉൽപ്പാദനം മാത്രമല്ല. അദ്ധ്വാനത്തിന്റെ ഓരോ ഘട്ടവും മനുഷ്യന്റെ ശരീരത്തെയും സാമൂഹികജീവിതത്തിന്റെ ഉൽപ്പന്നമായ മാനസികലോകത്തെയും ഗുണപരമായി പരിവർത്തിപ്പിക്കുന്നുണ്ട്. ശരീരത്തിലും മനസ്സിലും ഗുണപരമായുണ്ടായ ഈ മാറ്റം മൂലം മനുഷ്യൻ പ്രകൃതിയിലേക്ക് മുമ്പത്തേതിൽനിന്നും വ്യത്യസ്തമായി ഇടപെടുന്നുമുണ്ട്. ഇതൊരു തുടർച്ചയാണ്. അതായത് അദ്ധ്വാനത്തിലൂടെ പ്രകൃതിയിൽ മാറ്റം വരുത്തുന്നതിലൂടെ മനുഷ്യന്റെ സ്വപ്രകൃതിയിലും ഗുണപരമായ മാറ്റം സംഭവിക്കുന്നുണ്ട്. അത്തരത്തിൽ സ്വപ്രകൃതിയിൽ സാമൂഹികമായും ഭൗതികമായും മാറ്റം വരുത്തുന്നതിലൂടെയാണ് മനുഷ്യൻ സംസാരിക്കുന്ന ജീവിയായി മാറുന്നത്. സംസാരിക്കുന്ന ജീവി എന്നാൽ തികച്ചും സാമൂഹിക ജീവി ആണെന്നാണ് യാഥാർത്ഥ്യം. അതുകൊണ്ടാണ് ഫ്രഞ്ച് ഘടനാവാദിയായ ഫെർഡിനൻഡ് ഡി സസ്സൂർ (Saussure: 1957/59, 37 -38) ഭാഷയെ ഒരു 'സാമൂഹിക വാസ്തവം' (social fact) ആയി നിരീക്ഷിച്ചത്. മനുഷ്യന്റെ സാമൂഹിക ജീവിതത്തിന്റെ ഉൽപ്പന്നവും ഉപാധിയുമാണത്. ഉൽപ്പന്നം എന്നാൽ മനുഷ്യപരിണാമത്തിന്റെ ഒരു പ്രത്യേക അവസ്ഥയിൽ നിർമ്മിക്കപ്പെട്ട ഒരു അന്തിമ ഉൽപ്പന്നമല്ല ഭാഷ. കുറച്ചുകൂടി വ്യക്തമായി നിരീക്ഷിച്ചാൽ അദ്ധ്വാനത്തിന്റെ വ്യവസ്ഥാപിത രൂപമായ ഉൽപ്പന്ന പ്രക്രിയയിലൂടെ ഭാഷ മാറുന്നതായി കാണാം. അതായത് ഭാഷ എന്നത് ഒരു ഉൽപ്പന്നമല്ല. അദ്ധ്വാനത്താൽ രൂപീകൃതമായ സാമൂഹികജീവിതത്തിലെ ഗുണപരമായ ഒരു പ്രക്രിയയാണ് ഭാഷ.

സസ്സൂർ

എന്നാൽ മേൽസൂചിപ്പിച്ച രണ്ട് ചർച്ചകളിലും ഭാഷയെ ഒരു ഉൽപ്പന്നമായി ചുരുക്കുന്നതായി കാണാം. പ്രത്യേകിച്ചും ചോംസ്കിയുടെ ഭാഷാദർശനത്തിൽ. ചോംസ്കിയൻ ഭാഷാദർശനത്തിൽ ഒരു ഭാഷ ആർജ്ജിക്കുക എന്നാൽ, മനുഷ്യപ്രത്യേകവും സാർവലൗകികവുമായ

ഭാഷാ കഴിവിന്റെ സാമൂഹിക സ്വാധീനഫലമായ തുടർവികസനമാണ്. എന്നാൽ ഈ പ്രത്യേക കഴിവിന്റെ രൂപീകരണം മനുഷ്യന്റെ സാമൂഹികജീവിതത്തിന്റെ ഗുണപരമായ ജൈവികഫലം ആണ്.

മനുഷ്യനോട് സാമ്യമുള്ള അംഗചലനങ്ങളും ഏറെക്കുറെ സമാനതകളുമുള്ള കുരങ്ങ് മനുഷ്യനോടുള്ള നിരന്തരസഹവാസം ഉണ്ടായാൽ പോലും ഭാഷ ആർജ്ജിക്കാത്തതെന്താണ്? മനുഷ്യനോടുള്ള നിരന്തര സഹവാസം കൊണ്ട് മനുഷ്യൻ ആവർത്തിച്ചു ഉച്ചരിക്കുന്ന ചുരുക്കം വാക്കുകളല്ലാതെ തത്തയെന്താണ് മനുഷ്യനെപ്പോലെ സംസാരിക്കാത്തത്? രണ്ട് ചോദ്യങ്ങളുടെയും ഉത്തരം ഒന്നാണ്. അതായത് രണ്ട് ജീവികൾക്കും അധ്വാനഫലമായി രൂപംകൊള്ളുന്ന സാമൂഹികജീവിതമില്ല. എന്നാൽ മനുഷ്യനോട് ഏറെക്കുറെ സമാനമെന്ന് തോന്നുന്ന സാമൂഹികജീവിതമുള്ള ചില ജീവികളില്ലേ? ആന, ഉറുമ്പ്, തേനീച്ച, ചിലതരം കിളികൾ എന്നിവ. സാമൂഹികജീവിതം ഉണ്ടായിരുന്നിട്ടും അവയിലെന്താണ് മനുഷ്യനെപ്പോലെ ഭാഷ ഉണ്ടാകാത്തത്? കാരണം, അവയുടെ സാമൂഹിക ജീവിതം ജൈവികേതരമായ അധ്വാനംകൊണ്ട് രൂപംകൊള്ളുന്നതല്ല. കേവലമായ ജൈവികചോദനകൊണ്ട് മാത്രമാണ് അവ കൂട്ടമായി ജീവിക്കുന്നത്. എന്നാൽ മനുഷ്യന്റെ അധ്വാനത്തോടു സമാനമായ ചില പ്രവൃത്തികളിൽ ഏർപ്പെടുന്ന ചില ജീവികളില്ലേ? ഉദാഹരണമായി കൂടുകൂട്ടുന്ന കിളി, കുരങ്ങൻ, മണ്ണിൽ കൂടുണ്ടാക്കുന്ന ഉറുമ്പ് എന്നിവ. അധ്വാനംപോലെയുള്ള പ്രവൃത്തികളിൽ ഏർപ്പെട്ടിട്ടും അവയെന്താണ് മനുഷ്യനെപ്പോലെ ഭാഷ വികസിപ്പിക്കാത്തത്? കാരണം, അവയുടെ അധ്വാനം എന്നത് കേവലം ആവർത്തിച്ചുള്ള ചില പ്രവൃത്തികൾ മാത്രമാണ്. ഭൗതികപ്രകൃതിയിലേക്ക് നടത്തുന്ന കേവലം ആവൃത്തിച്ചുള്ള പ്രവർത്തനങ്ങളെ അധ്വാനമെന്ന് പറയാൻ കഴിയില്ല. കാരണം നാം മാവിൽനിന്നും മാങ്ങ വീഴുന്നതിനായി കുറേ ആവർത്തി മാവിൽ കല്ലെറിയുന്നെന്ന് സങ്കൽപ്പിക്കുക. അതും അധ്വാനം തന്നെയാണ്. കാരണം മാങ്ങ വീഴുന്നതിന് കാരണമായ ഏറിന് മുമ്പ് നടത്തിയ ഓരോ ഏറിൽനിന്നും നാം അബോധപൂർവം പഠിക്കുന്നുണ്ട്. അതായത് പാഴായ ഓരോ ഏറിലൂടെയും ദൂരം, ഏറിന്റെ വേഗത, ഏറിന്റെ രീതി എന്നിവയെപ്പറ്റി നാം അബോധപൂർവ്വം പഠിക്കുന്നുണ്ട്. അത്തരം പഠനം ഇതര ജീവികളുടെ കാര്യത്തിലില്ല എന്നതാണ് വാസ്തവം. അതുകൊണ്ടാണ് കേവലം അധ്വാനം പോലെയുള്ള പ്രവൃത്തികളും സാമൂഹിക ജീവിതം പോലെയുള്ള കൂട്ടായ ജീവിതവും ഉണ്ടായിരുന്നിട്ടും ഇതര ജീവികളിൽ ഭാഷ രൂപംകൊള്ളാതിരുന്നത്.

മനുഷ്യപ്രത്യേകമായ അധ്വാനവും അതേ അധ്വാനത്തിന്റെ തന്നെ അനിവാര്യ കൂട്ടായ്മയിൽ നിന്നും രൂപംകൊള്ളുന്ന സാമൂഹികജീവിതവും ഭാഷാരൂപീകരണത്തിന് അനിവാര്യമാണ്. അതായത് അധ്വാനത്തിന്റെ ഫലമായ സാമൂഹികജീവിതത്തെയും അതിന്റെ തുടർവികാസത്തെയും അനുസ്യൂതം ബന്ധിപ്പിക്കുന്ന ഒരു വിനിമയ ആവശ്യകത

യിൽ നിന്നാണ് ഭാഷ രൂപംകൊള്ളുന്നത്. അതായത് അദ്ധ്വാനത്തെപ്പറ്റി എംഗൽസ് സൂചിപ്പിക്കുന്നതുപോലെ, ഭാഷയും മനുഷ്യന് ഒരു ഉത്തര വാദിത്വമായി മാറുകയാണ്. എംഗൽസ് ഇങ്ങനെ നിരീക്ഷിക്കുന്നു:

> വെറും ജന്തുവിന്റേതായ അവസ്ഥയിൽനിന്ന് സ്വന്തം അദ്ധ്വാനം വഴി പുറത്തുകടക്കാൻ കഴിവുള്ള ഒരേ ഒരു ജന്തു മനുഷ്യനാണ്. അവന്റെ സാധാരണഗതിയിലുള്ള അവസ്ഥ അവന്റെ ബോധത്തിന് അനുരോധമായിട്ടുള്ളതും അവൻ തന്നെ സൃഷ്ടിക്കേണ്ടിയിരിക്കുന്നതുമായ ഒന്നാണ് (എംഗൽസ്; 1883:247).

പ്രകൃതിയിൽ നിന്നുള്ള വിമോചനത്തിൽ അദ്ധ്വാനം വഹിച്ച പങ്കെന്നപോലെ അദ്ധ്വാനം നിർമ്മിച്ച സാമൂഹികജീവിതത്തിലെ വിമോചനത്തിന്റെ ഉപാധിയാവുകയാണ് ഭാഷ. തുടർന്നുവരുന്ന അദ്ധ്യായങ്ങളിൽ ഇത് വിശദമായി ചർച്ചചെയ്യാം.

ഒരു പ്രത്യേക സ്ഥലത്ത് അദ്ധ്വാനിച്ച് ജീവിക്കുന്ന മനുഷ്യകൂട്ടായ്മയുടെ സാമൂഹിക ദേശപരിധി, നിയതമായ ഒരു ദേശപരിധിയിൽ നിരന്തരം ബന്ധപ്പെടുന്ന മനുഷ്യരുടെ സാമൂഹികബന്ധത്തിന്റെ സാന്ദ്രത, മേൽപ്പറഞ്ഞ രണ്ടിനെയും ജൈവികമായി ഉൾക്കൊള്ളാൻ ഗുണപരമായി മാറ്റം സംഭവിച്ച ശരീരം എന്നിവയാണ് ഭാഷയെ മനുഷ്യപ്രത്യേകമാക്കുന്നതും ഒരു അനിവാര്യതയാക്കുന്നതും.

എന്നാൽ നമ്മൾ രണ്ടാമത് ചർച്ചചെയ്ത ചോംസ്കിയുടെ ഭാഷാദർശനത്തിന്റെ പ്രശ്നം ഗുണപരമായി മാറ്റം സംഭവിച്ച മനുഷ്യശരീരത്തെ മാത്രം ഭാഷയുടെ പ്രാഥമിക കാരണമായും കേന്ദ്രമായും പരിഗണിക്കുന്നു എന്നതാണ്. ഭാഷയുടെ ജൈവാടിസ്ഥാനത്തെപ്പറ്റിയുള്ള അന്വേഷണത്തിന് അത്തരം പരിമിതിവൽക്കരണം ഏറെ സഹായിക്കും. കേവല ഭാഷാശാസ്ത്രത്തിന്റെ ലക്ഷ്യവും അതുതന്നെയാണ്. എന്നാൽ ഭാഷയുടെ ഉത്ഭവം, വളർച്ച, ധർമ്മം എന്നിവയിലൂടെയുള്ള മനുഷ്യവിമോചനസാധ്യതയെ വെളിപ്പെടുത്താൻ ചോംസ്കിയൻ ഭാഷാദർശനത്തിന് കഴിയില്ല. അതായത്, ഭാഷയുടെ ഉത്ഭവത്തെയും വളർച്ചയെയും ധർമ്മത്തെയും പറ്റിയുള്ള അന്വേഷണം സമഗ്രമായെങ്കിലേ ഭാഷയിലൂടെയുള്ള വിമോചനത്തിന്റെ തുടർസാധ്യതയെയും വെളിപ്പെടുത്താൻ കഴിയൂ.

യാതൊരു ഭാഷയും ഇല്ലാത്ത ഒരുകൂട്ടം മനുഷ്യർ ഒരു ഭൂപ്രദേശത്ത് ചെറിയതോതിൽ കൃഷിചെയ്തും വേട്ടയാടിയും ജീവിക്കുന്നു എന്ന് സങ്കൽപ്പിക്കുക. അവിടെ എങ്ങനെയാണ് ഭാഷ രൂപപ്പെടുക എന്ന് നോക്കാം. ഒറ്റപ്പെട്ടതും വേറിട്ടതും ആയ ഒരു മനുഷ്യശേഷിയായല്ല ഭാഷ രൂപപ്പെടുക. ആ ഉൽപ്പാദനസമൂഹത്തിന്റെ ഉപകരണവിദ്യയുമായി ബന്ധപ്പെട്ടാണ് ഭാഷ രൂപപ്പെടുക:

വേട്ടയാടാൻ കാട്ടിലെത്തിയ അക്കൂട്ടത്തിലെ ഒരാൾ വളരെ അപ

കടകാരിയായ ഒരു മൃഗത്തിനെ അവിടെ കണ്ടു. ഭാഷയില്ലാത്ത സാഹചര്യത്തിൽ എങ്ങനെയാണയാൾ ആ വിവരം പിന്നാലെ വരുന്നവരെ അറിയിക്കുക? അയാൾക്ക് അവിടെനിന്നും അടുത്ത സ്ഥലത്തേക്ക് പോവുകയും വേണം. ചെയ്യാവുന്ന ഒരേ ഒരു കാര്യം, അവിടെ അപകടകാരിയായ മൃഗത്തിന്റെ സാന്നിധ്യത്തെ അറിയിക്കുന്ന ഒരു അടയാളം ഉണ്ടാക്കുക എന്നതാണ്. അത്തരം ഒരു വിനിമയപ്രവൃത്തി അയാൾ ചെയ്യുന്നതിന് മൂന്ന് കാര്യങ്ങൾ വേണം. ഒന്ന്; അപകടകാരിയായ മൃഗത്തിന്റെ സാന്നിധ്യം മറ്റുള്ളവരെക്കൂടി അറിയിക്കുന്നതിനുള്ള ഒരു പ്രത്യേക മാനസികാവസ്ഥ അയാൾക്ക് വേണം. 'അൾട്രൂയിസം' എന്ന് സാമൂഹിക ജൈവശാസ്ത്രത്തിൽ പറയുന്ന ഈ സ്വഭാവവിശേഷത്തെ ലളിതമായി സഹജീവിസ്നേഹം എന്ന് നമുക്ക് വിളിക്കാം. രണ്ട്; മൃഗത്തിന്റെ അപകടകരമായ സാന്നിധ്യം മറ്റുള്ളവരെ അറിയിക്കുന്ന ഒരു അടയാളം — അത് സ്വാഭാവിക ചുറ്റുപാടുകളിൽനിന്നും ഭിന്നമായിരിക്കണം. അതായത് സ്വാഭാവിക ചുറ്റുപാടുകളിൽനിന്നും ഭിന്നമായ ഒരു അടയാളത്തെയൊ വസ്തുവിനെയൊ സ്വാഭാവികപ്രകൃതിയിൽ ഉണ്ടാക്കാൻ അയാൾക്ക് ഒരു പ്രത്യേകമായ കഴിവ് വേണം. ഇതിനയാൾ, സ്വന്തം ശരീരംകൊണ്ട് മാത്രം ചെയ്യാൻ കഴിയാത്ത കാര്യമാണതെങ്കിൽ, പ്രകൃതിയിൽത്തന്നെ മാറ്റം വരുത്തുന്ന പ്രകൃതിയിലെ തന്നെ മറ്റെന്തിനെയെങ്കിലും ആശ്രയിക്കണം. മൂന്ന്, അയാൾ അവിടെ വയ്ക്കുന്ന അടയാളത്തെ പിന്നാലെ വരുന്നവർ അപകട അടയാളമായി തിരിച്ചറിയുന്ന ഒരു സങ്കേത വ്യവസ്ഥ അവർ തമ്മിൽ ഉണ്ടാവണം. ഒരു കൂട്ടായ്മയിലെ വിനിമയ പ്രവൃത്തിയിലെ സാമൂഹിക ധാരണയാണിത്. ഇവിടെ മൂന്ന് കാര്യങ്ങളെയാണ് ഒരു വിനിമയം അനിവാര്യമാക്കുന്ന ഘടകങ്ങളായി അവതരിപ്പിച്ചത് - സഹജീവിസ്നേഹം, ഭൗതികോപകരണം, സാമൂഹിക ധാരണ. മേൽപ്പറഞ്ഞ മൂന്നിന്റെയും അനുസ്യൂതമായ വളർച്ചയിലാണ് മനുഷ്യശരീരം ഭാഷാശരീരമായി രൂപാന്തരം ചെയ്തത്.

മനുഷ്യചരിത്രത്തിൽ സഹജീവി സ്നേഹം മനുഷ്യന്റെ രാഷ്ട്രീയമായും, ഭൗതികോപകരണം സാങ്കേതികവിദ്യയായും സാമൂഹിക ധാരണ സാമൂഹികവ്യവസ്ഥയായും രൂപാന്തരം പ്രാപിച്ചു. ഇവിടെ ഭാഷ ഒരു സ്വതന്ത്ര കഴിവാണെന്ന ധാരണ കേവലം ഒരു ശാസ്ത്രീയ അന്വേഷണത്തിന്റെ ആവശ്യകതയായി ചുരുങ്ങുകയാണ് ചെയ്യുന്നത്. മനുഷ്യചരിത്രത്തിലെ മേൽസൂചിപ്പിച്ച വസ്തുനിഷ്ഠ യാഥാർത്ഥ്യത്തെ പരിഗണിക്കാതിരുന്നതുകൊണ്ടാണ് ഭാഷ ദൈവസിദ്ധമാണെന്ന് ദൈവസിദ്ധവാദികളും, ജൈവസിദ്ധവും വ്യക്തിനിഷ്ഠവുമാണെന്ന് ജൈവസിദ്ധവാദികളും തെറ്റിദ്ധരിക്കാൻ ഇടയായത്.

മുൻപ് വിവരിച്ച അപകട അടയാളം മറ്റുള്ളവർ കാണുന്നു. അങ്ങനെ ഒരു അടയാളം, അതായത് സ്വാഭാവിക പ്രകൃതിയിൽനിന്ന് ഭിന്നമായ ഒരു വസ്തു ഒരു ചിഹ്നമായി ആ കൂട്ടായ്മയിൽ സ്വീകരിക്കപ്പെടുന്നു. ആ ചിഹ്നത്തിന്റെ ഓരോ ആവൃത്തിയിലുള്ള ഉപയോഗവും

ആ ചിഹ്നത്തെ സൃഷ്ടിച്ച മൂന്നു ഘടകങ്ങളെയും – സഹജീവി സ്നേഹം, ഉപകരണവിദ്യ, സാമൂഹികധാരണ – ആ കൂട്ടായ്മയിൽ ശക്തിപ്പെടുത്തുന്നു. അതായത് അതിന്റെതന്നെ ആവശ്യത്തെ ശക്തിപ്പെടുത്തുകയും തീക്ഷ്ണമാക്കുകയും ചെയ്യുന്ന മനുഷ്യന്റെ സാമൂഹിക പ്രക്രിയയിൽനിന്നാണ് ഭാഷയുടെ ആദിരൂപങ്ങൾ ഉത്ഭവിക്കുന്നത്.

ഇങ്ങനെ കുറെയധികം ചിഹ്നങ്ങൾ ഏറിവരുമ്പോൾ ആ കൂട്ടായ്മ അവയെ എങ്ങനെയാണ് ഓർത്തിരിക്കുക? ഏറെ ചിഹ്നങ്ങൾ ആവശ്യമായ ഒരു വിനിമയഘട്ടത്തിലേക്ക് മനുഷ്യൻ കടക്കുന്നത് അവർ കാർഷികവൃത്തി ആരംഭിച്ച് ഒരിടത്ത് സ്ഥിരമായി താമസിച്ചുതുടങ്ങുന്നതോടെയാണ്. കാർഷികവൃത്തിയുടെ വികസനത്തോടെ മനുഷ്യന്റെ ചലനത്തിന്റെ ദൂരം പ്രാദേശികവൽക്കരിക്കപ്പെടുകയും ദൃശ്യചിഹ്നങ്ങൾക്കുപകരം ചെറിയ പ്രാദേശികപരിധിയിൽ സുഗമമായി ഉപയോഗിക്കാൻ കഴിയുന്ന ശബ്ദം വിനിമയ മാധ്യമമായി ഉപയോഗിക്കപ്പെടാൻ തുടങ്ങുകയും ചെയ്തു. ഭാഷാരൂപീകരണത്തിന് മുമ്പുതന്നെ ഉപയോഗിച്ചിരുന്ന ചിത്രലിപികളിൽനിന്നും ശബ്ദലിപികളിലേക്കുള്ള മാറ്റം ഭാഷയുടെ രൂപീകരണത്തെയാണ് വെളിപ്പെടുത്തുന്നത്. അതായത് ഭാഷ ആദ്യം ദൂരവും ദൃശ്യവും ആയിരുന്നു. തുടർന്ന് ഭാഷ സാമീപ്യവും ശബ്ദവും ആയി മാറി. ദൂരത്തെ സാങ്കേതികവിദ്യകൊണ്ടും സാമ്യതയുള്ള ശബ്ദത്തിന്റെ നിരന്തര ആവർത്തനത്തിലെ ക്രമമില്ലായ്മയെ വ്യാകരണ വ്യവസ്ഥീകരണംകൊണ്ടും അതിലംഘിക്കുന്നതിലൂടെയാണ് നാം ഇന്നീ കാണുന്ന മനുഷ്യഭാഷകൾ രൂപംകൊണ്ടത്. ഇവിടെ വ്യാകരണവ്യവസ്ഥീകരണം എന്നാൽ ഭാഷാവ്യാകരണം എന്നല്ല ഉദ്ദേശിക്കുന്നത്. ഭാഷാവ്യാകരണം എന്ന പ്രത്യേക വ്യാകരണം പിൽക്കാലത്ത് രൂപംകൊണ്ടതാണ്. വ്യാകരണമെന്നത് മനുഷ്യകേന്ദ്രീകൃതമായ ചലനനിരീക്ഷണത്തിന്റെയും പ്രകൃതിപ്രതിഭാസങ്ങളുടെ സംവേദനത്തെ, വ്യതിരിക്തമായും നിയതമായും മനുഷ്യൻ വ്യവസ്ഥീകരിച്ച് മനസ്സിലാക്കുന്നതിന്റെ മാനസിക പ്രതിനിധാനമാണ്. അതായത് 'തിന്നുക' എന്ന സംഭവം നടക്കണമെങ്കിൽ അതിന് തിന്നപ്പെടുന്ന എന്തെങ്കിലും വേണം. ഇത് കേവല ഭാഷാവ്യാകരണം മാത്രമല്ല മനുഷ്യന്റെ പ്രാതിഭാസിക വ്യാകരണവുമാണ്. പ്രാതിഭാസിക വ്യാകരണത്തിന്റെ പ്രതിനിധീകരണം ഭാഷയിലേക്ക് കൂടി നടക്കുന്നു എന്നേയുള്ളൂ. അതായത് ഒരു ഭാഷാവ്യാകരണമെന്നാൽ ആ ഭാഷാസമൂഹത്തിന്റെ പ്രാതിഭാസികവ്യാകരണത്തിലേക്കുള്ള ഭാഷയുടെ കൂടി വ്യവസ്ഥീകരണം മാത്രമാണ്. ഉദാഹരണമായി മലയാളഭാഷയുടെ വ്യാകരണമെന്നാൽ മലയാള ഭാഷാസമൂഹത്തിന്റെ പ്രാതിഭാസികബോധത്തിന്റെ ഭാഷാപ്രകടനത്തിലെ ചില നിരീക്ഷണങ്ങൾ മാത്രമാണ്.

ഭാഷ രൂപപ്പെടുന്നതിന് മുമ്പുതന്നെ വ്യാകരണം രൂപപ്പെടുന്നു. കാരണം വ്യാകരണം എന്നത് മനുഷ്യകേന്ദ്രീകൃതമായ ഒരു പ്രാതിഭാസിക വ്യവസ്ഥയാണ്. മനുഷ്യനും പ്രകൃതിയും തമ്മിലും മനുഷ്യനും മനുഷ്യനും തമ്മിലുമുള്ള ബന്ധത്തിന്റെ തുടർച്ചയിലൂടെ ഒരു ബോധ

വ്യവസ്ഥയായി രൂപംകൊള്ളുകയാണത്. ആ പ്രാതിഭാസിക വ്യവസ്ഥയിലേക്ക് ഭാഷകൂടി വഴങ്ങുകയാണ്. അതുകൊണ്ട് ഭാഷയുടെ ഉത്ഭവത്തെപ്പറ്റിയുള്ള അന്വേഷണത്തിൽ ആ ഭാഷയുടെ വ്യാകരണം എന്താണ് എന്നതിന് പകരം, ആ ഭാഷാസമൂഹത്തിന്റെ പ്രാതിഭാസിക വ്യാകരണം എന്തായിരുന്നു എന്നും അതെങ്ങനെയാണ് രൂപപ്പെടുന്നതെന്നും അതിലേക്ക് നിയതമല്ലാതിരുന്ന ഭാഷ എങ്ങനെയാണ് നിയതവൽക്കരിച്ചതെന്നും അന്വേഷിക്കേണ്ടത് അനിവാര്യതയാകുന്നു. കുട്ടി ആർജ്ജിക്കുന്നത് ഭാഷാവ്യാകരണമല്ല. കാരണം കേവലം നാലുവയസ്സുകൊണ്ട് ഭാഷാവ്യാകരണം മൊത്തത്തിൽ കുട്ടിക്ക് ആർജ്ജിക്കുവാൻ കഴിയില്ല. കുട്ടി പഠിക്കുന്നത് ഭാഷാവ്യാകരണം ആയിരുന്നെങ്കിൽ ഭാഷയിലെ തുടർച്ചയില്ലാത്ത നിയമങ്ങളെ കുട്ടി ചെറുപ്പകാലത്ത് തന്നെ തെറ്റില്ലാതെ ഉപയോഗിക്കുമായിരുന്നു. പുരുഷന്മാരെയെല്ലാം 'അച്ഛ'നെന്നും, സ്ത്രീകളെയെല്ലാം 'അമ്മ'യെന്നും കുട്ടി വിളിച്ചുതുടങ്ങുന്നത് പ്രാതിഭാസിക ബോധത്തിന്റെ സാർവലൗകികമായ പ്രാഥമികധാരണയിലേക്ക് കുട്ടി എത്തിത്തുടങ്ങുമ്പോഴാണ്. അതായത് ഒരു ഭാഷാസമൂഹത്തിന്റെ പ്രാതിഭാസിക ലോകത്തേക്ക് ദൃശ്യത്തിന്റെ ലോകത്തിലൂടെ പ്രവേശിച്ച ശേഷമാണ് കുട്ടി ഭാഷയിലേക്ക് കടക്കുന്നതും ഭാഷാവ്യാകരണം ആർജ്ജിച്ചുതുടങ്ങുന്നതും.

ചുരുക്കത്തിൽ ഭാഷ ഒരു വെളിപ്പെടുത്തലും വ്യവസ്ഥീകരണവുമാണ്. മനുഷ്യൻ പ്രകൃതിയിൽ നിരന്തരം ഇടപെടുന്നതിന്റെ ഫലമായി പ്രകൃതിവസ്തുക്കൾ ഉപയോഗമൂല്യമുള്ളവയായി പരിവർത്തിക്കുന്നതിനെ പ്രതിനിധീകരിക്കുകയാണ് ഭാഷ. അദ്ധ്വാനഫലമായി വെളിപ്പെട്ട ഉപയോഗമൂല്യമുള്ള വസ്തുക്കളുടെ ഉപയോഗമൂല്യത്തെ കാലത്തിലൂടെയും ദേശത്തിലൂടെയും വിനിമയം ചെയ്യുകയാണ് ഭാഷ. അദ്ധ്വാനഫലമായി രൂപംകൊള്ളുകയും മാറുകയും ചെയ്യുന്ന സാമൂഹികബന്ധത്തിന്റെ വ്യവസ്ഥയും ബോധവും ഭാഷയിലൂടെ പ്രകടീഭവിക്കുകയാണ്.

പ്രകൃതിയെ നിരന്തരം മാറ്റിക്കൊണ്ടിരിക്കുന്ന മനുഷ്യശരീരം കാലാന്തരത്തിൽ ഗുണപരമായി പരിവർത്തനവിധേയമാകുന്നുണ്ട്. ഇതേ ഗുണപരതകളിൽ ഒന്നുമാത്രമാണ് ഭാഷാർജ്ജനശേഷി. മനുഷ്യശരീരത്തിലെ ഭാഷാഗുണപരത ഇതര ഗുണപരതകളുമായും അവയെ സൃഷ്ടിക്കുകയും പരിവർത്തിപ്പിക്കുകയും ചെയ്യുന്ന ഭൗതികകാരണങ്ങളുമായും നിരന്തരവും സങ്കീർണ്ണവുമായ ബന്ധത്തിലേർപ്പെട്ടിരിക്കുന്നു. അതുകൊണ്ടാണ് ഭാഷയിൽ യുക്തിയും ബുദ്ധിയും അനുഭവവും ഭാവനയും ഇച്ഛയും സമ്മേളിക്കുന്നത്. ഈ സമ്മേളനങ്ങൾ പോലും മനുഷ്യനാഗരികതയുടെ ചരിത്രത്തിലെ നിരവധി യാദൃച്ഛികതകളിൽ ഒന്നുമാത്രമാണ്. കാരണം, ഇവയിൽ ഏതിന്റെയെങ്കിലും ഒന്നിന്റെ നിരന്തര പ്രയോഗമോ പ്രയോഗമില്ലായ്മയോ, വ്യത്യസ്തവും അപ്രതീക്ഷിതവുമായ സമ്മേളനങ്ങൾക്ക് വഴിതെളിക്കും. ഉദാഹരണത്തിന് ദൃശ്യത്തിൽനിന്നും ശ്രവ്യത്തിലേക്ക് മാറിയ ഭാഷ എഴുത്തിന്റെ ഉത്ഭവത്തോടെ കയ്യുമായി വീണ്ടും സമ്മേളിക്കുന്നു.

ഫുക്കോ

മനുഷ്യചരിത്രത്തിൽ ഇങ്ങനെ നിരവധി ചലനാത്മകങ്ങളായ യാദൃച്ഛികതകൾ ഉണ്ടാവാം. അത് നിരന്തരം നവീകരിക്കുന്നതും തീരങ്ങളെ മാറ്റുന്നതും തീരങ്ങളാൽ സ്വയം മാറുന്നതും ഏറെ ഉപശാഖകൾ ചേർന്നതും ഏറെ ഉപശാഖകളായി എപ്പോൾ വേണമെങ്കിലും പിരിയാവുന്നതുമായ ഒരു നദിപോലെയാണ്. യാദൃച്ഛികതകളാണേറെയും. ഒരു പ്രത്യേക കാലത്ത് നദിയിലെവിടെനിന്നെങ്കിലും ഒരു കുമ്പിൾ വെള്ളം പരിശോധിച്ച് ചില നിഗമനങ്ങളിൽ എത്തുന്നത് കേവല ശാസ്ത്രത്തിന്റെ രീതിശാസ്ത്രത്തിൽ നീതീകരിക്കാവുന്നതാണ്. എന്നാൽ മനുഷ്യനെയും ഭാഷയെയും പറ്റിയുള്ള മൗലിക അന്വേഷണത്തിന്റെ സമഗ്രതയിൽ അതിനത്ര പ്രാധാന്യം ഉണ്ടാകില്ല. അതുകൊണ്ടാണ് 1971 ൽ ചോംസ്കിയുമായി നടത്തിയ ഒരു അഭിമുഖത്തിൽ ഫ്രഞ്ച് ദാർശനികനായ മിഷേൽ ഫുക്കോ ഇങ്ങനെ പ്രതികരിച്ചത്:

> താങ്കൾക്ക് ഏറെ പരിചിതമായതും, പരിവർത്തിപ്പിക്കുന്നതിൽ താങ്കൾ ഏറെ വിജയിച്ചതുമായ ആധുനിക ഭാഷാശാസ്ത്രം സർഗ്ഗാത്മകനായ ഭാഷകന്റെ സർഗ്ഗാത്മകതയെ തള്ളിക്കളയുകയാണ് ചെയ്തത്.

ആധുനിക ഭാഷാശാസ്ത്രത്തിന്റെ കേവല ശാസ്ത്രീയതയ്ക്കും ഭാഷാ ഉത്ഭവത്തിന്റെ സാമൂഹികേതരവ്യാഖ്യാനത്തിനും ഉള്ള വളരെ ചെറിയ ഒരു മുന്നറിയിപ്പാണ് ഫുക്കോയുടെ ഈ നിരീക്ഷണം. കേവല ശാസ്ത്രീയ അന്വേഷണത്തിന്റെ ഈ പോരായ്മയെ എംഗൽസ് വളരെ മുമ്പു തന്നെ നിരീക്ഷിച്ചിരുന്നു. എംഗൽസ് ഇങ്ങനെ അഭിപ്രായപ്പെട്ടു:

> ആവശ്യമായതിൽ മാത്രമേ ശാസ്ത്രത്തിന് താൽപ്പര്യമുള്ളുവെന്നും യാദൃച്ഛികതയിൽ ശാസ്ത്രത്തിന് യാതൊരു താൽപ്പര്യവുമില്ലെന്നും തുടർന്ന് പ്രഖ്യാപിക്കപ്പെട്ടു. അതായത്, നിയമത്തിന്റെ കീഴിൽ കൊണ്ടുവരാവുന്നതും അക്കാരണത്താൽ നമുക്ക് അറിയാവുന്നതും എന്തോ അത് താൽപ്പര്യപ്രദമാണ്. നിയമത്തിന് കീഴിൽ കൊണ്ടുവരാൻ സാദ്ധ്യമല്ലാത്തതും അക്കാരണത്താൽ നമുക്ക് അറിഞ്ഞുകൂടാത്തതുമെന്തോ അതിൽ നമുക്ക് യാതൊരു താൽപ്പ

> ര്യവുമില്ല. അതിനെ അവഗണിക്കാവുന്നതാണ്. പക്ഷേ, അതുവഴി ശാസ്ത്രമൊട്ടാകെത്തന്നെ അവസാനിക്കുകയാണ് ചെയ്യുന്നത്. കാരണം നമുക്ക് അറിഞ്ഞുകൂടാത്ത കാര്യങ്ങളെകുറിച്ചു തന്നെയാണ് അത് അന്വേഷണം നടത്തേണ്ടത് (എംഗൽസ് 1883:274).

അത്തരത്തിലുള്ള ശാസ്ത്രീയ അന്വേഷണമാണ് വിമോചനാത്മകമാവുക. അത്തരത്തിലുള്ള സമഗ്ര ശാസ്ത്രത്തെയാണ് ഹെബർമാസ് വിമർശനാത്മക ശാസ്ത്രങ്ങളെന്ന് വിളിച്ചത്. സമഗ്രവും വിമർശനാത്മകവും ആയ ശാസ്ത്രീയ അന്വേഷണമാണ് ഭാഷാ ഉത്ഭവത്തെപ്പറ്റിയും വികാസത്തെപറ്റിയും അവശ്യമായി വേണ്ടത്.

ചുരുക്കത്തിൽ ഇങ്ങനെ നമുക്ക് ഈ ചർച്ച അവസാനിപ്പിക്കാം. ഈ ചർച്ചയിൽ ഭാഷാഉത്ഭവത്തെപ്പറ്റി സിദ്ധാന്തങ്ങളൊന്നും അവതരിപ്പിച്ചില്ല. പകരം എങ്ങനെയുള്ള ഒരു അന്വേഷണത്തിന് വിമോചനാത്മകമായ ഒരു ഭാഷാ ഉത്ഭവവാദം വികസിപ്പിക്കാൻ കഴിയും എന്ന് പ്രാഥമികമായി ചർച്ചചെയ്തു. വിമോചനാത്മകം എന്നു വിശേഷിപ്പിക്കുന്നത് അന്വേഷണത്തിലൂടെ ലഭ്യമാകുന്ന നിഗമനങ്ങൾ വിമോചനാത്മകം ആകണമെന്ന അർത്ഥത്തിലാണ്. ഹെർഡർ, സ്കിന്നർ, ഡാർവിൻ എന്നിവരുടെ അന്വേഷണങ്ങൾ വിമോചനാത്മകമായത് അവ ഭാഷയുടെ കാരണത്തെ ദൈവത്തിൽനിന്നും മോചിപ്പിച്ചതിലൂടെയാണ്. എന്നാൽ ദൈവകേന്ദ്രീകൃതമായ ഭ്രമണപഥത്തിൽനിന്നും വഴുതി ചലിച്ച ഭാഷയുടെ കർതൃത്വത്തെ ചരിത്രത്തിന്റെ സാമൂഹിക ചലനാത്മകതയിൽ ശരിയായി സ്ഥാപിച്ചു പഠിക്കുന്നതിൽ ആധുനിക ഭാഷാശാസ്ത്രം അത്ര ശ്രദ്ധിച്ചിരുന്നില്ല. അതിനുദാഹരണമാണ് ചോംസ്കിയുടെ ഭാഷാശാസ്ത്ര ശ്രമങ്ങളും അതിനെതിരെയുള്ള വിമർശനങ്ങളും.

ദൈവകേന്ദ്രീകൃതമായ ഒരു പ്രാതിഭാസികലോകത്തിൽ ഭാഷയുടെ കർത്തൃത്വം ദൈവത്തിൽ ആരോപിക്കുന്നതിന് യുക്തിയുണ്ട്. എന്നാൽ, അദ്ധ്വാനകേന്ദ്രീകൃതമായ ഒരു സാമൂഹികചരിത്രമുള്ള ഭാഷയെ അദ്ധ്വാനത്തിൽനിന്നും അദ്ധ്വാനത്തിന്റെ സൃഷ്ടിയായ സമൂഹത്തിൽനിന്നും മാറ്റി അന്വേഷിക്കുന്നതിന്റെ യുക്തിയെന്താണ്? മനുഷ്യന്റെ അദ്ധ്വാനത്തിന്റെ സർഗ്ഗാത്മകതയെയും മനുഷ്യന്റെ നാനാവിധമായ സാമൂഹിക ശീലങ്ങളെയും ബിഹേവിയറിസത്തിന്റെ യാന്ത്രികവാദത്തിലേക്കും, സാമൂഹികേതരമായ ചില ജൈവപരികൽപ്പനകളിലേക്കും ചുരുക്കുന്നതിന് സാംഗത്യമില്ല. ഭാഷാ ഉത്ഭവത്തിന്റെ അന്വേഷണമണ്ഡലം ചരിത്രത്തിലൂടെകടന്നുപോകുന്ന സമൂഹത്തിനും ശരീരത്തിനും ഇടയിലാണ്. അദ്ധ്വാനത്തിന്റെ ഭൗതികതയിലാണ് ശരീരം സമൂഹത്തിന്റെ ഉപാധിയും ഉപകരണവും ഫലവും ചിലപ്പോൾ യാദൃച്ഛിക കാരണവും ആകുന്നത്. ഭൗതികമായ കാരണം വ്യക്തിശരീരം ആണെന്ന് നിഷേധിക്കുന്നില്ല. എന്നാൽ ശരീരം കാരണമാകുന്നതിലെ അന്വേഷണപരമായ

പ്രാധാന്യം എന്നത് ഒരു യാഥാർത്ഥ്യമല്ല. കേവലം അന്വേഷണത്തിലെ ഒരു ഉടമ്പടി മാത്രമാണ്. ഭാഷയുടെ ഉത്ഭവത്തെപ്പറ്റിയുള്ള സമഗ്രവും വിമോചനാത്മകവുമായ അന്വേഷണം ഇനിയും നടക്കാനിരിക്കുന്നതേയുള്ളൂ. അറിവുൽപ്പാദനത്തിന്റെ ചരിത്രത്തിന്റെ സാമാന്യവൽക്കരണത്തിൽ ഒരുപക്ഷേ, ആ അന്വേഷണവും ആവശ്യമല്ലാത്ത ഒരു വൈജ്ഞാനികയാദൃച്ഛികതയായി തള്ളിക്കളഞ്ഞേക്കാം. എന്നിരുന്നാലും അന്റോണിയോ ഗ്രാംഷി അഭിപ്രായപ്പെട്ടതുപോലെ, ബുദ്ധിപരമായ അശുഭാപ്തിവിശ്വാസത്തിലും ഇച്ഛയിലെ ശുഭാപ്തിവിശ്വാസമുണ്ടല്ലോ. അതുതന്നെയാണ് വീണ്ടും അന്വേഷിക്കുവാൻ നമ്മെ പ്രകോപിപ്പിക്കുന്നതും.

2

അധ്വാനം, വിനിമയം, ഭാഷ

ലിയണാഡോ ബ്ലൂംഫീൽഡ് (1935) എന്ന അമേരിക്കൻ ഭാഷാശാസ്ത്രജ്ഞന്റെ പ്രശസ്തമായ ഒരു പുസ്തകമുണ്ട്. *ഭാഷ (Language)* എന്നാണ് ഈ പുസ്തകത്തിന്റെ പേര്. ബ്ലൂംഫീൽഡിനെ ആധുനിക ഭാഷാശാസ്ത്രത്തിന്റെ പിതാവായാണ് പരിഗണിക്കുന്നത്. ഈ പുസ്തകത്തെ ആധുനിക ഭാഷാശാസ്ത്രത്തിന്റെ ആദ്യത്തെ ആധികാരിക ഗ്രന്ഥമായാണ് കണക്കാക്കുന്നത്. ഭാഷയെപ്പറ്റിയുള്ള തന്റെ പ്രാഥമിക നിരീക്ഷണങ്ങൾ അവതരിപ്പിക്കുന്നതിനായി അദ്ദേഹം ഒരു സംഭവം അവതരിപ്പിക്കുന്നുണ്ട്. അദ്ധ്വാനം, വിനിമയം എന്നീ പ്രക്രിയകളെ അടിസ്ഥാനമാക്കി ഭാഷയെക്കുറിച്ചുള്ള ചർച്ച നമുക്ക് ഈ സംഭവത്തിൽനിന്ന് തുടങ്ങാം. സംഭവം ഇങ്ങനെയാണ്. ജാക്കും ജില്ലും സുഹൃത്തുക്കളാണ്. അവർ പൂന്തോപ്പിലൂടെ നടക്കുകയാണ്. ജില്ലിന് വിശന്നു. തനിക്ക് വിശക്കുന്നെന്ന് ജിൽ ജാക്കിനോടു പറഞ്ഞു. ജാക്ക് അടുത്തുനിന്ന ആപ്പിൾമരത്തിൽ കയറി ആപ്പിൾ പറിച്ച് ജില്ലിന് കൊടുത്തു. ജില്ലിന്റെ വിശപ്പ് മാറി. വിശപ്പ് ജില്ലിന് ഒരു ശാരീരിക അനുഭവം (somatic experience) മാത്രമാണ്. ജില്ലിന്റെ ശാരീരികമായ അനുഭവം ജാക്കിനെങ്ങനെ മനസ്സിലായി? തനിക്ക് വിശക്കുന്നെന്ന് ജിൽ പറഞ്ഞതുകൊണ്ടാണ്. അതായത് ജാക്കും ജില്ലും രണ്ട്

ബ്ലൂംഫീൽഡ്

ശരീരങ്ങളാണ്. രണ്ട് ശരീരങ്ങൾ തമ്മിൽ ജൈവപരമായ വിനിമയത്തിന് യാതൊരു സാദ്ധ്യതയുമില്ല. അതായത് രണ്ട് ജൈവശരീരങ്ങൾ തമ്മിൽ വിനിമയപരമായ ഒരു വിടവ് നിലനിൽക്കുന്നു. ജില്ലിന്റെ വിശപ്പ് ജാക്കിനറിയണമെങ്കിൽ അത് ജില്ലിൽനിന്നും വിനിമയം ചെയ്യപ്പെടണം. വിനിമയം ചെയ്യപ്പെടുന്നതുവരെ വിശപ്പ് ജില്ലിന് വ്യക്തിപരവും ശാരീരികവുമായ ഒരു അനുഭവം മാത്രമാണ്. 'എനിക്ക് വിശക്കുന്നു' എന്നു പറയുന്നതിലൂടെ ജിൽ തന്റെ ശാരീരികമായ അനുഭവത്തെ സാമൂഹികമാക്കുകയാണ്. അതായത് രണ്ട് ശരീരങ്ങൾ തമ്മിലുള്ള ജൈവികമായ വിടവാണ് ഭാഷയിലൂടെ നികത്തപ്പെടുന്നത്. ഈ സംഭവത്തെ ബ്ലൂംഫീൽഡ് ഇങ്ങനെ നിരീക്ഷിക്കുന്നു:

> രണ്ട് ശരീരങ്ങൾ തമ്മിലുള്ള ശാരീരികമായ തുടർച്ചയില്ലായ്മയാലുള്ള വിടവ് അഥവാ നാഡീപരമായ വിടവ് ശബ്ദവീചികൾ കൊണ്ട് നിറയ്ക്കുകയാണ് ഭാഷ (Bloomfield: 1935:26).

അടിസ്ഥാനപരമായ ജൈവചോദനകളുടെ വിനിമയം എന്ന നിലയിൽ ഭാഷ പ്രവർത്തിക്കുന്നുണ്ടെങ്കിലും, ജൈവശരീരങ്ങളെ സാമൂഹികശരീരങ്ങളായി പരിവർത്തിപ്പിക്കുന്നതിലൂടെയാണ് ഭാഷ മനുഷ്യപ്രത്യേകമാകുന്നത്. വിനിമയം അടിസ്ഥാനപരമായും ജീവിവർഗ്ഗങ്ങൾക്ക് പൊതുവായുള്ളതാണ്. ചെടികൾ പൂക്കുന്നതും മയിൽ ആടുന്നതും തേനീച്ച തേനുള്ള പൂന്തോപ്പ് എവിടെയുണ്ടെന്ന് കൂട്ടുകാരെ അറിയിക്കുന്നതുമെല്ലാം ഇത്തരം ജൈവപരമായ വിനിമയങ്ങളാണ്. എന്നാൽ ഭാഷ ജൈവപരമായ ഒരു വിനിമയം മാത്രമല്ല. ജീവികളിൽ പൊതുവായുള്ള വിനിമയശേഷി ജൈവചോദനകളിൽ നിന്ന് രൂപംകൊള്ളുന്നതും പൂർണ്ണമായും ജൈവചോദനകളെ ആശ്രയിച്ച് പ്രവർത്തിക്കുന്നതുമാണ്. എന്നാൽ മനുഷ്യപ്രത്യേകമായ ഭാഷ അദ്ധ്വാനത്തിൽനിന്നും സമൂഹത്തിൽനിന്നുമാണ് രൂപംകൊള്ളുന്നത്. തേനീച്ചയ്ക്ക് തേൻ നിറഞ്ഞ പൂക്കൾ എവിടെയാണ്, എത്ര ദൂരത്തിലാണ് എന്നൊക്കെയുള്ള വിവരങ്ങൾ അതിന്റെ നൃത്തത്തിലൂടെ വിനിമയം ചെയ്യാൻ കഴിയും. ഇതര ജീവികളിൽനിന്ന് വ്യത്യസ്തമായി ചെറിയ തോതിൽ തൊഴിൽ വിഭജനം ഉള്ളതും തേനീച്ചകളിലാണ്. എന്നാൽ തേനീച്ചയുടെ വിനിമയവും, തൊഴിൽ വിഭജനവും കേവലം ജൈവികചോദനയാലുള്ളതും ഒരു പരിധിവരെ സ്ഥായിയുമാണ്. ജൈവികവും സ്ഥായിയുമായ പ്രവൃത്തിയിൽനിന്ന് മാത്രം ഭാഷ രൂപപ്പെടുകയില്ല. കാരണം ജൈവികവും സ്ഥായിയുമായ പ്രവൃത്തികൾ ജനിതക സങ്കേതത്തിന്റെ ജൈവസങ്കേതനം മാത്രമാണ്. പ്രവൃത്തിക്കുന്ന ജീവിയുടെ ഇച്ഛയ്ക്കോ താൽപ്പര്യങ്ങൾക്കോ ഇവിടെ യാതൊന്നും ചെയ്യാനില്ല. ജനിതകമായി വിസങ്കേതനം ചെയ്ത പ്രവൃത്തികൾ സാഹചര്യാനുസരണമായി നടപ്പാക്കുക അത്രതന്നെ. അതായത് തേൻ നിറഞ്ഞ പൂക്കൾ കണ്ടാൽ സഹജീവികളെ അറിയിക്കുക എന്നത് ബോധപൂർവ്വ

മായി തേനീച്ച നടത്തുന്ന ഒരു വിനിമയ പ്രവൃത്തിയല്ല. അത് തേനീച്ചയുടെ മൊത്തം ജൈവികപ്രവർത്തനങ്ങളിൽ ഒന്ന് മാത്രമാണ്. അതുകൊണ്ട് ജൈവികമായ ചോദനയിൽനിന്നും ഭിന്നമായ ഒരസ്തിത്വം അവയുടെ വിനിമയത്തിനുമില്ല. വിശക്കാതെ കരയാൻ പശുക്കൾക്കോ തേൻനിറഞ്ഞ പൂക്കൾ കാണാതെ നൃത്തം ചെയ്യാൻ തേനീച്ചക്കോ ഇണയെ ആകർഷിക്കുന്നതിനല്ലാതെ നൃത്തം ചെയ്യാൻ മയിലുകൾക്കോ കഴിയില്ല. ഇതര ജീവികളുടെ വിനിമയശീലങ്ങളിൽനിന്നും മനുഷ്യന്റെ ഭാഷാവിനിമയത്തെ വ്യതിരിക്തമാക്കുന്ന പ്രത്യേകതകളെ ചാൾസ് ഹോക്കറ്റ് (Hockett 1958 1960: 89-96) എന്ന ഭാഷാ ശാസ്ത്രജ്ഞൻ വിശദീകരിക്കുന്നുണ്ട് (രാജേന്ദ്രൻ 2005: 48-50). വിനിമയപ്രക്രിയകളിൽ പൊതുവായി കാണുന്ന പതിനാറ് പ്രത്യേകതകളെ വിവിധ ജീവികളിലെ വിനിമയ ശീലങ്ങളിൽ വിശകലനം ചെയ്യുകയാണ് അദ്ദേഹം.

ചാൾസ് ഹോക്കറ്റ്

ഹോക്കറ്റ് പതിനാറോളം പ്രത്യേകതകൾ മനുഷ്യ ഭാഷാപ്രത്യേകമാണെന്ന് അഭിപ്രായപ്പെടുന്നു. എന്നാൽ ഏകദേശം പത്ത് പ്രത്യേകതകൾ മനുഷ്യ ഭാഷാപ്രത്യേക ഗുണങ്ങളായി പരിഗണിക്കാവുന്നതാണ് (Aitchison 1989). അവ താഴെപറയുന്നു.

1. വാചിക ശ്രവ്യ മാധ്യമങ്ങളുടെ ഉപയോഗം (use of the vocal-auditory channel)

മനുഷ്യൻ സംസാരിക്കുമ്പോഴും കേൾക്കുമ്പോഴും വാചിക ശ്രവ്യ അവയവങ്ങൾ ശരീരത്തിന്റെ മറ്റ് അവയവങ്ങളുടെ പ്രവർത്തനത്തെ സ്വാധീനിക്കുകയില്ല.

2. കൃത്രിമത്വം (arbitrariness)

മനുഷ്യഭാഷ ചിഹ്നങ്ങളെയാണ് വിനിമയത്തിൽ ഉപയോഗിക്കുന്നത്. ഈ ചിഹ്നങ്ങൾക്ക് അവ പ്രതിനിധീകരിക്കുന്നവയുമായുള്ള ബന്ധം കേവലധാരണ മാത്രമാണ്. മരം എന്ന ശബ്ദത്തിന് മരവുമായുള്ള ബന്ധം കേവലം സാമൂഹികധാരണ മാത്രമാണ്.

3. അർത്ഥപരത (semanticity)

ഇതര ജീവികളുടെ വിനിമയത്തിൽ വിനിമയത്തിന്റെ ഉപാധിയും ഉള്ളടക്കവും ഒന്നുതന്നെയാണ്. എന്നാൽ മനുഷ്യഭാഷയിൽ വിനിമയ

ഉപാധിയായ ശബ്ദത്തിൽനിന്ന് ഭിന്നവും എന്നാൽ ശബ്ദത്തെ ഉപജീവിക്കുന്നതുമായ ഒന്നുകൂടിയുണ്ട്, അർത്ഥം.

4. സാംസ്കാരിക കൈമാറ്റം (cultural transmission)

ഇതര ജീവികളിൽ വിനിമയശേഷി അടുത്ത തലമുറയിലേക്ക് കൈമാറ്റം ചെയ്യുന്നത് ജൈവികമായാണ്. അതായത് ജനിതകമായി. എന്നാൽ മനുഷ്യഭാഷയിൽ ഭാഷാ ആർജ്ജനം സാമൂഹികവും സാംസ്കാരികവുമാണ്

5. സന്നദ്ധപ്രവർത്തനം (spontaneous usage)

ഇതരജീവികളിലെ വിനിമയം ജൈവചോദനകളെ ആശ്രയിച്ചാണ് പ്രവർത്തിക്കുന്നത്. എന്നാൽ ജൈവചോദനകൾ ഒന്നുംതന്നെയില്ലാതെ ഏതു സമയത്തും മനുഷ്യന് സംസാരിക്കാം.

6. ശ്രദ്ധ തിരിക്കൽ (turn-taking)

ഭാഷയിലൂടെ മനുഷ്യന് അവന്റെ സഹജീവിയുടെ ശ്രദ്ധ ഒരു പ്രത്യേക സ്ഥലത്തേക്കോ വസ്തുവിലേക്കോ ആശയങ്ങളിലേക്കോ ആകർഷിക്കാം.

7. ദ്വന്ദ്വത (duality)

ഭാഷയ്ക്ക് രണ്ടു തലങ്ങളുണ്ട്. ശബ്ദഘടകങ്ങളുടേതായ ഒരു തലവും ഈ അടിസ്ഥാന ശബ്ദഘടകങ്ങൾ കൂടിച്ചേരുന്ന അർത്ഥപൂർണ്ണമായ മറ്റൊരു തലവും.

8. സ്ഥലനിരുപാധികത (displacement)

കാലത്തിലും ദേശത്തിലും സമീപമല്ലാത്ത വിദൂരമായ, അതായത് ആസന്ന ഭൗതിക സാന്നിധ്യമില്ലാത്ത, കാര്യങ്ങളെപ്പറ്റിയും മനുഷ്യഭാഷയിലൂടെ വിനിമയം ചെയ്യാൻ കഴിയും.

9. ഘടനാസംബന്ധി (structure-dependence)

മനുഷ്യന്റെ വിനിമയത്തിൽ, പ്രത്യേകിച്ചും ഭാഷാ വിനിമയത്തിൽ, അർത്ഥം ഉൽപ്പാദിപ്പിക്കപ്പെടുന്നതും വിനിമയം ചെയ്യപ്പെടുന്നതും ഘടനയുടെ സമഗ്രതയിലാണ്. ഒറ്റപ്പെട്ട ശബ്ദങ്ങൾ വഴിയല്ല.

10. സർഗ്ഗാത്മകത (creativity)

മനുഷ്യഭാഷയിൽ പുതിയ തരം വാക്യഘടന ഉണ്ടാക്കുവാനുള്ള സർഗ്ഗാത്മകമായ കഴിവ് അടങ്ങിയിട്ടുണ്ട്. അതായത് ഒരു ഭാഷകന് താനി

ന്നുവരെയും കേട്ടിട്ടില്ലാത്ത ഒരു വാക്യഘടന ഉച്ചരിക്കാനും അത് ഇതര ഭാഷകന് മനസ്സിലാക്കുവാനും കഴിയും.

മേൽ വിശദീകരിച്ച പ്രത്യേകതകളിൽ ചിലതെല്ലാം മനുഷ്യേതര മായ ചില ജീവികളുടെ വിനിമയശീലങ്ങളിൽ കാണാമെങ്കിലും ഈ പ്രത്യേകതകൾ മൊത്തമായി കാണുന്നത് മനുഷ്യഭാഷയിൽ മാത്രമാണ്.

എങ്ങനെയാണ് മനുഷ്യന്റെ വിനിമയത്തിൽ മാത്രം ഇത്തരത്തി ലുള്ള പ്രത്യേകതകൾ രൂപപ്പെട്ടത്? മനുഷ്യഭാഷയിൽ പ്രത്യേകമായി കാണുന്ന ഈ പ്രത്യേകതകൾക്ക് കാരണം മനുഷ്യപ്രത്യേകമായ 'എന്തോ ഒന്നാ'ണ്. ഈ 'എന്തോ ഒന്നി'നെപ്പറ്റിയുള്ള അന്വേഷണം പല തരത്തിൽ ഭാഷാശാസ്ത്രത്തിൽ നടക്കുന്നുണ്ട്. അവയിൽ ഏറെ ശ്രദ്ധേ യമായത് അമേരിക്കൻ ഭാഷാശാസ്ത്രജ്ഞനായ നോം ചോംസ്കിയുടെ അന്വേഷണങ്ങളാണ്. ചോംസ്കിയുടെ നിരീക്ഷണത്തിൽ മനുഷ്യപ്രത്യേ കമായ ഒരു 'ലാംഗ്വേജ് അക്വിസിഷൻ ഡിവൈസ്' (language acquisition device) അഥവാ 'ഭാഷാ ആർജ്ജനശേഷി' മനുഷ്യനിൽ പ്രത്യേക മായി ഉണ്ട്. ഇതേതാണ്ട് കണ്ണോ കാതോ പോലൊരു അവയവമാണെ ന്നാണ് ചോംസ്കി സങ്കൽപ്പിക്കുന്നത് (Chomsky: 2000). അതായത് പ്രത്യേക മാനസികവൈകല്യങ്ങൾ ഒന്നുംതന്നെയില്ലാതെ ജനിക്കുന്ന ഓരോ മനുഷ്യശിശുവിലും ഈ ഭാഷാ ആർജ്ജന ശേഷിയുണ്ട്. ജനിത കമായി കൈമാറ്റം ചെയ്യപ്പെടുന്ന ഒരു ജൈവികമായ കഴിവാണ് ഈ ശേഷി. വളരെ ശക്തമായ ഒരു പരികൽപ്പനയാണിതെങ്കിലും മുമ്പ് ചർച്ച ചെയ്ത പത്തു കാര്യങ്ങളിൽ എല്ലാ കഴിവുകളും എങ്ങനെ മനുഷ്യഭാ ഷയിൽ മാത്രം പ്രത്യേകമായി ഉണ്ടായി എന്നത് ചോംസ്കിയൻ സിദ്ധാ ന്തത്തിന് വിശദീകരിക്കാൻ കഴിയുന്നില്ല. പരിണാമിയായ മനുഷ്യന്റെ പരിണാമിയായ ഭാഷയെ വിശദീകരിക്കാൻ ചോംസ്കിയൻ സിദ്ധാന്ത ത്തിന് കഴിയില്ല. കാരണം ചോംസ്കി ഉൾപ്പെടുന്ന ഘടനാഭാഷാ ശാസ്ത്രം അന്വേഷിക്കുന്നത് ഭാഷയുടെ സ്ഥായീഭാവത്തെയാണ്. പരി ണാമിയായ ഭാഷ ഘടനാഭാഷാശാസ്ത്രത്തിന്റെ അന്വേഷണവിഷയമ ല്ല. ഇവിടെയാണ് മനുഷ്യപരിണാമവുമായി ബന്ധപ്പെടുത്തി നമുക്ക് മനു ഷ്യഭാഷയെ വീണ്ടും വിശദീകരിക്കേണ്ടിവരുന്നത്. കാലത്തിലൂടെയും ദേശത്തിലൂടെയും ഉള്ള സർവ്വ ചരാചരങ്ങളുടെയും പരിണാമവുമായി താരതമ്യം ചെയ്യുമ്പോൾ മനുഷ്യപരിണാമം ഗുണപരമായി ഏറെ മുന്നിൽ നിൽക്കുന്നു. മനുഷ്യന് മുമ്പുതന്നെ ഭൂമിയിൽ ഉണ്ടായ നിര വധി ജീവികളുണ്ട്. അവയെല്ലാംതന്നെ പരിണാമം എന്ന അനുസ്യൂത പ്രക്രിയക്ക് നിരുപാധികം വിധേയവുമാണ്. അതായത് എല്ലാ ജീവികളും മാറിക്കൊണ്ടിരിക്കുന്നു. എന്നാൽ മനുഷ്യനിലുണ്ടായ പരിണാമം ഏറെ ഗുണപരവും ഇതരജീവികളിലുണ്ടായ മാറ്റത്തിൽനിന്നും ഏറെ മുന്നി ലുമാണ്. എന്താണിതിന്റെ കാരണം? അദ്ധ്വാനം തന്നെ. അതായത് മനു ഷ്യൻ അദ്ധ്വാനിക്കുന്നു. അദ്ധ്വാനത്തിലൂടെ അവൻ തന്റെ ചുറ്റുമുള്ള പ്രകൃതിയെയും അവനവനെത്തന്നെയും മാറ്റുന്നു. മനുഷ്യനിൽ നടന്ന

ഇത്തരം നിരവധി ഗുണപരമായ മാറ്റങ്ങളിൽ ഒന്നാണ് അവന്റെ ഭാഷ. ചോംസ്കിയൻ ഭാഷാശാസ്ത്രം ചർച്ച ചെയ്യുന്നത് ഇത്തരത്തിൽ മാറിക്കഴിഞ്ഞ മനുഷ്യനെക്കുറിച്ച് മാത്രമാണ്. എന്നാൽ തികച്ചും താത്വികമായ അർത്ഥത്തിൽ, മാറിക്കഴിഞ്ഞ മനുഷ്യൻ എന്നത് ഒരു പ്രകൃതി യാഥാർത്ഥ്യമല്ല. മാറിക്കൊണ്ടിരിക്കുന്ന മനുഷ്യൻ എന്നതാണ് താത്ത്വികവും പ്രായോഗികവുമായ യാഥാർത്ഥ്യം. ഒരു സുപ്രഭാതത്തിൽ മനുഷ്യനിൽ ഉത്ഭവിച്ച പ്രത്യേക കഴിവല്ല ഭാഷാആർജ്ജനശേഷി. അതിനാൽ സ്ഥായിയായതും സാമൂഹികമല്ലാത്തതുമായ ഒരു ജൈവകഴിവായി ഭാഷയെ ചുരുക്കാൻ കഴിയില്ല. അത്തരത്തിലുള്ള ഒരു ചുരുക്കൽ പ്രക്രിയ ചോംസ്കിയൻ ഭാഷാദർശനത്തിൽ ഉണ്ടായിരുന്നിട്ടും സർഗ്ഗാത്മകത (creativity) എന്ന മനുഷ്യ പ്രത്യേകമായ വിനിമയ വ്യതിരിക്തതയെ വിശദീകരിക്കാൻ കഴിഞ്ഞു എന്നത് ആശാവഹമാണ്.

എല്ലാ ജീവികളിലും പൊതുവായുള്ള വിനിമയത്തിൽനിന്നും വ്യത്യസ്തമാണ് മനുഷ്യനിലെ ഭാഷാ വിനിമയം. അതുപോലെതന്നെയാണ് അദ്ധ്വാനവും. എല്ലാ ജീവികളും ജീവിക്കുന്നതിനായി വിവിധ പ്രവൃത്തികളിൽ ഏർപ്പെടാറുണ്ടെങ്കിലും അത്തരം പ്രവൃത്തികളിൽനിന്നും ഭിന്നമാണ് അദ്ധ്വാനം. അതായത് മനുഷ്യന്റെ ഭാഷാവിനിമയവും അദ്ധ്വാനവും ഇതര ജീവികളിൽനിന്നും ഗുണപരമായി ഏറെ വികസിച്ചിട്ടുള്ളതാണ്. അദ്ധ്വാനത്തെയും ഭാഷയെയും മനുഷ്യനെ വ്യത്യസ്തനാക്കുന്ന രണ്ട് പ്രത്യേകതകളായി പരിഗണിക്കാം. അങ്ങനെയാണെങ്കിൽ ഇവ തമ്മിൽ എന്തെങ്കിലും ബന്ധമുണ്ടോ? മനുഷ്യപരിണാമത്തിന്റെ ചരിത്രത്തിൽ ആദ്യം ഉണ്ടായത് ഭാഷയാണോ അദ്ധ്വാനമാണോ? നാളിതുവരെയുള്ള ഭാഷാശാസ്ത്രത്തിന്റെ ചരിത്രം പരിശോധിച്ചാൽ അദ്ധ്വാനത്തെ ഭാഷയെപ്പറ്റിയുള്ള അന്വേഷണങ്ങളുടെ പരിധിയിൽ കൊണ്ടുവന്നിട്ടില്ല എന്നു കാണാം. ആധുനിക ഭാഷാശാസ്ത്രത്തിന്റെ ഒരു ആധികാരിക ഗ്രന്ഥങ്ങളിലും അദ്ധ്വാനവുമായി ബന്ധപ്പെടുത്തി ഭാഷയെപ്പറ്റി ചർച്ച ചെയ്തിട്ടില്ല. എന്നാൽ അത്തരത്തിലുള്ള അന്വേഷണങ്ങൾ നടന്നത് ഭാഷാശാസ്ത്രത്തിന് പുറത്താണ്.

സർഗ്ഗാത്മകനായ ഭാഷകന്റെ സാമൂഹിക ഇച്ഛയെ ആധുനിക ഭാഷാശാസ്ത്രം പരിഗണിച്ചിട്ടില്ല. ആധുനിക ഭാഷാശാസ്ത്രത്തിൽ സാമൂഹിക ഭാഷാശാസ്ത്രത്തിലെ (sociolinguistics) ചില അന്വേഷണങ്ങളൊഴികെയുള്ളവയെല്ലാം പരിഗണിക്കുന്നത് ഐഡിയലായ, അഥവാ ഹോമോജിനസായ ഭാഷയെ ആണ്. ഭാഷയിലെ സാഹിത്യശൈലിയെപ്പറ്റിയുള്ള ഒരു ചോദ്യത്തോട് 1997 ൽ നടന്ന ഒരു അഭിമുഖത്തിൽ, ഡെലൂസ് നടത്തിയ പ്രതികരണത്തിൽനിന്നും ആധുനിക ഭാഷാശാസ്ത്രത്തിലെ ഈ പ്രശ്നം കുറച്ചുകൂടി വ്യക്തമാകുന്നതാണ്.

> ശൈലി എന്താണെന്ന് മനസ്സിലാക്കുന്നതിന് നിങ്ങൾക്ക് ഭാഷാശാസ്ത്രം അറിയേണ്ടതില്ല. ഭാഷാശാസ്ത്രം ഏറെ അപകടങ്ങൾ വരുത്തിവച്ചിട്ടുണ്ട്. എന്തുകൊണ്ടാണത്?

> സാഹിത്യവും ഭാഷാശാസ്ത്രവും തികച്ചും വ്യത്യസ്തമാണ്. അവ ഒന്നിച്ചു പോവുകയില്ല. ഭാഷാശാസ്ത്രത്തെ സംബന്ധിച്ചിടത്തോളം ഭാഷ എന്നത് സമതുലിതമായ ഒരു വ്യവസ്ഥയാണ്. അത്തരം ഒരു സമതുലിത സങ്കൽപ്പനത്തിലേ ശാസ്ത്രീയത നിർമ്മിക്കാൻ കഴിയുകയുള്ളു. എന്നാൽ ഭാഷയിൽ അവശേഷിക്കുന്നത് ഭേദങ്ങളാണ്. അവ ലാംഗിലല്ല പരോളിലാണ്. ഭാഷയുടെ യഥാർത്ഥ സ്വഭാവം സമതുലിതാവസ്ഥയല്ല സ്ഥിരമായ അസന്തുലിതാവസ്ഥയാണെന്ന് എഴുതുമ്പോൾ ഇതു നമുക്ക് ബോധ്യമാകും. ലാംഗ്, പരോൾ എന്നിങ്ങനെയുള്ള വ്യത്യസ്തമായ തലങ്ങൾ ഭാഷയിലില്ല. അസന്തുലിതാവസ്ഥയിലുള്ള നിരവധി വൈവിധ്യങ്ങൾ ചേർന്നതാണ് ഭാഷ (ഉദ്ധരിച്ചിട്ടുള്ളത് Jean-Jacques Lecercle: 2006 : 1516).

ആധുനിക ഭാഷാശാസ്ത്രത്തെ ഒരു ശാസ്ത്രീയ വിഷയം ആക്കുന്നതിനുള്ള തത്രപ്പാടിൽ ശാസ്ത്രീയതയ്ക്ക് വിശദീകരിക്കാൻ കഴിയാത്തവയെല്ലാം അന്വേഷണത്തിൽനിന്നും തള്ളിക്കളഞ്ഞു. അതുകൊണ്ടു തന്നെ അദ്ധ്വാനത്തെയും അദ്ധ്വാനത്തിൽനിന്നുണ്ടാകുന്ന മനുഷ്യന്റെ ബഹുവിധ സർഗ്ഗാത്മകതയെയും അദ്ധ്വാനത്തിന്റെ സൃഷ്ടിയായ ഭാഷയിൽ ആധുനിക ഭാഷാശാസ്ത്രം പരിഗണിച്ചിട്ടില്ല. എന്നാൽ ഭാഷാശാസ്ത്രത്തിന് പുറത്ത് ഇത്തരം നിരവധി അന്വേഷണങ്ങൾ നടന്നിട്ടുണ്ട്. അദ്ധ്വാനവുമായി ബന്ധപ്പെടുത്തി ഭാഷയെപ്പറ്റി എംഗൽസ് ചർച്ച ചെയ്യുന്നുണ്ട് (എംഗൽസ് 1882/1940 : 216–219). *കുരങ്ങിൽനിന്നും മനുഷ്യനിലേക്കുള്ള പരിവർത്തനത്തിൽ അദ്ധ്വാനം വഹിച്ച പങ്ക്* എന്ന തന്റെ പ്രബന്ധത്തിൽ എംഗൽസ് ഇങ്ങനെ അഭിപ്രായപ്പെടുന്നു.

> ചുരുക്കത്തിൽ (അദ്ധ്വാനത്തിലൂടെ) വളർന്നുകൊണ്ടിരിക്കുന്ന മനുഷ്യൻ പരസ്പരം പറയാൻ കാര്യമുണ്ട് എന്ന അവസ്ഥയിൽ എത്തിച്ചേർന്നു. ആവശ്യം അവയവത്തെ സൃഷ്ടിച്ചു. കുരങ്ങിന്റെ അവികസിത കണ്ഠം സ്വരക്രമീകരണത്താൽ മന്ദമായിട്ടാണെങ്കിലും സുനിശ്ചിതമായി രൂപാന്തരപ്പെട്ട് കൂടുതൽ വികസിതമായ ക്രമീകരണത്തെ നിരന്തരം ഉളവാക്കി. വായിലെ അവയവങ്ങൾ സ്പഷ്ടമായ ശബ്ദങ്ങൾ ഉച്ചരിക്കാൻ ക്രമേണ ശീലിച്ചു. അദ്ധ്വാനത്തിന്റെ പ്രക്രിയയിൽനിന്നും പ്രക്രിയയിലൂടെയുമാണ് ഭാഷ ഉത്ഭവിച്ചതെന്ന ഈ വിശദീകരണം മൃഗങ്ങളുമായുള്ള താരതമ്യപഠനം തെളിയിക്കുന്നു... ആദ്യം അദ്ധ്വാനം. അതേ തുടർന്നും പിന്നീട് അതോടൊപ്പവും സ്ഫുടമായ സംസാരം — അങ്ങേയറ്റം അത്യന്താപേക്ഷിതമായ ഈ രണ്ടു ചോദനങ്ങളുടെ സ്വാധീനത്താലാണ് കുരങ്ങിന്റെ തലച്ചോറ്,

> അതിനോട് അത്രതന്നെ സദൃശമെങ്കിലും അതിനേക്കാൾ എത്രയോ വലുതും മികവുറ്റതുമായ മനുഷ്യന്റെ തലച്ചോറായി ക്രമേണ രൂപാന്തരപ്പെട്ടത് (എംഗൽസ്: 1940: 217-218).

അതായത് എല്ലാ ജീവികളിലുമെന്നപോലെ ആദിമമനുഷ്യനിലും ഉണ്ടായിരുന്ന സ്വാഭാവികവിനിമയത്തെ ഭാഷയായി പരിവർത്തിപ്പിച്ചത് അധ്വാനമാണ്. സ്വാഭാവിക വിനിമയം എന്നത് തികച്ചും ഒരു ജൈവികത്വരയാണ്. ജൈവികത്വരയെ ഉപജീവിച്ച് മാത്രമേ ഇതര ജീവികളിലെ വിനിമയത്തിന് നിലനിൽക്കാൻ കഴിയൂ. അവിടെ വിനിമയത്തിന്റെ ഭൗതികസത്തയും (material substance) ഉള്ളടക്കവും (intentional content) ഒന്നുതന്നെയാണ്. വസന്തകാലത്ത് പരാഗണ ഉദ്ദേശ്യത്തോടെ വിടർന്ന് തളിർത്താടി നിൽക്കുന്ന പൂവിന്റെ അർത്ഥം ഒന്നേയുള്ളു. അതിലെ രേണുക്കൾ. പരാഗണപ്രാപ്തമായ രേണുക്കളുടെ ഭൗതിക സാന്നിധ്യത്തിൽനിന്നും ഭിന്നമായ ഒരർത്ഥം പൂവിനില്ല. പരാഗണകാലത്തിനുശേഷം പൂവ് ചെടിയുടെ ജൈവ ഓർമ്മയായ വിത്തായി മാറുന്നു. വിത്ത് വീണ്ടും മറ്റൊരു മരമായി മാറുന്നു. വിശന്നു കരയുന്ന കിളിക്കുഞ്ഞുങ്ങൾക്ക് കരച്ചിലിന്റെ പ്രേരണ ഒന്നേയുള്ളു. ജൈവിക ചോദനയായ വിശപ്പ്. അത് പരിഹരിച്ച് കഴിയുന്നതോടെ അത്തരത്തിൽ കിളികൾക്ക് കരയാൻ കഴിയില്ല. അങ്ങനെ വീണ്ടും കരയണമെങ്കിൽ കിളിക്ക് വീണ്ടും വിശക്കണം. വിശന്നെങ്കിലേ കിളി കരയൂ. ഇണയെ ആകർഷിക്കാനേ മയിൽ നൃത്തമാടൂ. തേനുണ്ടെങ്കിൽ മാത്രമേ തേനീച്ച നൃത്തം ചെയ്യൂ. എന്നാൽ മനുഷ്യഭാഷയ്ക്ക് ഇത്തരത്തിലുള്ള നിബന്ധനകളൊന്നുമില്ല. അതായത് ജൈവശരീരം കൊണ്ടാണ് സംസാരിക്കുന്നതെങ്കിലും ജൈവിക ചോദനകളിൽനിന്നും സ്വതന്ത്രമാണ് ഭാഷ. അതുകൊണ്ട് *തങ്കഭസ്മ കുറിയിട്ട തമ്പുരാട്ടി നിന്റെ തിങ്കളാഴ്ച നൊയമ്പിന്ന് മുടക്കും ഞാൻ* എന്ന വയലാറിന്റെ വരികൾ നമുക്ക് എവിടെയും എപ്പോൾ വേണമെങ്കിലും പാടാം. തമ്പുരാട്ടി അടുത്തില്ലെങ്കിലും തിങ്കളാഴ്ച നൊയമ്പ് മുടക്കാനുള്ള ജൈവതാൽപ്പര്യം പാടുന്നയാൾക്ക് ഇല്ലെങ്കിലും നമുക്ക് പാടാം. അതായത് ജൈവചോദനയിൽ നിന്നും സ്വതന്ത്രമാണ് മനുഷ്യഭാഷാവിനിമയം. എന്നാൽ ഭാഷ ജൈവചോദനകളുടെ നിഷേധവുമല്ല. ജൈവചോദനകളുടെ സാമൂഹികവൽക്കരണമാണ് ഭാഷയിലൂടെ നടക്കുന്നത്. അതുകൊണ്ടാണ് *പാടാം നമുക്കു പാടാം വീണ്ടുമൊരു പ്രേമഗാനം* എന്ന വരികൾ നമുക്ക് കൂട്ടത്തോടെ പാടാൻ കഴിയുന്നത്.

ഈ ചർച്ചകളിൽനിന്നും നമുക്ക് ചില നിഗമനങ്ങളിലെത്തേണ്ടതുണ്ട്. ഒന്ന്; മനുഷ്യപ്രത്യേകമായ അദ്ധ്വാനത്തിലും, മനുഷ്യപ്രത്യേകമായ ഭാഷാവിനിമയത്തിലും പൊതുവായ എന്തെങ്കിലുമുണ്ടോ? സാമൂഹ്യശാസ്ത്രജ്ഞനായ മാക്സ് വെബറും സമകാലീന ജർമൻ ചിന്തകനായ ഹെബർമാസും മനുഷ്യപ്രവർത്തനങ്ങളെ വിശദമായി ചർച്ച ചെയ്യുന്നുണ്ട്. ഇവരുടെ ചർച്ചകളിൽനിന്നും വ്യക്തമാവുന്ന ഒരുകാര്യം മനുഷ്യപ്രവർത്തനങ്ങൾ അർത്ഥപൂർണ്ണം ആണെന്നതാണ്. അതായത് ഇത

മാക്സ് വെബർ

രജീവികളുടെ പ്രവർത്തനങ്ങൾ കാരണങ്ങളാൽ നയിക്കപ്പെടുമ്പോൾ മനുഷ്യപ്രവർത്തനങ്ങൾ ഉദ്ദേശ്യങ്ങളാൽ നയിക്കപ്പെടുന്നു. അതുകൊണ്ടാണ് വിശന്ന ഒരു പക്ഷി വിശപ്പ് അടക്കാനുള്ള കായ്കനികൾ തിന്നുകഴിയുമ്പോൾ അതിന്റെ പ്രവർത്തനം അവസാനിപ്പിക്കുന്നത്. കാരണം ഇവിടെ തിന്നുക എന്ന പ്രവൃത്തി വിശപ്പ് എന്ന ജൈവചോദനയാൽ നിയന്ത്രിതമാണ്. എന്നാൽ മനുഷ്യനങ്ങനെയല്ല. മനുഷ്യപ്രവർത്തനങ്ങളിൽ പ്രവൃത്തിയുടെ കാരണത്തിലുപരി പ്രവൃത്തിയുടെ ഫലമാണ് പ്രധാനം. ജൈവചോദനകൾ മാത്രമാണ് മനുഷ്യപ്രവർത്തനത്തിന്റെ ഉള്ളടക്കമെങ്കിൽ, ഇന്ന് ഈ കാണുന്ന മനുഷ്യസംസ്കാരം ഉണ്ടാകുമായിരുന്നില്ല. അദ്ധ്വാനത്തിലും ഭാഷാവിനിമയത്തിലും പൊതുവായുള്ള ഒരു ഘടകം 'മനുഷ്യൻ നിർമ്മിക്കുന്നു' എന്നതാണ്. അദ്ധ്വാനത്തിലൂടെ പ്രകൃതിയിൽത്തന്നെ മാറ്റം വരുത്തുന്ന മനുഷ്യൻ തനിക്ക് അനുകൂലമായ ഒരു ഭൗതിക മണ്ഡലം സൃഷ്ടിക്കുന്നു. കൂടാതെ, വിനിമയത്തെ അതിന്റെ ജൈവചോദനയിൽനിന്നും വിമോചിപ്പിച്ച് സാമൂഹികജീവിതം സാധ്യമാകുന്ന ഒരു അർത്ഥമണ്ഡലത്തിനും (semantic universe) മനുഷ്യൻ രൂപം കൊടുക്കുന്നു. സാമൂഹികമായ ഈ പ്രവർത്തനങ്ങളെ പൊതുവായി സാമൂഹ്യപ്രവർത്തനം (social action) എന്നാണ് ഹെബർമാസ് (Habermas 1984 : 279) വിളിക്കുക. മനുഷ്യപ്രത്യേകമായ ഈ സാമൂഹികപ്രവർത്തനത്തെ നമുക്ക് മൂന്നായി തിരിക്കാം. ഒന്ന്; ഉപകരണ പ്രവർത്തനം (instrumental action). രണ്ട്, തന്ത്രപരമായ പ്രവർത്തനം (strategic action). മൂന്ന്, വിനിമയപ്രവർത്തനം (communicative action). ഈ മൂന്ന് സാമൂഹിക പ്രവർത്തനങ്ങളുടെയും കൂടിച്ചേരലിലാണ് മനുഷ്യഭാഷ വിമോചനത്തിന്റെ വാക്കും മനസ്സും ആകുന്നത്. ഇതിൽ ഒന്നാമത്തേതായ

ഹെബർമാസ്

ഉപകരണപ്രവർത്തനമെന്നാൽ മനുഷ്യൻ പ്രകൃതിയിൽ നടത്തുന്ന പ്രവർത്തനമാണ്. തന്ത്രപരമായ പ്രവർത്തനമെന്നാൽ മനുഷ്യനും മനുഷ്യനും തമ്മിൽ നടത്തുന്ന പ്രവർത്തനമാണ്. മൂന്നാമത്തേതായ വിനിമയ പ്രവർത്തനമെന്നാൽ മനുഷ്യനും മനുഷ്യനും തമ്മിൽ ഭാഷ ഉപയോഗിച്ച് നടത്തുന്ന അർത്ഥപൂർണ്ണമായ വിനിമയ പ്രവർത്തനമാണ്. ഈ മൂന്ന് പ്രവർത്തനങ്ങളും പരസ്പരം ബന്ധപ്പെട്ടിരിക്കുന്നു. ഈ മൂന്നു പ്രവർത്തനങ്ങളെയും കൂട്ടിയിണക്കുന്ന പ്രധാന ഘടകം ഭാഷ തന്നെയാണ്. ഉപകരണ പ്രവർത്തനത്തിൽത്തന്നെ, അതായത് മനുഷ്യൻ പ്രകൃതിയെ തനിക്കനുകൂലമായി മാറ്റിയെടുക്കുന്നതിലൂടെത്തന്നെ, മനുഷ്യന്റെ വിനിമയം ജൈവികതയിൽനിന്നും സ്വതന്ത്രമാവുകയും വിനിമയത്തിന്റെ മാധ്യമസത്തയും (substance) ഉള്ളടക്കവും (content) രണ്ടാവുകയും ചെയ്യുന്നു. അതായത് മരം എന്ന പ്രകൃതിയിലെ ഭൗതികസത്തയെ കായ്കനികൾ തരുന്നത്, തണൽ തരുന്നത് എന്നതിലുപരി തടിയാക്കാനുള്ളത്, ചക്രമാക്കാനുള്ളത് എന്നിങ്ങനെ ബഹുവിധ ഗുണങ്ങളിലേക്ക് മനുഷ്യൻ മാറ്റുമ്പോൾ മരം എന്നത് അവന് സ്ഥായിയായ ഒരു അനുഭവം അല്ലാതായിത്തീരുകയും മരമെന്ന വസ്തുവും മരമെന്ന ശബ്ദവും തമ്മിലുള്ള ബന്ധം ഒരു കേവലധാരണയായി ചുരുങ്ങുകയും ചെയ്യുന്നു. അങ്ങനെയാണ് മനുഷ്യവിനിമയത്തിൽ കൃത്രിമത്വം (arbitrariness) എന്ന പ്രത്യേകത ഉണ്ടായത്. അതായത് മനുഷ്യന്റെ പ്രകൃതിയിന്മേലുള്ള അദ്ധ്വാനവും അദ്ധ്വാനത്തിലൂടെ അവൻ പ്രകൃതിയിൽ കണ്ടെത്തിയ പുതിയ ഗുണവിശേഷതകളുമാണ് മനുഷ്യഭാഷയിലെ ശബ്ദവും അർത്ഥവും തമ്മിലുള്ള ബന്ധം കൃത്രിമമാക്കിയത്. അതായത് മനുഷ്യന്റെ ഉപകരണ പ്രവർത്തനം അഥവാ അദ്ധ്വാനമാണ് മനുഷ്യന്റെ ജൈവികമായ വിനിമയത്തെ സാമൂഹികമായ ഭാഷയായി പരിവർത്തിപ്പിച്ചത്. കേവലം ഫലം തരുന്ന ഒരു മരമായ ആപ്പിൾമരത്തെ ആപ്പിൾതോട്ടത്തിൽ നട്ടുവളർത്തിയ അതേ ഉപകരണയുക്തിയാണ് ആപ്പിൾമരത്തിന് ആ മരവുമായി യാതൊരു ബന്ധവുമില്ലാത്ത പേരിട്ടതിനു പിന്നിലും. ആപ്പിൾമരത്തിൽനിന്ന് ആപ്പിളിലുപരി വാഹനം ഓടിക്കുന്നതിനുള്ള ജൈവ ഇന്ധനം നിർമ്മിക്കാൻ തുടങ്ങിയാൽ നാളെ ഈ പേരു മാറാം. ഇന്ധനവുമായി ബന്ധപ്പെട്ട മറ്റൊരു പേര് ആപ്പിൾമരത്തിന് ഉണ്ടാവാം. ഇതാണ് അദ്ധ്വാനവുമായി ബന്ധപ്പെട്ട മനുഷ്യഭാഷയിലെ ചലനാത്മക കൃത്രിമത്വം. മനുഷ്യഭാഷയിലെ കൃത്രിമത്വത്തിന്റെ ഈ സാധ്യതയാണ് മനുഷ്യവിനിമയത്തെ ഇതര ജീവികളുടേതിൽനിന്നും ഏറെ മുന്നിലാക്കിയത്. ഭാഷയിലെ ഈ സാധ്യത തന്നെയാണ് മനുഷ്യനും മനുഷ്യനും തമ്മിലുള്ള തന്ത്രപരമായ പ്രവർത്തനം സാധ്യമാക്കുന്നതും. ഒരാൾ മറ്റൊരാളെ തന്റെ ചില പ്രത്യേക ഉദ്ദേശലക്ഷ്യങ്ങൾക്കായി ഉപയോഗിക്കലാണ് തന്ത്രപരമായ സാമൂഹിക പ്രവർത്തനം. ചില പ്രത്യേക വ്യാവഹാരികതന്ത്രങ്ങൾ വഴി എന്റെ ഉദ്ദേശലക്ഷ്യങ്ങൾ മറച്ചുവച്ചുകൊണ്ട് നിങ്ങളെ ചില പ്രവൃത്തികൾ ചെയ്യാൻ പ്രേരിപ്പിക്കലും വിശ്വസിക്കാൻ

തന്ത്രപൂർവ്വം നിർബന്ധിക്കലുമാണിത്. ഉദാഹരണമായി ഞാനും നിങ്ങളും ചെസ്സ് കളിക്കുകയാണെന്ന് കരുതുക. നമ്മൾ രണ്ടുപേരും ഓരോ കരുക്കൾ നീക്കുമ്പോഴും എന്തുദ്ദേശ്യത്തിലാണ് കരുക്കൾ നീക്കുകയെന്നത് നാം പരസ്പരം അറിയിക്കില്ല. അത്തരത്തിൽ പരസ്പരം സ്വതന്ത്രവിനിമയം സാധ്യമല്ലാത്ത ഒരു വിനിമയസാഹചര്യമാണിത്. കളിക്കളത്തിലെ എന്റെ കരുനീക്കങ്ങളെ എനിക്കനുകൂലമായി ഉപയോഗിക്കുക എന്നത് എന്റെമാത്രം വിജയത്തിന് അനിവാര്യമാണ്. ഇവിടെ ഭാഷ യാഥാർത്ഥ്യത്തെ വക്രീകരിക്കുകയും ഉദ്ദേശ്യങ്ങളെ മൂടിവയ്ക്കുകയും ചെയ്യുന്നു. ഇത് മുമ്പു ചർച്ചചെയ്ത ഭാഷയുടെ കൃത്രിമത്വം എന്ന സ്വഭാവസവിശേഷത മൂലം സാധ്യമായതാണ്. ഇതുമൂലം തന്ത്രപരമായ സാമൂഹ്യസാഹചര്യത്തിൽ സമൂഹത്തിൽ സമന്വയം സാധ്യമല്ലാതെ വരുന്നു. ഇത്തരം ഒരു സമന്വയത്തിന്റെ സാധ്യതയാണ് ഹെബർമാസ് ഭാഷയിലൂടെയുള്ള വിനിമയപ്രവർത്തനത്തിൽ അന്വേഷിക്കുന്നത്. അവിടെയാണ് ഭാഷ വിമോചനാത്മകമാകുന്നതും ജനാധിപത്യത്തിന്റെ സുതാര്യ ഉപകരണമാവുന്നതും. ഈ പുസ്തകത്തിന്റെ തുടർന്നുവരുന്ന അദ്ധ്യായങ്ങളിൽ നമുക്കത് വിശദമായി ചർച്ച ചെയ്യാം.

മേൽ ചർച്ചചെയ്തത് ഇങ്ങനെ സംഗ്രഹിക്കാം. മനുഷ്യഭാഷ ഇതരജീവികളുടെ വിനിമയശേഷിയിൽനിന്നും ഭിന്നമാണ്. ഇതര ജീവികളുടെ വിനിമയം ജൈവചോദനകളിൽനിന്നും ഭിന്നമല്ല. അഥവാ ജൈവചോദനകളെ ഉപജീവിച്ചാണവ പ്രവർത്തിക്കുന്നത്. എന്നാൽ മനുഷ്യന്റെ വിനിമയം, അതായത് ഭാഷാശേഷി ജൈവചോദനകളിൽനിന്നും സ്വതന്ത്രമായ വിനിമയശേഷിയാണ്. മനുഷ്യപ്രത്യേകമായ അദ്ധ്വാനമാണ് കേവല ജൈവവിനിമയത്തെ ഗുണപരമായി പരിവർത്തിപ്പിച്ച് ഭാഷാശേഷിയാക്കി മാറ്റിയത്. അതായത്, അദ്ധ്വാനത്തിലൂടെ രൂപംകൊണ്ട ഭാഷയുടെ മനുഷ്യപ്രത്യേകതകൾ, ഭാഷയുടെ ആ പ്രത്യേകതകളാൽ സാധ്യമാകുന്ന തന്ത്രപരമായ സാമൂഹികപ്രവർത്തനം, എല്ലാവർക്കും ഗുണപരമല്ലാത്ത തന്ത്രപരമായ സാമൂഹിക പ്രവർത്തനത്തിൽനിന്നുള്ള വിമോചനത്തിന്റെ മാർഗ്ഗമായ വിനിമയ പ്രവർത്തനം. ഇങ്ങനെ മനുഷ്യന് ഭാഷതന്നെ വിമോചനത്തിന്റെ നിലാവും യാഥാർത്ഥ്യത്തെ മറച്ചുവയ്ക്കുന്ന ഇരുട്ടും ഭാവിയിലെ സാമൂഹികവിമോചനത്തിലേക്കുള്ള വെളിച്ചവുമാവുകയാണ്. ഇതാണ് അദ്ധ്വാനം സൃഷ്ടിച്ച ഭാഷയിലെ വിമോചനസാധ്യത. ഒരു വിഷയം ഇത്തരം അന്വേഷണങ്ങൾ നടത്തുമ്പോഴാണ് ആ പഠനശാഖ വിമോചനാത്മകമാകുന്നത്. ഇത്തരം സാധ്യതകൾ അന്വേഷിക്കുന്നതിൽനിന്നും വിട്ടുനിൽക്കുന്നു എന്നതാണ് ആധുനിക ഭാഷാശാസ്ത്രത്തിന്റെ രാഷ്ട്രീയ പ്രതിസന്ധിയും ജ്ഞാനസിദ്ധാന്തപരമായ യാഥാസ്ഥിതികത്വവും.

3

ഭാഷയും ശരീരവും

മനുഷ്യന്റെ ഭൗതികജീവിതത്തിലെ ഏറ്റവും അടുത്ത യാഥാർത്ഥ്യമാണ് മനുഷ്യ ശരീരം. നിങ്ങൾ നിങ്ങളുടെ ശരീരത്തിന്റെ ഏതെങ്കിലും ഒരു ഭാഗത്ത് കൈകൊണ്ട് ഒന്നു തൊട്ടുനോക്കുക. ഇപ്പോൾ നിങ്ങൾ അനുഭവിക്കുന്നത് ഈ പ്രപഞ്ചത്തിലെ നിങ്ങളുടെ ഏറ്റവും അടുത്ത ഭൗതിക യാഥാർത്ഥ്യത്തെയാണ്. നന്നായി ഭയക്കുമ്പോൾ നാം നമ്മുടെ ശരീരത്തിൽത്തന്നെ മുറുകെപ്പിടിക്കുന്നത് ഭൗതികമായ ഒരു അസ്തിത്വമായി നിങ്ങൾ ഉണ്ട് എന്ന് സ്വയം ബോധ്യപ്പെടുത്തുന്നതിനാണ്. അതായത് നാം ജീവിക്കുന്നു എന്ന ബോധം മാനസികമായിരുന്നിട്ടും മനസ്സിന് അതിനെ ബോധ്യപ്പെടുത്താൻ ശരീരസാന്നിധ്യത്തിന്റെ തെളിവ് അനിവാര്യമാണ്. ചുരുക്കത്തിൽ ശരീരമാണ് നമ്മുടെ ഭൗതികസാന്നിധ്യം. ശരീരമാണ് നമ്മെ കാലത്തിലും ദേശത്തിലും നിറയ്ക്കുന്നത്. ഇതിനെ embodiment അഥവാ ശരീരവൽക്കരണമെന്നാണ് സാങ്കേതികമായി പറയുക.

> ശരീരവൽക്കരണമെന്നാൽ ഭൗതികവും ജൈവികവുമായ നമ്മുടെ ശരീരത്തിന്റെ സാന്നിധ്യമെന്നാണ്. നമ്മുടെ കർത്തൃത്വത്തിനും ഭാഷയ്ക്കും വികാരങ്ങൾക്കും ചിന്തയ്ക്കും സംവേദനത്തിനും സാമൂഹികജീവിതത്തിനും ശരീരം അനിവാര്യമായ മുന്നുപാധിയാണ് (Macdonald, Hargreaves and Miell : 2002).

അതായത് ശരീരം അസ്തിത്വത്തിന്റെ നിരുപാധികമായ മുന്നുപാധിയാണ്. പ്രഗത്ഭ പ്രാതിഭാസിക വിജ്ഞാനിയായ മെർല്യൂ പോണ്ടി ശരീരവൽക്കരണത്തെ രണ്ടായി തരംതിരിക്കുന്നുണ്ട്. ഒന്ന്, നമ്മുടെ ഭൗതിക ശരീരം. രണ്ട്, പ്രാതിഭാസിക ശരീരം. പ്രാതിഭാസിക ശരീരം

മെർല്യൂ പോണ്ടി

എന്നത് എന്റെയോ നിങ്ങളുടെയോ ശരീരത്തെക്കുറിച്ചുള്ള എന്റെയും നിങ്ങളുടെയും അനുഭവമാണ്. ഇനി നമുക്ക് പ്രധാന ചർച്ചയിലേക്ക് കടക്കാം. ഒരു കാര്യംകൂടി സൂചിപ്പിക്കാനുണ്ട്. ശരീരം എന്ന ഉപാധിയില്ലാതെ നമുക്ക് യാതൊരുതരം അനുഭവങ്ങളും സാധ്യമല്ല. അതായത് സത്തയുടെയും അനുഭവത്തിന്റെയും മുന്നുപാധിയാണ് ശരീരം. ആധുനിക ഭാഷാശാസ്ത്രം അതിന്റെ തുടക്കം മുതലേ ശരീരത്തെ ഒരു ഭൗതിക സാന്നിധ്യമായിത്തന്നെ ചർച്ച ചെയ്തിട്ടുണ്ട്. അവ ഒന്നൊന്നായി ചർച്ച ചെയ്തിട്ട് അദ്ധ്വാനവുമായി ബന്ധപ്പെടുത്തി ശരീരത്തെയും ഭാഷയെയുംപറ്റി ചർച്ച ചെയ്യാം.

ആധുനിക ഭാഷാശാസ്ത്രത്തിലെ അമേരിക്കൻ ഘടനാവാദത്തിന്റെ പ്രയോക്താവായിരുന്ന ലിയണാർഡ് ബ്ലൂംഫീൽഡിനെ (Bloomfield 1933:26) സംബന്ധിച്ചിടത്തോളം ഭാഷ എന്നത് ഒരു അർത്ഥബന്ധമാണ് (semantic link). അതായത് രണ്ട് ശരീരങ്ങൾ തമ്മിലുള്ള ജൈവികമായ വിടവിനെ ബന്ധിപ്പിക്കുന്ന ശരീരത്തിന്റെ തന്നെ ഭൗതികമായ തുടർച്ചയാണ് ഭാഷ. മുമ്പ് ചർച്ചചെയ്ത ജാക്കിന്റെയും ജില്ലിന്റെയും കഥ വിശദീകരിക്കുമ്പോൾ ബ്ലൂംഫീൽഡ് ഇങ്ങനെ അഭിപ്രായപ്പെടുന്നു:

> രണ്ട് ശരീരങ്ങൾ തമ്മിലുള്ള ശാരീരികമായ തുടർച്ചയില്ലായ്മയാലുള്ള വിടവ് അഥവാ നാഡീപരമായ വിടവ് ശബ്ദവീചികൾകൊണ്ട് നിറയ്ക്കുകയാണ് ഭാഷ (Bloomfield: 1933:26).

ബ്ലൂംഫീൽഡിനെ സംബന്ധിച്ചിടത്തോളം സംസാരിക്കുക എന്നത് സംഭവിക്കുന്നത് രണ്ട് ശരീരങ്ങൾ തമ്മിലുള്ള തുടർച്ചയുടെ ഇല്ലായ്മയിൽ നിന്നാണ്. അതായത് ഒരു ഉടലിന് മറ്റൊരു ഉടലിലേക്കുള്ള ജൈവികമായ തുടർച്ചയുടെ ഇല്ലായ്മയും മറ്റൊരു ശരീരത്തിന്റെ സാന്നിധ്യവുമാണ് ഭാഷയെ ഭൗതികമായി സാധ്യമാക്കുന്നത്. ഇത് തികച്ചും ബിഹേവിയറിസ്റ്റായ ഒരു സമീപനമാണ്. ബിഹേവിയറിസ്റ്റുകളായ ഭാഷാശാസ്ത്രജ്ഞരെ സംബന്ധിച്ചിടത്തോളം ശരീരത്തിന്റെ ഭൗതികപോരായ്മയായ മറ്റൊരു ശരീരത്തിലേക്കുള്ള തുടർച്ചയുടെ അഭാവമാണ് ഭാഷയെ

സാധ്യമാക്കുന്നത്. ബിഹേവിയറിസ്റ്റായ നിരീക്ഷണത്തിന്റെ പോരായ്മ വ്യക്തമാക്കുന്ന ഒരു നിരീക്ഷണമാണിത്. ബിഹേവിയറിസ്റ്റ് കാഴ്ചയിൽ ഭക്ഷണവുമായി ബന്ധപ്പെടുത്തി ഒരു ശബ്ദം പുറപ്പെടുവിച്ചാൽ നായുടെ വായിൽ ഉമിനീർ വരുന്നതും മനുഷ്യൻ സർഗ്ഗാത്മകമായി ഭാഷ ഉപ യോഗിക്കുന്നതും ഏതാണ്ട് തുല്യമാണ്. അവരെ സംബന്ധിച്ചിടത്തോളം നാം എല്ലാം സാഹചര്യങ്ങളിൽനിന്നും പഠിച്ചെടുക്കുന്നതാണ്. അതായത് ഇതരജീവികളുടേതെന്നപോലെ രക്തവും മാംസവും മറ്റുംകൊണ്ട് നിർമ്മിക്കപ്പെട്ട മനുഷ്യശരീരം ഇക്കണ്ട നാഗരികതയും സംസ്കാരവു മൊക്കെ നിർമ്മിക്കുന്നതിന് ഉപാധിയായതെങ്ങനെയെന്ന് ബിഹേവിയ റിസ്റ്റുകൾക്ക് വിശദീകരിക്കാൻ കഴിയില്ല. ബിഹേവിയറിസ്റ്റുകളും തികഞ്ഞ ഭൗതികവാദികൾ തന്നെ. പക്ഷേ കേവലയാന്ത്രിക ഭൗതിക വാദംകൊണ്ട് മനുഷ്യപ്രകൃതിയെ വിശദീകരിക്കാൻ കഴിയില്ലല്ലോ. പതി നെട്ടാം നൂറ്റാണ്ടിലെ യാന്ത്രികഭൗതികവാദികൾ മനുഷ്യനെ വിശദീക രിക്കുമ്പോൾ ചെന്നെത്തിനിൽക്കുന്ന അതിഭൗതികമായ യാദൃച്ഛികതാ വാദത്തെപ്പറ്റി ഹെഗൽ ചർച്ച ചെയ്യുന്നുണ്ട്. അതായത് ഭാഷയുൾപ്പെടെ മനുഷ്യ മസ്തിഷ്കത്തിന്റെ ഗുണപരമായ മാറ്റത്തെ വിശദീകരിക്കുന്ന തിൽ പരാജയപ്പെട്ട യാന്ത്രികഭൗതികവാദം ഈ ഗുണപരമായ മാറ്റങ്ങളെ കേവലം യാദൃച്ഛികതയായാണ് കാണുന്നത്. മനുഷ്യന്റെ ആവശ്യക തയെ യാദൃച്ഛികതയായി തെറ്റിദ്ധരിക്കുകയാണ് യാന്ത്രികഭൗതികവാദി കൾ ചെയ്തത്. ഒരുപക്ഷേ, ഈ തെറ്റിദ്ധാരണ ആശയവാദത്തെക്കാ ളും ആത്മീയവാദത്തെക്കാളും വളരെ ദുർബലമായ ഒന്നായിരുന്നു. അതു കൊണ്ടു തന്നെയാണ് നോം ചോംസ്കിക്ക് ഭാഷയെക്കുറിച്ചുള്ള തീവ്ര ബിഹേവിയറിസ്റ്റായ ഡബ്ല്യു എഫ് സ്കിന്നറുടെ (Skinner 1957) വാദ ങ്ങളെ വളരെ എളുപ്പത്തിൽ ഖണ്ഡിക്കാൻ കഴിഞ്ഞത് (Chomsky 1959 : 26–58). രണ്ട് ശരീരങ്ങൾ തമ്മിലുള്ള കേവല ജൈവികമായ വിട വിൽനിന്നും ഭാഷ ഉണ്ടാവുകയില്ല. അങ്ങനെയാണെങ്കിൽ പ്രപഞ്ചത്തിലെ എല്ലാ ജീവികൾക്കും ഭാഷ ഉണ്ടാകണമായിരുന്നല്ലോ. രണ്ട് ശരീരങ്ങൾ തമ്മിലുള്ള വിടവ് നികത്തേണ്ടത് ആവശ്യമായി തോന്നുന്ന ഒരു ഭൗതിക സാഹചര്യം രൂപപ്പെട്ടു. അതേ സാഹചര്യത്തിലൂടെത്തന്നെ ശരീരവും ഗുണപരമായി മാറി എന്നതാണ് ശരീരത്തെയും ഭാഷയെയും പറ്റിയുള്ള ചരിത്രാത്മകമായ ഭൗതികവാദ നിലപാട്.

ഫ്രഞ്ച് ഘടനാവാദിയായ ഫെർഡിനന്റ് ഡി സസ്സൂറിന്റെ (Saussure 1974) അഭിപ്രായത്തിൽ ഭാഷയുടെ സാമൂഹിക അമൂർത്തമായ ലാങ്ങിന്റെ ഉപകരണമാണ് ശരീരം. സാമൂഹികവും അമൂർത്തവുമായ ഭാഷ ലാങ്ങാ യി നിലകൊള്ളുന്നു. സാമൂഹിക അമൂർത്തമായ ലാങ് പരോളായി അഥവാ പറച്ചിലോ എഴുത്തോ ആയി ഭൗതികവൽക്കരിക്കുന്നത് ശരീര ത്തിന്റെ ഉപയോഗത്തിലൂടെയാണ്. ഭാഷകന്റെ ധർമ്മം ഉരിയാടലിന് ശരീ രത്തെ സമർപ്പിക്കുക എന്നതാണ്. സസ്സൂർ ഇങ്ങനെ സൂചിപ്പിക്കുന്നു. "ഭാഷ ഭാഷകന്റെ ധർമ്മമല്ല, ഭാഷയിലേക്കുള്ള വ്യക്തിയുടെ നിഷ്ക്രി

യമായ സാത്മീകരണമാണ്" (Saussure 1974:14). സസ്സൂറിന്റെ വീക്ഷണത്തിൽ, ഭാഷ ജൈവശരീരത്തെ സാമൂഹികശരീരമായി പരിവർത്തിപ്പിക്കുന്നു. ലാങ്ങിനും പരോളിനും ഇടയിൽ അഥവാ ഭാഷയുടെ വ്യവസ്ഥയ്ക്കും ഭാഷാ ഉപയോഗത്തിനും ഇടയിൽ ഒരു ഉപകരണമായി പ്രവർത്തിക്കുക എന്നതാണ് ശരീരത്തിന്റെ ധർമ്മം. സസ്സൂർ ഉൾപ്പെടെയുള്ള ഘടനാവാദികൾക്ക് ശരീരം ഒരു പരോളിങ് യന്ത്രം അഥവാ പറയുന്നതും കേൾക്കുന്നതുമായ ഒരു യന്ത്രം മാത്രമാണ്. മനുഷ്യന്റെ പരിവർത്തനചേതനയെ പരിപൂർണ്ണമായി നിഷേധിക്കുന്നതായിരുന്നു സസ്സൂറിന്റെ കാഴ്ച. ഒരു ഉൽപ്പാദനവ്യവസ്ഥയിൽ രൂപംകൊള്ളുന്ന ചിന്താധാരകൾക്ക് ആ ഉൽപ്പാദനവ്യവസ്ഥയെ നിലനിർത്തുന്ന പ്രപഞ്ചബോധത്തിൽ നിന്നും അകന്ന് നിൽക്കാൻ കഴിയില്ലല്ലോ. സസ്സൂറിയൻ ചിന്ത രൂപംകൊണ്ടത് പതിനെട്ടാം നൂറ്റാണ്ടിൽ വ്യവസായിക മുതലാളിത്തത്തിന്റെ മധ്യദശയിലാണ്. നിലനിൽക്കുന്ന ഉൽപ്പാദനവ്യവസ്ഥയെ പുനരുൽപ്പാദിപ്പിക്കുന്നതിനുള്ള കേവല ഉപകരണങ്ങളായി മനുഷ്യശരീരങ്ങളെ കാണുന്ന വ്യാവസായിക മുതലാളിത്തത്തിന്റെ പ്രപഞ്ചവീക്ഷണത്തിന്റെ അടിസ്ഥാനത്തിലാണ് സസ്സൂറിയൻ ഘടനാവാദം ഇങ്ങനെ നിരീക്ഷിക്കുന്നത് (Paul J Thibault 1997). ഉൽപ്പാദനവ്യവസ്ഥയിൽനിന്നും തൊഴിലാളി അന്യവൽക്കരിക്കപ്പെടുന്നപോലെ ഭാഷാവ്യവസ്ഥയിൽനിന്നു ഭാഷകനും അന്യവൽക്കരിക്കപ്പെടുന്നു. ഉൽപ്പന്നത്തിൽനിന്നും ഉൽപ്പാദകൻ അന്യവൽക്കരിക്കപ്പെടുന്നപോലെ ഭാഷണപ്രക്രിയ ഭാഷകന്റെ സ്വാതന്ത്ര്യത്തിന് ഇടപെടാൻ കഴിയാത്തതായി മാറുന്നു. വ്യക്തിക്കുമേൽ മുതലാളിത്ത വ്യവസ്ഥയ്ക്ക് നൽകുന്ന അധീശത്വവും ഭാഷകന് മേൽ ഭാഷാവ്യവസ്ഥയ്ക്ക് നൽകുന്ന അധീശത്വവും അനുപൂരകമാണ്. അതിനാൽ സസ്സൂർ മുന്നോട്ടുവയ്ക്കുന്ന ഘടനാവാദ ഭാഷാദർശനം ശരീരത്തിൽ ഭാഷ സാമൂഹികസാന്നിധ്യമായതിനെ വിശദീകരിക്കാൻ പര്യാപ്തമല്ല.

സ്വനവിജ്ഞാനികളിൽ പ്രധാനിയായിരുന്ന ആബർക്രോംബിയുടെ (Abercrombie 1956) വീക്ഷണത്തിൽ ശരീരം സംസാരിക്കാനുള്ളതല്ല. എന്നാൽ ശരീരം സംസാരിക്കുകകൂടി ചെയ്യുന്നു. സംസാരിക്കുന്നതിനായി യാതൊരു അവയവവും ശരീരത്തിൽ പ്രത്യേകമായി ഇല്ല എന്നത് ഒരു വൈരുധ്യമാണ്. അതായത് സംസാരിക്കുന്നതിന് നാം ഉപയോഗിക്കുന്ന ചുണ്ട്, നാക്ക്, പല്ല്, മൂക്ക്, തൊണ്ട എന്നീ അവയവങ്ങൾ കുടിക്കുന്നതിനും രുചിക്കുന്നതിനും ചവയ്ക്കുന്നതിനും ശ്വസിക്കുന്നതിനും ഒക്കെ ഉള്ളവയാണ്. പ്രാഥമികമായി രുചിക്കുന്നതിനും ചവയ്ക്കുന്നതിനും ശ്വസിക്കുന്നതിനും ഉള്ള അവയവങ്ങളുടെ അധികജോലിയാണ് സംസാരിക്കുക എന്നത്. സംസാരം ഭാഷയെ ശബ്ദാത്മകമാക്കുന്ന ശരീരത്തിന്റെ ചലനമാണ്. അതായത് ശരീരം ഭാഷയെ ശബ്ദാത്മകമാക്കുന്നു. ശരീരവും ഭാഷയും സംബന്ധിച്ച യാഥാർത്ഥ്യത്തോട് ഏറെ അടുത്തു നിൽക്കുന്ന നിരീക്ഷണമാണ് ആബർക്രോബിയുടേത്. രണ്ട് കാര്യങ്ങ

ളാണ് അദ്ദേഹത്തിന്റെ നിരീക്ഷണത്തിലുള്ളത്. ഒന്ന്; ശരീരം ആർജ്ജിച്ച ഒരു അധിക ജോലിയാണ് ഭാഷ. രണ്ട്, ശരീരമാണ് ഭാഷയെ ശബ്ദാത്മ കമാക്കുന്നത്. ഈ രണ്ടു കാര്യങ്ങളിൽ ഒന്നാമത്തേതാണ് നമുക്ക് ചർച്ച ചെയ്യേണ്ടത്. എങ്ങനെയാണ് ശരീരം ഭാഷയെ ആർജ്ജിച്ചത്? ഒരുപക്ഷേ, ഈ ചോദ്യംതന്നെ സാംഗത്യമുള്ളതല്ല. കാരണം ശരീരം തന്നെയല്ലേ ഭാഷയെ രൂപപ്പെടുത്തിയത്? അങ്ങനെയാണെങ്കിൽ ശരീരം എന്തിന് ഭാഷയെ ആർജ്ജിക്കണം? ശരീരം ഭാഷയെ ആർജ്ജിക്കുക എന്ന് പ്രസ്താവിച്ചാൽ ശരീരത്തിൽനിന്നും ഭിന്നമായ ഒരു അതിഭൗതിക സാന്നിധ്യം ഭാഷയ്ക്ക് കൽപ്പിക്കേണ്ടതായി വരും. അത്തരത്തിലുള്ള ഒരു കൽപ്പന ഉള്ളതുകൊണ്ടാണ് ഘടനാവാദത്തിൽ ആശയവാദത്തിന്റെ ഭൂതം ഉണ്ടെന്ന് പറയുന്നത്. അത്തരം പ്രതിസന്ധികളിൽ നാം ഇനിയും അകപ്പെട്ടുകൂടാ. ആബർക്രോംബി പ്രാഥമികമായി നടത്തിയ നിരീക്ഷ ണത്തെ നമുക്ക് കുറച്ചുകൂടി വിപുലീകരിക്കാം. അതായത് സംസാരം എന്നത് ശരീരത്തിന്റെ ഒരു അധിക ജോലിയാണെന്നാണ് അദ്ദേഹം നിരീ ക്ഷിച്ചത്. അപ്പോൾ എന്താണ് ശരീരത്തിന്റെ പ്രാഥമികജോലി? ഇതര ജീവികളെപ്പോലെ തിന്നുക, കുടിക്കുക, കുഞ്ഞുങ്ങളെ ഉൽപ്പാദിപ്പിക്കുക തുടങ്ങിയവ. നമ്മൾ മുമ്പ് ചർച്ചചെയ്ത ഒരു കാര്യം ആവർത്തിക്കാം. മേൽപ്പറഞ്ഞവയെല്ലാം ഏതൊരു ജീവിയും ചെയ്യുന്ന കേവലം ജൈവ പ്രവൃത്തികൾ മാത്രമാണ്. എന്നാൽ മനുഷ്യൻ ഈ പ്രവർത്തികളോ ടൊപ്പം തന്നെ അദ്ധ്വാനിക്കുക കൂടി ചെയ്യുന്നു. അവൻ ചുറ്റുമുള്ള ഭൗതികപ്രകൃതിയെ തനിക്കനുകൂലമായി മാറ്റിമറിക്കുന്നു. ഈ മാറ്റിമറി ക്കൽ പ്രക്രിയയിലെ പ്രധാന ഉള്ളടക്കം പ്രകൃതിവസ്തുക്കളിന്മേൽ അവൻ ചില പുതിയ ഗുണവിശേഷതകൾ അധികമായി കണ്ടെത്തുന്നു എന്നതാണ്. അതായത്, കായ് കനികളും. തണലും തരുന്ന ഒരു മരം മുറിച്ച് ആയുധമോ വീടോ ചക്രമോ ആക്കുന്ന മനുഷ്യൻ ചില ഗുണവി ശേഷതകൾ ആ മരത്തിൽ അധികമായി കണ്ടെത്തുകയാണ് ചെയ്യുന്നത്. ഈ ഗുണവിശേഷതകൾ മരത്തിന്റെ സത്തയല്ല. മനുഷ്യന്റെ ആവശ്യ ങ്ങളുടെ സൃഷ്ടിയാണവ. മരം മുറിച്ച് ചക്രമാക്കുമ്പോൾ തടിയുടെ വർത്തുളത എന്ന ഗുണവിശേഷത മനുഷ്യൻ ഉപയോഗിക്കുന്നു. മരംമു റിച്ച് ആയുധമാക്കുമ്പോൾ തടിയുടെ കാഠിന്യം എന്ന ഗുണവിശേഷത മനുഷ്യൻ ഉപയോഗിക്കുന്നു. ഇങ്ങനെ പ്രകൃതിയിലെ വസ്തുക്കളെ യാകെ മനുഷ്യന് ഉപയോഗമൂല്യമുള്ള വസ്തുക്കളായി പരിവർത്തിപ്പി ക്കുന്ന പ്രക്രിയ ആണ് അദ്ധ്വാനം. ഈ അദ്ധ്വാനത്തിന്റെ ഏക ഭൗതിക ഉപാധി മനുഷ്യന്റെ ശരീരവും. ഈ അദ്ധ്വാനപ്രക്രിയ ഏകപക്ഷീയമായ ഒരേർപ്പാടല്ല. പ്രകൃതിയെ പരിവർത്തിപ്പിക്കുന്നതോടൊപ്പം മനുഷ്യന്റെ ശരീരവും പരിവർത്തനത്തിന് വിധേയമാകുന്നുണ്ട്. ശരീരത്തിൽ ആദ്യം പരിവർത്തന വിധേയമായ ബാഹ്യ അവയവം കൈയാണ്. മനുഷ്യന്റെ സ്വതന്ത്രമായ കൈ അദ്ധ്വാനത്തിന്റെ ഉപകരണം മാത്രമല്ല അദ്ധ്വാന ത്തിന്റെ സന്തതികൂടിയായിരുന്നു. കൈയുടെ പരിവർത്തനം ശരീര ത്തിന്റെ ഇതര അവയവങ്ങളെയും സ്വാധീനിച്ചു. പറ്റംചേർന്നു ജീവിച്ചി

രുന്ന നമ്മുടെ പൂർവ്വികരായ കുരങ്ങുകളുടെ കൈയുടെ ഗുണപരമായ വളർച്ച അവരെ കൂട്ടായ അദ്ധ്വാനത്തിലേക്കും പരസ്പരം വിനിമയം ചെയ്യാൻ കാര്യങ്ങൾ ഉണ്ടെന്ന അവസ്ഥയിലേക്കും വളരെ വേഗത്തിൽ നയിച്ചു. നിരന്തരമായ അദ്ധ്വാനത്തിലൂടെ മനുഷ്യൻ പ്രകൃതിയിലെന്ന പോലെ അവന്റെ ശരീരത്തിലും പുതിയ ഗുണവിശേഷതകൾ കണ്ടെത്തി. കണ്ടെത്തി എന്നതുകൊണ്ട് ഉദ്ദേശിച്ചത് ഈ ഗുണവിശേഷതകൾ ശരീരത്തിൽ മുമ്പ് ഉണ്ടായിരുന്നു എന്നല്ല. തീയുടെ കണ്ടുപിടുത്തം, കൃഷി എന്നീ ഭൗതികാനുഭവങ്ങളിൽ നിന്നുണ്ടായ സാമൂഹിക വിനിമയ ആവശ്യം സ്വന്തം ശരീരത്തിൽ പുതിയ ഗുണവിശേഷതകൾ വികസിപ്പിക്കുന്നതിൽ മനുഷ്യന് പ്രേരണയാവുകയായിരുന്നു. പരസ്പരം പറയാൻ കാര്യങ്ങൾ ഉണ്ടായിത്തുടങ്ങിയ മനുഷ്യന് തന്റെ ശരീരത്തെ തിന്നുകയും കുടിക്കുകയും സംഭോഗിക്കുകയും അദ്ധ്വാനിക്കുകയും ചെയ്യുന്നതിനു മാത്രമല്ല സംസാരിക്കുന്നതിനുകൂടി ഉപയോഗിക്കേണ്ടി വന്നു. സംസാരിക്കുന്നതിനായി ശരീരത്തിലെ അവയവങ്ങളുടെ ഗുണവിശേഷതകളും ശ്വസനം എന്ന ശാരീരികപ്രക്രിയയും ഉപയോഗിച്ചു തുടങ്ങി. ശ്വാസകോശത്തിൽനിന്നും പുറത്തേക്കുവരുന്ന നിശ്വാസവായുവിനെ തൊണ്ടയിലെയും വായിലെയും അവയവങ്ങൾകൊണ്ട് പരിവർത്തിപ്പിച്ചാണ് മനുഷ്യൻ സംസാരിക്കുന്നത്. സംസാരത്തെ 'പരിഷ്കരിച്ച ശ്വസനം' എന്നാണ് ആംബർ ക്രോംബി നിർവചിച്ചിരിക്കുന്നത്. ശ്വാസകോശത്തിൽനിന്നും പുറത്തേക്കുവരുന്ന വായുവിനെ തൊണ്ടയിലെ സ്വനപടലം, വായിലെ അണ്ണാക്ക്, നാക്ക്, പല്ല്, ചുണ്ട് എന്നീ അവയവങ്ങളാൽ പരിഷ്കരിച്ചാണ് മനുഷ്യൻ സംസാരിക്കുന്നത്. അതായത്, സംസാരത്തിൽ നമ്മുടെ ശരീരത്തിലെ നിരവധി അവയവങ്ങൾ പങ്കുകൊള്ളുന്നു. സംസാരിക്കുന്നതിനായി ഉപയോഗിക്കുന്ന ശരീരത്തിലെ അവയവങ്ങളുടെ ചിത്രം താഴെ കൊടുക്കുന്നു.

മനുഷ്യശരീരത്തിന്റെ പരിണാമചരിത്രം നോക്കിയാൽ ആദ്യം മനുഷ്യൻ രണ്ടുകാലിൽ നിവർന്ന് നിന്ന് നടക്കുകയും പിന്നീട് അവന്റെ കൈകൾ സ്വതന്ത്രമാവുകയും പിന്നീട് അവൻ സംസാരിച്ചു തുടങ്ങുകയുമായിരുന്നു. രണ്ടുകാലിൽ നിവർന്നു നിൽക്കുകയും നടക്കുകയും ചെയ്യുന്ന മനുഷ്യൻ മുമ്പത്തേതിലും കൂടുതൽ സാമൂഹികജീവി ആവുകയാണുണ്ടായത്. രണ്ടുകാലിൽ നിവർന്നുനിൽക്കാൻ തുടങ്ങിയ മനുഷ്യന് തന്റെ സഹജീവിയുടെ ശരീരം പുതിയ ഒരു കാഴ്ചാനുഭവമായി. ഇതരജീവിയുടെ ശരീരത്തിന്റെ വ്യക്തമായ ദൃശ്യസാന്നിധ്യം അവനെ സംസാരിക്കുവാൻ കൂടുതൽ പ്രേരിപ്പിച്ചു. ഇതരന്റെ സാന്നിധ്യം അവന് അവന്റെ ശരീരത്തെപ്പറ്റി മുമ്പു സൂചിപ്പിച്ച പ്രാതിഭാസികമായ ശരീരബോധം മനുഷ്യനിൽ രൂപപ്പെടുകയും ചെയ്തു. ഈ പ്രാതിഭാസിക ശരീരബോധമാണ് പിൽക്കാലത്ത് മനുഷ്യനെ അനന്യനാക്കിയ ബോധത്തിന്റെ പ്രാഗ് രൂപം. അദ്ധ്വാനത്തിലൂടെയും അദ്ധ്വാനഫലമായി വികസിച്ച സാമൂഹ്യജീവിതത്തിലൂടെയും രൂപപ്പെട്ട ബോധത്തെ ഘടനാവ

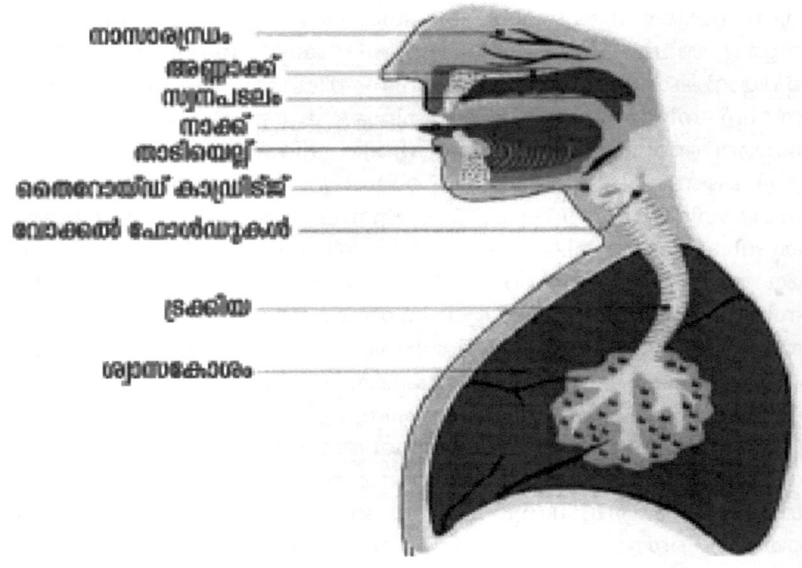

ൽക്കരിക്കുന്നതിനും ഗുണപരമായി ഏറെ പരിവർത്തിപ്പിക്കുന്നതിനും ഭാഷ സഹായകമായി.

ആബർക്രോംബി പ്രാഥമികമായി പരിഗണിച്ചത് ഭാഷയെക്കാളുപരി സംസാരത്തെ ആയിരുന്നു. അതിനാൽ ആംബർക്രോംബിയുടെ നിരീക്ഷണങ്ങളെ അടിസ്ഥാനമാക്കിയിട്ടുള്ള ചർച്ച പൂർണ്ണമാകില്ല. അതിനാൽ സംസാരത്തിലുപരി, സംസാരവും കേൾവിയും ഉൾപ്പെടുന്ന ഭാഷയെപ്പറ്റിയുള്ള ഭാഷാശാസ്ത്ര നിരീക്ഷണങ്ങൾ നമുക്ക് പരിഗണിക്കേണ്ടിയിരിക്കുന്നു. ചോംസ്കിയൻ ഭാഷാശാസ്ത്ര ദർശനമാണ് ഭാഷയെ അതിന്റെ അമൂർത്ത സമഗ്രതയിൽ സമീപിച്ചത്.

രചനാനന്തരവാദിയായ നോം ചോംസ്കിയുടെ കാഴ്ചയിൽ ശരീരം മനുഷ്യപ്രത്യേകമായ മൊഴിയിടമാണ്. അതായത് ശരീരം ഭാഷയുടെ ഇരിപ്പിടമാണ്. ഭാഷ ശരീരത്തെ മാനവികവൽക്കരിക്കുന്നു. ഭാഷ ശരീരത്തിൽ ജൈവവൽക്കരിക്കുകയും ചെയ്യുന്നു. ഘടനാവാദിയായ ഫെർഡിനൻഡ് ഡി സസ്സൂർ ഭാഷയെ ഒരു സാമൂഹിക അമൂർത്തതയായി സങ്കൽപ്പിച്ചപ്പോൾ ചോംസ്കി ഭാഷയെ ഒരു ജൈവസത്തയായി സങ്കൽപ്പിക്കുകയായിരുന്നു. ഭാഷയെ ശരീരത്തിൽ പ്രാദേശികവൽക്കരിച്ച ചോംസ്കിയൻ നിഗമനങ്ങൾ ആധുനിക ഭാഷാശാസ്ത്രത്തിൽ ജൈവശാസ്ത്ര വ്യതിയാനത്തിന് വഴിതെളിച്ചു. ചോംസ്കി ഇങ്ങനെ അഭിപ്രായപ്പെടുന്നു.

> ശരീരത്തിലെ ദഹനവ്യവസ്ഥ, ചംക്രമണവ്യവസ്ഥ, ദൃശ്യവ്യവസ്ഥ എന്നിങ്ങനെ ഇതര ശാസ്ത്രവിഭാഗങ്ങൾ പരിഗ

> ണിക്കുന്ന രീതിയിൽ ഭാഷാവ്യവസ്ഥയെ ഒരു ഭാഷാ അവയവമായി പരിഗണിക്കേണ്ടിയിരിക്കുന്നു. ശരീരത്തിലെ ഇതര അവയവങ്ങളെ നിഷ്ക്രിയമാക്കാതെ ഭാഷാ അവയവത്തെ ശരീരത്തിൽനിന്നും വേർതിരിക്കാനും കഴിയില്ല. (Chomsky; 2000).

ചോസ്കിയുടെ അഭിപ്രായത്തിൽ ശരീരം ജൈവികമായിത്തന്നെ ഭാഷാ അവയവത്തെയും വഹിക്കുന്നു. ഓരോ ശരീരത്തിലെയും ഭാഷാ അവയവത്തിന്റെ സാർവലൗകിക ഭാഷാതത്ത്വങ്ങളെ ഐ-ഭാഷാ (I-language) അഥവാ ഉൾമൊഴി എന്നുപറയാം. സാർവലൗകികമായ ഈ ആന്തരഭാഷയുടെ ഭാഷാപ്രത്യേകമായ ബാഹ്യവൽക്കരണമാണ് ഇ-മൊഴി (E-language) അഥവാ ബാഹ്യഭാഷ എന്നത്. ഐ-മൊഴിയെ ഇ-മൊഴിയായി അഥവാ ആഭ്യന്തരഭാഷയെ ബാഹ്യഭാഷയായി വികസിപ്പിക്കുന്ന സക്രിയ ഉപകരണമാണ് ശരീരം. അതായത് ശരീരം ഭാഷയുടെ ഇടവും ഉപകരണവും മാധ്യമവുമാണ്. ഇവിടെ ഐ-മൊഴി അഥവാ അന്തർഭാഷ എന്നത് സാർവലൗകികമായ ഭാഷാവ്യാകരണമാണ് (Universal grammar). ബാഹ്യഭാഷ അഥവാ ഇ-മൊഴി എന്നാൽ ആഭ്യന്തര ഭാഷയുടെ സാർവ്വലൗകിക നിയമങ്ങളുടെയും അപവാദങ്ങളുടെയും (Principles and parameters) അടിസ്ഥാനത്തിൽ വികസിക്കുന്ന പ്രത്യേക ഭാഷകളാണ്. അതായത് ഒരു ശിശു ജനിക്കുമ്പോൾ അതിന്റെ ശരീരം ലോകത്തിലെ ഏതൊരു ഭാഷയും ആർജ്ജിക്കാൻ പര്യാപ്തമായ സാർവ്വലൗകികവും ജൈവികവുമായ ചില തത്ത്വങ്ങളും തത്ത്വങ്ങളുടെ അപവാദങ്ങളും വഹിക്കുന്നു. ശിശു വളരുന്ന ഭാഷാ ചുറ്റുപാടിലെ ഭാഷ ഏതാണോ ആ ഭാഷ അവൻ ആർജ്ജിക്കുന്നു. ഈ ഭാഷാ ആർജ്ജന പ്രക്രിയയെ സഹായിക്കുന്നത് അവന്റെ ശരീരത്തിൽ ജനിതകമായി ലഭിച്ച ഈ ഭാഷാ ആർജ്ജനശേഷിയാണ് (Language Acquisition Device). മനുഷ്യന്റെ തലച്ചോറിൽ ഭാഷാശേഷി കേന്ദ്രീകരിച്ചിരിക്കുന്ന രണ്ട് ഭാഗങ്ങൾ ബ്രോക്കാസ് ഏരിയ, വെർണിക്ക ഏരിയ എന്നിങ്ങനെയാണ് അറിയപ്പെടുന്നത്. ചിത്രത്തിൽ ഈ പ്രദേശങ്ങൾ അടയാളപ്പെടുത്തിയിരിക്കുന്നത് കാണുക.

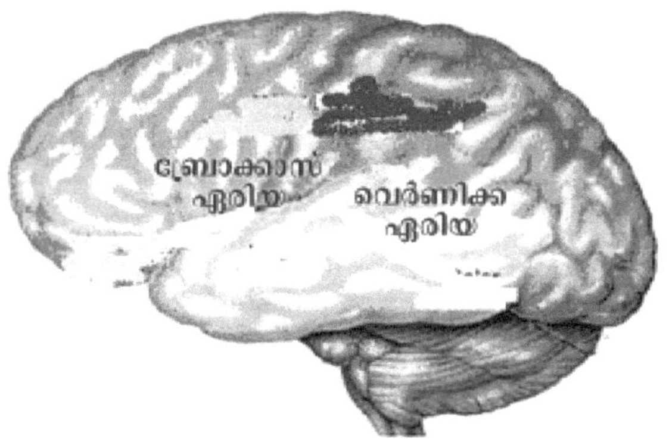

മനുഷ്യന്റെ തലച്ചോർ

മനുഷ്യൻ സംസാരിക്കുമ്പോൾ തലച്ചോറിലെ ഈ പ്രദേശങ്ങളാണ്

സജീവമാവുക എന്ന് വസ്തുനിഷ്ഠമായ പരീക്ഷണങ്ങളിലൂടെ തെളിയിച്ചിട്ടുണ്ട്. തലച്ചോറിന്റെ ഈ പ്രദേശങ്ങൾക്ക് തകരാറ് സംഭവിക്കുമ്പോൾ ഭാഷാശേഷി പൂർണ്ണമായോ ഭാഗികമായോ നഷ്ടപ്പെടുന്നതായും നിരീക്ഷിച്ചിട്ടുണ്ട്. ചുരുക്കത്തിൽ ചോംസ്കിയൻ ഭാഷാശാസ്ത്രം ഭാഷയെ ഒരു ശാരീരിക അവയവമായി (language organ) തലച്ചോറിൽ പ്രതിഷ്ഠിക്കുകയാണ് ചെയ്യുന്നത്.

ഈ ചർച്ചകളിൽ അവതരിപ്പിച്ച നിരീക്ഷണങ്ങളുടെ അടിസ്ഥാനത്തിൽ ഭാഷയെയും ശരീരത്തെയും സംബന്ധിച്ച ചില നിഗമനങ്ങളിൽ എത്തേണ്ടതുണ്ട്. ബ്ലൂംഫീൽഡിന്റെ നിരീക്ഷണം തികച്ചും യാന്ത്രികമായ ബിഹേവിയറിസ്റ്റ് സമീപനമാണ്. ഭാഷയെക്കുറിച്ചുള്ള യാന്ത്രിക ബിഹേവിയറിസ്റ്റ് സമീപനത്തെ ചോംസ്കി ചോദ്യം ചെയ്തു കഴിഞ്ഞതിനാൽ അത്തരം വാദങ്ങൾ ഇനി ചർച്ച ചെയ്യേണ്ടതുമില്ല. എന്നാൽ ബിഹേവിയറിസ്റ്റ് സമീപനത്തിന് ബദലായി ശാസ്ത്രീയ വ്യക്തതയോടെ ചോംസ്കി അവതരിപ്പിക്കുന്ന ഭാഷാശാസ്ത്ര വാദങ്ങളെയാണ് നമുക്ക് പരിശോധിക്കേണ്ടത്. ചോംസ്കിയൻ ഭാഷാശാസ്ത്രവാദമാണ് ഇന്ന് അധീശത്വം വഹിക്കുന്നതും. ചോംസ്കിയൻ ചിന്തയിൽ പ്രധാന ഘടകം സാർവലൗകിക വ്യാകരണമാണ്. അതായത് സർവ്വഭാഷകളിലും പൊതുവായി കാണപ്പെടുന്നതും ജൈവസത്തയുള്ളതുമായ ഭാഷാതത്ത്വങ്ങളാണവ. അതായത് ഏതു ഭാഷയും ആർജ്ജിക്കാൻ നമ്മെ കഴിവുള്ളവരാക്കുന്നത് ഈ സാർവ്വലൗകിക ഭാഷാസത്തയാണ്. ചോംസ്കിയൻ ഭാഷാദർശനത്തെ ഉപജീവിച്ച് പിൽക്കാല പഠനങ്ങൾ നടത്തിയ പിങ്കർ, ബ്ലൂം (Pinker and Bloom 1990, Pinker 1994) തുടങ്ങിയവർ സാർവ്വലൗകിക വ്യാകരണത്തിന് ജനിതകമായി, അതായത് പാരമ്പര്യമായി, കൈമാറ്റം ചെയ്യപ്പെടുന്ന അടിത്തറ ഉണ്ടെന്നുവരെ വാദിക്കുന്നു. എന്നിരുന്നാലും ഈ സാർവ്വലൗകിക വ്യാകരണത്തിലെ ഭാഷാതത്ത്വങ്ങൾ ലോകത്താകെയുള്ള ഭാഷകളിൽനിന്നും വസ്തുനിഷ്ഠമായി നടത്തിയ വിശകലനത്തിൽനിന്നും ഉരുത്തിരിഞ്ഞവയല്ല. ഭാഷാപരമായ വാസ്തവത്തിലുപരി സാർവ്വലൗകിക വ്യാകരണം എന്നത് കേവലം ഒരു ഊഹം മാത്രമാണ്. ഭാഷാശാസ്ത്രത്തിലെ തന്നെ പിൽക്കാല പഠനങ്ങൾ കാണിക്കുന്നത് ലോകഭാഷകളിൽ പൊതുവായ ഘടകങ്ങളെക്കാൾ വ്യത്യസ്തതകൾക്കാണ് സാന്ദ്രത കൂടുതലെന്നാണ്. തന്നെയുമല്ല പരിണാമിയായ ഭാഷകളുടെ സ്ഥായിയായ ഒരു സാർവ്വലൗകിക വ്യാകരണമാണ് ചോംസ്കി സങ്കൽപ്പിക്കുന്നതും. സാമൂഹികവും സാംസ്കാരികവുമായ കാരണങ്ങളാൽ ഭാഷയിൽ കാണുന്ന അനവധി വൈവിധ്യങ്ങളെയും രൂപവ്യത്യാസങ്ങളെയും കേവലം ഉപരിപ്ലവമായ മാറ്റങ്ങളായാണ് ചോംസ്കി നിരീക്ഷിക്കുന്നത്. അതായത് ലോകഭാഷാവൈവിധ്യത്തിന്റെയും ഓരോ ഭാഷയിലുമുള്ള വൈവിധ്യങ്ങളുടെയും അടിയിൽ സ്ഥായിയായ ഒരു ഭാഷ അതായത് ജനിതകമായി വിനിമയം ചെയ്യപ്പെടുന്ന ഒരു ഭാഷാസാർവ്വലൗകികത നിലനിൽക്കുന്നു. ഭാഷയുടെ അടിസ്ഥാനം

തികച്ചും ജനിതകവും ജൈവപരവുമാണെങ്കിൽ ജീവിതം ഗർഭപാത്ര ത്തിൽ ആരംഭിക്കുന്നു എന്നും ജനനത്തോടെ അവസാനിക്കുന്നു എന്നും നമുക്ക് വിശ്വസിക്കേണ്ടിവരും.

ബ്ലൂംഫീൽഡ് രണ്ടു ശരീരങ്ങൾക്കിടയിലും സസ്സൂർ സമൂഹത്തിലും സങ്കൽപ്പിച്ച ഭാഷയെ വ്യക്തിശരീരത്തിൽ പൂർണ്ണമായി പ്രതിഷ്ഠിക്കുക യാണ് ചോംസ്കി ചെയ്യുന്നത്. തികച്ചും സാമൂഹികമായ ഭാഷയെ വ്യക്തിശരീരത്തിൽ ഭൗതികമായി പ്രതിഷ്ഠിക്കുന്ന ചോംസ്കിയൻ ഭാഷാചിന്ത ഇടുങ്ങിയ ഭൗതികവാദമാണ്. സാമൂഹികമായ ഭാഷയെ വ്യക്തിശരീരത്തിൽ പ്രതിഷ്ഠിക്കുന്നത് തികച്ചും രീതിശാസ്ത്രപരമായ വ്യക്തിവാദമാണ് (methodological individualism). വൈവിധ്യമാർന്ന ഭാഷാസർഗ്ഗാത്മകതയെ ഒരു ജൈവ അവയവത്തിന്റെ പുറത്തേക്കുള്ള വ്യാപനമായി മാത്രം കാണുന്നത് വസ്തുനിഷ്ഠമായ തെളിവുകളില്ലാത്ത അതിവാദവുമാണ് (fetishism). ശരീരത്തിൽ ആത്മാവുണ്ടെന്ന് പറയു ന്നതു പോലെയും പ്രപഞ്ചത്തിൽ ദൈവം ഉണ്ടെന്നു പറയുന്നതുപോ ലെയുമാണിത്. രണ്ടും വസ്തുനിഷ്ഠമായി തെളിയിക്കാനോ തള്ളിക്കള യാനോ കഴിയുന്നതല്ല.

ചോംസ്കിയൻ ഭാഷാനിരീക്ഷണത്തിന്റെ മറ്റൊരു പോരായ്മ ചരി ത്രനിഷേധമാണ്. മനുഷ്യചരിത്രത്തിലൂടെ പരിണമിച്ച ഭാഷയുടെ മാറ്റം ഉപരിപ്ലവമായി അവതരിപ്പിക്കുന്നത് ഒരു മരത്തിൽ വിരിഞ്ഞ പൂവ് മര മല്ല, മരമെന്നാൽ പൂവിലടങ്ങിയ ജനിതക വിവരങ്ങളാണെന്ന് വാദിക്കു ന്നതു പോലെയാണ്. കണ്ണോ ചെവിയോ നാക്കോ പോലെ ഒരു അവയ വമായി ഭാഷാ അവയവത്തെ പരിഗണിക്കാമെന്നത് വസ്തുതകൾക്ക് നിരക്കാത്തതാണ്. കാരണം കാഴ്ചയ്ക്ക് കണ്ണും കേൾവിക്ക് കാതും രുചിക്കുന്നതിന് നാക്കും ശരീര ത്തിൽ പ്രത്യേകമായുണ്ട്. എന്നാൽ ഭാഷയ്ക്കായി ശരീരത്തിൽ ഒരവയ വവും പ്രത്യേകമായില്ല.

അൽത്തൂസർ

രാഷ്ട്രീയ നിലപാടുകളിൽ സാമ്രാജ്യത്വവിരുദ്ധനും ഇടതു പക്ഷ അനുഭാവിയുമായ ചോംസ്കി യുടെ ഭാഷാദർശനം തന്റെ രാഷ്ട്രീ യ നിലപാടുകളോട് തത്ത്വത്തിൽ വിയോജിക്കുന്നതാണ്. നവ മാർ ക്സിസ്റ്റ് ചിന്തകനായ ലൂയി അൽ ത്തൂസർ (Althusser 1990) പ്രമുഖ ജൈവശാസ്ത്രജ്ഞനും നോബൽ സമ്മാന ജേതാവുമായ ജാക്യുസ് മൊണാഡിനോടെടുത്ത സമീപനം ചോംസ്കിയുടെ കാര്യത്തിൽ

നമുക്കും സ്വീകരിക്കേണ്ടി വരുന്നു. ഫ്രഞ്ച് കമ്യൂണിസ്റ്റ് പാർട്ടി മെമ്പറായിരുന്ന മൊണാഡിൽ ചോംസ്കിയിലുള്ളതുപോലുള്ള വൈരുദ്ധ്യം ഉണ്ടായിരുന്നു. അദ്ദേഹം തന്റെ ജൈവശാസ്ത്ര അന്വേഷണങ്ങളിൽ തികഞ്ഞ ഭൗതികവാദി ആയിരുന്നു. എന്നാൽ ഒരുഘട്ടം കഴിഞ്ഞപ്പോൾ അദ്ദേഹത്തിന്റെ ഭൗതികവാദം യാന്ത്രികഭൗതികവാദത്തിലേക്കും തികഞ്ഞ ആശയവാദത്തിലേക്കും വഴുതിവീണു. അദ്ദേഹത്തെ പറ്റി ലൂയി അൽത്തൂസർ നിരീക്ഷിക്കുന്നതിങ്ങനെയാണ്;

> When he believes himself to be materialist, by giving as the biophysiological basis of what he calls the 'noosphere' - that is to say, the social and historical existence of the human species - the emergence of neurobiological support of language, he is not a materialist, but... a 'mechanical materialist' and in terms of a theory of human history, that now means that he is an idealist (Althusser: 1990).

രാഷ്ട്രീയത്തിൽ ചോംസ്കിയും മൊണാഡും പുരോഗമനവാദികളാണ്. ചോംസ്കി പരക്കെ അംഗീകരിക്കപ്പെട്ട സാമ്രാജ്യത്വ വിരുദ്ധ നിലപാടുള്ള ഭാഷാശാസ്ത്രജ്ഞനാണ്. പക്ഷേ ചോംസ്കിയുടെ ഭാഷാഭൗതികവാദം മനുഷ്യന്റെ സാമൂഹികവും ചരിത്രപരവുമായ പരിവർത്തന ചേതനയെ നിഷേധിക്കുന്നതാണ്. മനുഷ്യന്റെ സാമൂഹികവും ചരിത്രപരവുമായ അസ്തിത്വത്തെ നിഷേധിക്കുന്ന ചോംസ്കിയൻ ഭാഷാചിന്ത ഭൗതികവാദത്തിന്റെയും ആശയവാദത്തിന്റെയും അവിശുദ്ധമായ കൂടിച്ചേരലാണ്. അതുകൊണ്ടാണ് ചോംസ്കിയുടെ ദുർബ്ബലമായ രാഷ്ട്രീയ നിലപാടുകളിൽ സോഷ്യലിസത്തിന്റെയും ലിബറലിസത്തിന്റെയും കൂടിച്ചേരലുകൾ ഉണ്ടെന്ന് പറയുന്നത്.

ശരീരവുമായി ബന്ധപ്പെട്ട ഭാഷാനിരീക്ഷണങ്ങളിൽ സസ്സൂറിയൻ ഭാഷാദർശനമാണ് കേവലമായെങ്കിലും ഭാഷയുടെ സാമൂഹിക അസ്തിത്വത്തെ അംഗീകരിക്കുന്നതെന്ന് കാണാം. വസ്തുനിഷ്ഠമായി സംസാരത്തെ മാത്രമേ പരിഗണിക്കുന്നുള്ളു എങ്കിലും അദ്ധ്വാനത്തിലൂടെയുള്ള മനുഷ്യശരീരത്തിന്റെ പരിണാമത്തെ വിശദീകരിക്കാനുതകുന്ന നിരീക്ഷണങ്ങളാണ് ആബർക്രോബി മുന്നോട്ടുവയ്ക്കുന്നത്. അതായത് ഭാഷയും ശരീരവുമായി ബന്ധപ്പെട്ടിട്ടുള്ള പുരോഗമനാത്മകമായ അന്വേഷണങ്ങൾ എംഗൽസ് അവസാനിപ്പിച്ചിടത്തുനിന്നാണ് തുടങ്ങേണ്ടത്. അത്തരം അന്വേഷണങ്ങൾ യാന്ത്രികഭൗതികവാദത്തിലും അതിലുപരി ആശയവാദത്തിലും വഴുതിവീഴാതിരിക്കാൻ ശ്രദ്ധിക്കുകയും വേണം.

4

മനസ്സും ഭാഷയും

ശരീരം പോലെ നമുക്കനുഭവിക്കാൻ കഴിയുന്ന ഒരു ഭൗതിക യാഥാർത്ഥ്യമല്ല മനസ്സ്. പ്രകൃതിയും സഹജീവികളുമായുള്ള നിരന്തര സമ്പർക്കത്തിലൂടെ ഏറെ ഗുണപരമായി പരിവർത്തിച്ച മനുഷ്യശരീരത്തിന്റെ സംവേദനാത്മകമായ ഒരവസ്ഥയ്ക്ക് വിളിക്കുന്ന സാധ്യമായ പേരാണ് മനസ്സ്. എന്നാൽ, ഭാഷയും ശരീരവും മനസ്സുപോലെ അമൂർത്തമല്ല. മനസ്സ് ശരീരത്തിൽ എവിടെയാണ് ഇരിക്കുന്നതെന്ന് ചോദിച്ചാൽ രണ്ടു സ്ഥലങ്ങളാണ് നാം തൊട്ടുകാണിക്കുന്നത്. ഒന്ന് നെഞ്ച്. മറ്റൊന്ന് തല. ഇതിൽ തലയിൽ തൊട്ടുകാണിക്കുക സാധാരണ കുറവാണ്. ഗുണപരമായി ഏറെ വികസിച്ച മനുഷ്യശരീരത്തിന്റെ നിരവധി ധർമ്മങ്ങളിൽ ഒന്നാണ് മനസ്സ് എന്ന നിലപാടാണ് ഈ ചർച്ചയിൽ സ്വീകരിച്ചിട്ടുള്ളത്. അതായത് മനുഷ്യന്റെ സാമൂഹികവും ഭൗതികവുമായ പരിണാമം അവനിൽ വരുത്തിയ ഗുണപരമായ ഒരു മാറ്റമാണ് മനസ്സ്. ഇത്തരത്തിലുള്ള ഗുണപരമായ മാറ്റം സ്ഥായിയായതും വ്യക്തിപരവുമായ ഒരു ഭൗതിക അവസ്ഥയല്ല. നിരന്തരം മാറിക്കൊണ്ടിരിക്കുന്ന സാമൂഹിക ബന്ധങ്ങളിലൂടെയും ഭൗതികപ്രവർത്തനങ്ങളിലൂടെയും ഓരോ നിമിഷവും മാറുന്ന ഒരു ഉപപ്രതിഭാസമാണ് (epiphenomena) മനസ്സ്. ഇവിടെ പ്രതിഭാസം (phenomena) എന്നത് ശരീരം ഉൾപ്പെടുന്ന ഭൗതിക പ്രതിഭാസങ്ങളും മനസ്സ് എന്നത് ഒരു ഉപപ്രതിഭാസവുമാണ്. പ്രതിഭാസത്തെ അനുഭവിക്കുവാൻ ഉപപ്രതിഭാസത്തിന്റെ സഹായം ആവശ്യമാണോ എന്ന സംശയം മനസ്സുമായി ബന്ധപ്പെടുത്തി ഭാഷയെപ്പറ്റി അന്വേഷിക്കുവാൻ നമ്മെ പ്രേരിപ്പിക്കുന്നു. അഥവാ, ശരീരം എന്നത് ഇരുട്ടിൽ ഇരിക്കുന്ന ഒരു ടോർച്ചായി സങ്കൽപ്പിക്കുക. ടോർച്ചിനെ കാണുന്നതിന് ടോർച്ചിൽനിന്നുതന്നെ വരുന്ന പ്രകാശത്തെ നമുക്ക് ആശ്രയിക്കേണ്ടി വരുന്നു. അതായത് ടോർച്ച് എന്താണെന്ന് നാം മനസ്സിലാക്കുന്നതിന് ടോർച്ചിന്റെ തന്നെ ഭൗതിക പ്രത്യേകതകളെ ഉപജീവിച്ച് പുറത്തുവരുന്ന പ്രകാശത്തെ

ആശ്രയിക്കേണ്ടി വരുന്നു. ഇതൊരു വൈരുദ്ധ്യമാണ്. ഈ ഒരു വൈരുദ്ധ്യമാണ് മനസ്സിനെ പറ്റിയുള്ള അന്വേഷണത്തിൽ നമ്മെ ഏറെ കുഴയ്ക്കുന്നത്. ഈ പ്രതിസന്ധി കാർട്ടീഷ്യൻ പ്രശ്നം അഥവാ കാർട്ടീഷ്യൻ ദ്വന്ദ്വം എന്നാണ് അറിയപ്പെടുന്നത്. കാർട്ടീഷ്യൻ ചിന്ത അനുസരിച്ച് ശരീരം എന്നത് കാലത്തിലും ദേശത്തിലും ഭൗതിക അസ്തിത്വമുള്ള വസ്തുവാണ്. എന്നാൽ മനസ്സ് അങ്ങനെയല്ല. മനസ്സ് കാലത്തിലും ദേശത്തിലും അസ്തിത്വപ്പെടാത്ത ഒരു അമൂർത്തതയാണ്. ഇവിടെ നിന്നാണ് മനസ്സും ഭാഷയും തമ്മിലുള്ള ബന്ധത്തെപ്പറ്റിയുള്ള ഭൗതിക അന്വേഷണം തുടങ്ങുന്നത്.

മനസ്സും ഭാഷയും തമ്മിലുള്ള ബന്ധത്തെപ്പറ്റി നിരവധി അന്വേഷണങ്ങൾ നടന്നിട്ടുണ്ട്. അവയെ മൂന്നായി തരം തിരിക്കാം. ഒന്ന്, മനസ്സും ഭാഷയും തമ്മിലുള്ള ബന്ധത്തെ പറ്റി ചർച്ച ചെയ്യുന്നവ. രണ്ട്, മനസ്സിനോടൊപ്പം ഭാഷയെയും ശരീരത്തിലെ ജൈവസാന്നിധ്യമായി കാണാൻ ശ്രമിക്കുന്ന അന്വേഷണങ്ങൾ. മൂന്ന്, മനസ്സും ഭാഷയും തമ്മിലുള്ള ബന്ധത്തിലെ സാമൂഹിക നിർണ്ണയ ഉള്ളടക്കത്തെപ്പറ്റിയുള്ള അന്വേഷണങ്ങൾ. ഇതിൽ ഒന്നാമത്തെ തരത്തിലുള്ള അന്വേഷണം നടന്നത് ഭാഷാശാസ്ത്രത്തിൽ തന്നെയാണ്. രണ്ടാമത്തേത് ജൈവശാസ്ത്രത്തിൽ പ്രത്യേകമായും ഭാഷാശാസ്ത്രത്തിലും മനശ്ശാസ്ത്രത്തിലും പ്രാഥമികമായും നടക്കുന്നു. ഇത്തരം അന്വേഷണങ്ങളെ ഭാഷാശാസ്ത്രത്തിൽ മാനസികഭാഷാശാസ്ത്രം (Psycholinguistics) എന്നാണ് പറയുക. മൂന്നാമത്തെ അന്വേഷണങ്ങൾ വിഷയഭേദമെന്യേ മനുഷ്യനുമായി ബന്ധപ്പെട്ട എല്ലാ വിജ്ഞാനശാഖകളിലും നടക്കുന്നു. മൂന്നു തരത്തിലുള്ള ഈ അന്വേഷണങ്ങളെയും പ്രാഥമികമായി അവതരിപ്പിക്കുകയും അവയിൽ ഏറ്റവും വിമോചനാത്മകമായ (emanicipatory) അന്വേഷണത്തെ കൂടുതൽ ചർച്ച ചെയ്യുകയുമാണിവിടെ.

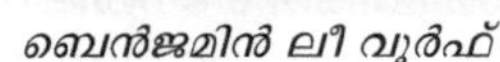

ബെൻജമിൻ ലീ വൂർഫ് *എഡ്വേർഡ് സപീർ*

മനസ്സും ഭാഷയും തമ്മിലുള്ള ബന്ധത്തെക്കുറിച്ച് ഭാഷാശാസ്ത്രത്തിൽ നടന്ന അന്വേഷണങ്ങളിൽ പ്രധാനപ്പെട്ടത് എഡ്വേർഡ് സപീറിന്റെ യും (Edward Sapir) ബെൻജ്മിൻ ലീ വൂർഫിന്റെയും (Benjamin Lee Whorf) നിരീക്ഷണങ്ങളാണ്. ഇവരുടെ വാദങ്ങൾ ഇങ്ങനെയാണ്:

ഒന്ന്: ഭാഷയാണ് മനസ്സിന്റെ ഉള്ളടക്കവും ഘടനയും നിർണ്ണയിക്കുന്നത്. രണ്ട്: തങ്ങളുടെ ഭാഷാഘടന അനുവദിക്കുന്ന തരത്തിലാണ് ഓരോ ഭാഷാസമൂഹവും യാഥാർത്ഥ്യത്തെ മനസ്സിലാക്കുന്നത്. മൂന്ന്: അതുകൊണ്ട് സാർവലൗകിക യാഥാർത്ഥ്യം എന്നൊന്നില്ല. യാഥാർത്ഥ്യം ഭാഷാ വൈവിധ്യത്താൽ ശകലീകരിക്കപ്പെട്ടിരിക്കുന്നു.

അതായത് ഓരോ ഭാഷാസമൂഹത്തിന്റെയും യാഥാർത്ഥ്യം വ്യത്യസ്തമാണ്. ഇവിടെ യാഥാർത്ഥ്യത്തിനും മനസ്സിനും ഇടയിൽ ഭാഷ ഒരു വർണ്ണക്കണ്ണാടി (കാലിഡോസ്കോപ്പ്) പോലെ പ്രവർത്തിക്കുന്നു. ഉദാഹരണമായി മഞ്ഞിൽ ജീവിക്കുന്ന എസ്കിമോകൾ പലതരത്തിലുള്ള മഞ്ഞിനെ കുറിക്കുന്ന നിരവധി വാക്കുകൾ ഉപയോഗിക്കുന്നു. മരുഭൂമിയിൽ ജീവിക്കുന്ന മനുഷ്യർ പലതരം ഒട്ടകങ്ങളെ കുറിക്കുന്ന വ്യത്യസ്തങ്ങളായ നിരവധി വാക്കുകൾ ഉപയോഗിക്കുന്നു. എന്നാൽ മഞ്ഞിനും ഒട്ടകത്തിനും നമുക്ക് ഒറ്റ വാക്കേ ഉള്ളു. അതായത് മഞ്ഞ് എസ്കിമോകൾക്ക് ബഹുവിധ ഭൗതിക അനുഭവം ആയിരിക്കുമ്പോൾ നമുക്ക് മഞ്ഞ് കേവലം തണുപ്പ് എന്ന ഒരു പൊതു അനുഭവം മാത്രമാണ്. ഇവിടെ അടിസ്ഥാനപരമായ ഒരു ചോദ്യം നമുക്ക് ഉന്നയിക്കേണ്ടതുണ്ട്. എസ്കിമോകൾക്ക് മഞ്ഞിന്റെ വ്യത്യസ്തരൂപങ്ങൾ ഭൗതിക അനുഭവം ആയത് അവരുടെ ഭാഷയിൽ മഞ്ഞിനെപറ്റിയുള്ള വാക്കുകളുടെ ബാഹുല്യംകൊണ്ടാണോ? തീർച്ചയായും അല്ല. കാരണം എസ്കിമോകളുടെ ഭാഷയിൽ മഞ്ഞിനെപ്പറ്റി കൂടുതൽ വാക്കുകളുണ്ടായത് എസ്കിമോകൾക്ക് മഞ്ഞിൽ വൈവിധ്യമാർന്ന ഭൗതികാനുഭവങ്ങൾ ഉണ്ടായതുകൊണ്ടാണ്. അതായത് ഇവിടെ ഭാഷയിലെ വൈവിധ്യത്തിന് കാരണം ഭൗതികാനുഭവത്തിന്റെ വൈവിധ്യമാണ്. യഥാർത്ഥത്തിൽ ഭൗതികാനുഭവത്തിന്റെ പ്രാഥമികതയുടെ സ്ഥാനത്ത് ഭാഷയെ പ്രതിഷ്ഠിക്കുകയാണ് സപയർ-വൂർഫിന്റെ ഭാഷാ ആപേക്ഷികതാവാദം. സപീർ ഇങ്ങനെ പ്രസ്താവിച്ചിരിക്കുന്നു:

> മനുഷ്യൻ ജീവിക്കുന്നത് ഭൗതികമായ വസ്തുനിഷ്ഠ യാഥാർത്ഥ്യത്തിൽ മാത്രമല്ല... അവൻ ജീവിക്കുന്ന സമൂഹത്തിൽ വിനിമയത്തിനായി ഉപയോഗിക്കുന്ന ഭാഷ അനുവദിക്കുന്ന യാഥാർത്ഥ്യത്തിൽ കൂടിയാണ്. അതുകൊണ്ട് ഓരോ സമൂഹവും ജീവിക്കുന്ന യാഥാർത്ഥ്യം മറ്റുള്ളവയുടേതിൽനിന്നു വ്യത്യസ്തമായിരിക്കും. (Sapir in *Mandelbaum* 1963:162).

മനസ്സിന്റെ ഘടനയെ നിർമ്മിക്കുന്നത് അതായത് യാഥാർത്ഥ്യത്തെപ്പറ്റിയുള്ള നമ്മുടെ ബോധത്തെ നിർമ്മിക്കുന്നത് നമ്മുടെ ഭാഷയാണ് എന്ന വാദത്തിന്റെ ഉത്തമ ഉദാഹരണമാണ് മേൽക്കൊടുത്തിട്ടുള്ള ഉദ്ധരണി. യാഥാർത്ഥ്യത്തെപ്പറ്റിയുള്ള ബോധത്തിന്റെ ഉള്ളടക്കത്തെയും ഘടനയെയും നമുക്കിനി ഐഡിയോളജി എന്നു വിളിക്കാം. അതായത് ഒരു

ജോസഫ് സ്റ്റാലിൻ

ജനസമൂഹത്തിന്റെ ഐഡിയോളജി അഥവാ പ്രപഞ്ച-സാമൂഹിക വീക്ഷണം നിർമ്മിക്കുന്നത് അതാത് സമൂഹത്തിന്റെ ഭാഷയാണ്. ഭാഷയെ മനുഷ്യന്റെ ഭൗതികജീവിതത്തിന്റെയും അതിൽനിന്ന് രൂപപ്പെടുന്ന യാഥാർത്ഥ്യബോധത്തിന്റെയും മുകളിൽ പ്രതിഷ്ഠിക്കുകയാണ് ഭാഷാ ആപേക്ഷികതാവാദം. ഓരോ സമൂഹവും വ്യത്യസ്തമായ പ്രപഞ്ചവീക്ഷണം തങ്ങളുടെ ഭാഷയിലൂടെ നിർമ്മിക്കുന്നത് തങ്ങളുടെ ഭൗതികാനുഭവം വ്യത്യസ്തമായതിനാലാണ്. മനുഷ്യന്റെ ഭൗതിക ഉൽപ്പാദനവുമായുള്ള ബന്ധം ഭാഷയെ കൂടുതൽ ഭൗതികമാക്കുന്നു. ഭാഷയുടെ ഈ ഭൗതികത മൂലം ഭാഷയെ ഉപരിഘടനയുടെ ഭാഗമാണെന്ന് അംഗീകരിക്കാൻ പോലും ജോസഫ് സ്റ്റാലിൻ തയ്യാറാകുന്നില്ല. സ്റ്റാലിൻ ഇങ്ങനെ പ്രസ്താവിച്ചിരിക്കുന്നു:

> ഭാഷ മനുഷ്യന്റെ ഉൽപ്പാദന പ്രവർത്തനങ്ങളുമായി ബന്ധപ്പെട്ടിരിക്കുന്നു. കേവലം ഉൽപ്പാദന പ്രവർത്തനങ്ങൾ മാത്രമല്ല ഉൽപ്പാദനത്തെ അതിജീവിച്ച് രൂപപ്പെടുന്ന അടിത്തറയുടെയും ഉപരിഘടനയുടെയും എല്ലാ പ്രവർത്തനങ്ങളും ഭാഷയുമായി ബന്ധപ്പെട്ടിരിക്കുന്നു. അതുകൊണ്ട് അടിത്തറയിൽ ഗുണപരമായ മാറ്റം ഉണ്ടാകാതെ തന്നെ ഉൽപ്പാദനത്തിലുണ്ടാകുന്ന മാറ്റങ്ങളെല്ലാം ഭാഷയിൽ പ്രതിഫലിക്കുന്നു. അതിനാൽ ഉപരിഘടനയിൽ മാറ്റം ഉണ്ടാകാതെ തന്നെ, മനുഷ്യന്റെ എല്ലാ പ്രവൃത്തികളിലുമുണ്ടാകുന്ന മാറ്റങ്ങൾക്കും ഭാഷ ഭാഗമാകുന്നു. (Stalin: 1973: 411-412ൽ).

സ്റ്റാലിന്റെ നിരീക്ഷണം ഭാഷയെ കേവലമായ മാനസിക ഉൽപ്പന്നം എന്നതിലുപരി മനുഷ്യന്റെ ഭൗതികോൽപ്പന്ന പ്രക്രിയയുടെ സാമൂഹിക സന്ദർഭത്തിൽ പ്രതിഷ്ഠിക്കുന്നതാണ്. അതായത്, ഭാഷ മനസ്സിലെ ഒരു സ്ഥായിയായ ഉൽപ്പന്നമല്ല ചലനാത്മകമായ ഭൗതികജീവിതത്തിൽ ഏറ്റവും ചലനാത്മകമായ ഒരു പ്രക്രിയയാണ്. കോഗ്

നേറ്റീവ് ആർക്കിയോളജിസ്റ്റായ ഗാബർ ഗ്യോറി ഇതിനെ മറ്റൊരു രീതിയിലാണ് കാണുന്നത്. ഗ്യോറി അഭിപ്രായപ്പെടുന്നു:

> ഓരോ ജനസമൂഹത്തിന്റെയും ഭൗതിക ജീവിത സാഹചര്യം, അതായത് പരിസ്ഥിതി, വ്യത്യസ്തമായ തരത്തിലാണ് മനുഷ്യന്റെ അതിജീവനത്തിന് അവസരം നൽകുന്നത്. അതുകൊണ്ടാണ് ഓരോ ഭാഷാസമൂഹവും തങ്ങളുടെ ഭാഷയിലൂടെ വ്യത്യസ്തമായ യാഥാർത്ഥ്യത്തെ നിർമ്മിക്കുന്നത് (Gyori: 1997:50).

ഭാഷയുടെ ആപേക്ഷികതയല്ല അനുഭവത്തെയും മനസ്സിനെയും നിയന്ത്രിക്കുന്നത്. വ്യത്യസ്തമായ സാഹചരങ്ങൾ അനുസരിച്ച് ഭൗതിക ചുറ്റുപാടിലുണ്ടാകുന്ന ആപേക്ഷികമായ വ്യത്യാസം ഭാഷയെ ആപേക്ഷികമാക്കുകയാണ് ചെയ്യുന്നത് എന്നാണ് ഗ്യോറിയുടെ നിരീക്ഷണം. മഞ്ഞിൽ മാത്രം ജീവിക്കുന്ന എസ്കിമോകൾക്ക് വ്യത്യസ്ത തരം മഞ്ഞിനെ തിരിച്ചറിഞ്ഞ് സാഹചര്യാനുസരണമായി ജീവിച്ചെങ്കിലേ മഞ്ഞിൽ ജൈവപരമായി അതിജീവിക്കാൻ കഴിയുകയുള്ളു. അതുകൊണ്ടാണ് മഞ്ഞിനെപ്പറ്റി എസ്കിമോകൾക്ക് കൂടുതൽ വാക്കുകൾ ഉണ്ടായത്. അതായത് ഭാഷ യാഥാർത്ഥ്യത്തെ ബോധത്തിൽ നിർമ്മിക്കുകയല്ല ഭൗതിക സാഹചര്യങ്ങളിൽ ജൈവികമായി അതിജീവിക്കുന്നതിന് ഒരു ഭാഷാസമൂഹത്തിന്റെ പ്രാതിഭാസികബോധം (Phenomenological consciousness) ഭാഷയെ മാറ്റിത്തീർക്കുകയാണ്. ഭൗതിക യാഥാർത്ഥ്യവും ബോധവും തമ്മിലുള്ള സമ്പർക്കത്തിലെ വ്യത്യാസത്തിലൂടെയാണ് ഭാഷ വ്യത്യസ്തമാകുന്നത്. ഭൗതികബന്ധങ്ങളിൽ മാറ്റം ഉണ്ടായാലും ഭാഷ പെട്ടെന്ന് മാറുകയില്ല. ദീർഘകാലം കൊണ്ടേ ഭൗതികബന്ധത്തിലുണ്ടാകുന്ന മാറ്റം ഭാഷയിൽ ദൃശ്യമാവുകയുള്ളു. അതുകൊണ്ടാണ് സ്റ്റാലിൻ ഭാഷയെ ഉപരിഘടനയുടെ ഭാഗമായി പരിഗണിക്കേണ്ടതില്ലെന്ന് അഭിപ്രായപ്പെടുന്നത്. റഷ്യയിലുണ്ടായ മാറ്റത്തിനനുസരിച്ച് റഷ്യൻ ഭാഷയിലുണ്ടാകാതിരുന്ന മാറ്റത്തെപ്പറ്റി സ്റ്റാലിൻ ഇങ്ങനെ സൂചിപ്പിക്കുന്നു:

> എല്ലാ അടിപ്പുരയ്ക്കും അതിന്റേതായ ഉപരിഘടനയുണ്ട്. ഫ്യൂഡൽ വ്യവസ്ഥയ്ക്ക് അതിന്റേതായ നിയമങ്ങളും രാഷ്ട്രീയവും സ്ഥാപനങ്ങളും ഉൾപ്പെടുന്ന ഉപരിഘടന ഉണ്ടായിരുന്നു. മുതലാളിത്ത ഉൽപ്പാദന വ്യവസ്ഥയ്ക്കും അതിന്റേതായ ഉപരിഘടനയുണ്ട്. അടിപ്പുര മാറിയാൽ ഉപരിഘടനയും മാറും. അടിപ്പുര ഇല്ലാതായാൽ ഉപരിഘടനയും ഇല്ലാതാകും. പുതിയ അടിപ്പുരയുണ്ടായാൽ പുതിയ ഉപരിഘടനയും ഉണ്ടാകും. എന്നാൽ ഭാഷ ഉപരിഘടന

> യിൽനിന്ന് വ്യത്യസ്തമാണ്. ഉദാഹരണമായി റഷ്യൻ ഭാഷയുടെ കാര്യമെടുക്കുക. കഴിഞ്ഞ മുപ്പതു വർഷങ്ങളായി റഷ്യയിൽ മുതലാളിത്ത അടിപ്പുര നിർമ്മാർജ്ജനം ചെയ്യപ്പെടുകയും ഒരു സോഷ്യലിസ്റ്റ് വ്യവസ്ഥ രൂപംകൊള്ളുകയും ചെയ്തു. തൽഫലമായി മുതലാളിത്ത ഉപരിഘടന മാറുകയും ഒരു സോഷ്യലിസ്റ്റ് ഉപരിഘടന രൂപപ്പെടുകയും ചെയ്തു. പഴയ രാഷ്ട്രീയ നിയമവ്യവസ്ഥയ്ക്ക് പകരം പുതിയ സോഷ്യലിസ്റ്റ് രാഷ്ട്രീയവും നിയമവ്യവസ്ഥയും സ്ഥാപനങ്ങളും ഉണ്ടാവുകയും ചെയ്തു. എന്നാൽ റഷ്യൻ ഭാഷ ഒക്ടോബർ വിപ്ലവത്തിന് മുമ്പ് എങ്ങനെയായിരുന്നോ അങ്ങനെതന്നെയാണ് ഇപ്പോഴും തുടരുന്നത്. ... റഷ്യൻ ഭാഷയിൽ വ്യാകരണ ഘടനയും പദങ്ങളും അത്ര വലിയ മാറ്റങ്ങൾക്കൊന്നും വിധേയമാകാതെ റഷ്യൻ ഭാഷയുടെ അടിസ്ഥാന ഘടകങ്ങളായി അങ്ങനെ തുടരുകയാണ് ചെയ്യുന്നത് (Stalin: 1973: 407-8).

മാനസിക യാഥാർത്ഥ്യവും ഭാഷയും തമ്മിലുള്ള, അഥവാ ഭാഷയും യാഥാർത്ഥ്യവും തമ്മിലുള്ള, സപയറിന്റെയും വൂർഫിന്റെയും നിരീക്ഷണത്തെ തിരിച്ചാണ് നാം വായിക്കേണ്ടത്. അതായത് ഭാഷ യാഥാർത്ഥ്യത്തെ നിർമ്മിക്കുകയല്ല, ഭൗതിക യാഥാർത്ഥ്യം ഭാഷയെ നിർമ്മിക്കുകയാണ്. സപയർ-വൂർഫ് ചിന്താഗതിയുടെതന്നെ മറ്റൊരു പതിപ്പാണ് ഭാഷയുമായി ബന്ധപ്പെട്ട ഴാക്ക് ലക്കാന്റെ (Lacan 1966) മനോവിശ്ലേഷണ നിരീക്ഷണങ്ങൾ. ലക്കാന്റെ അഭിപ്രായത്തിൽ അബോധമനസ്സിന്റെ ഘടന ഭാഷാഘടന പോലെയാണ്. അതായത് മനുഷ്യന്റെ ആഗ്രഹങ്ങളും ഭാവനയും പ്രവർത്തിക്കുന്നത് ഭാഷയിലൂടെയാണ്. ഇത് വ്യക്തിമനസ്സിന്റെ ബോധഘടനയിൽ വ്യക്തമാവില്ല. പകരം വ്യക്ത്യാതീതമായ ഭാഷാ ബോധത്തിലാണിത് പ്രവർത്തിക്കുന്നത്. ലക്കാന്റെ ഭാഷാനിരീക്ഷണത്തിന്റെ പോരായ്മയെപ്പറ്റി റോസാലിൻഡ് ഇങ്ങനെ സൂചിപ്പിക്കുന്നു.

ലക്കാൻ ഡാലിയോടൊപ്പം

> ലക്കാന്റെ വിപുലീകരിച്ച മനോവിശ്ലേഷണത്തിലും ഇത്തരം ചില പ്രശ്നങ്ങളുണ്ട്. വ്യവഹാരത്തിൽ ഒരാളുടെ കർത്തൃത്വത്തെ നിർമ്മിക്കുന്ന അർത്ഥഘടനയെപ്പറ്റി മാത്രം പറയുന്നതല്ലാതെ ഇത്തരത്തിലുള്ള ഒരു കർത്തൃത്വ നിർമ്മാണത്തിന്റെ കാരണങ്ങൾ ലക്കാൻ വിശദീകരിക്കുന്നില്ല (Rosalind Coward and John Ellis: 1977: 154-55).

സാമൂഹ്യവ്യവസ്ഥയിൽ ഒരു പ്രത്യേക ഇടത്തിൽ ഒരാളെ പ്രതിഷ്ഠിക്കുന്നതിന്റെ കാരണം ഭാഷയാണെന്നാണ് ലക്കാൻ നിരീക്ഷിക്കുന്നത്. എന്നാൽ അത്തരം ഒരു കർത്തൃത്വം അയാൾ സ്വീകരിക്കേണ്ടിവരുന്നതിന്റെ കാരണങ്ങൾ ലക്കാൻ ചർച്ച ചെയ്യുന്നില്ല. തന്റെ മാനസികമായ കർത്തൃത്വം ഒരാൾക്ക് ഗുണപരമല്ലെങ്കിലും അത്തരം ഒരു ഭാവത്തിൽ നിങ്ങളുടെ കർത്തൃത്വത്തെ നിർമ്മിച്ചതിന്റെ കാരണം കണ്ടെത്താത്തിടത്തോളം അയാൾക്ക് അതിൽ നിന്നും മോചനമില്ല.

സിഗ്മണ്ട് ഫ്രോയിഡ്

ഇത്തരം നിരീക്ഷണങ്ങളിലെല്ലാം കാണുന്ന പ്രധാന പോരായ്മ അവ ഭാഷയ്ക്ക് വ്യക്തിയുടെ ഇച്ഛയ്ക്ക് പ്രാപിക്കാൻ കഴിയാത്ത ഒരു അതിഭൗതികസ്ഥാനം നൽകുന്നു എന്നാണ്. അതായത് ഭാഷയുടെ അസ്തിത്വമായ ഭൗതികതയെ ഈ ചിന്താഗതികളൊന്നും തന്നെ പരിഗണിക്കുന്നില്ല. എന്നാൽ അത്തരത്തിലുള്ള വിമോചനാത്മകമായ അന്വേഷണങ്ങൾക്കും അതിന്റെ പ്രായോഗിക സാധ്യതകൾക്കും തുടക്കം കുറിച്ചത് സിഗ്മണ്ട് ഫ്രോയിഡാണ് (Freud 1962). മനോവിശ്ലേഷകനായ ഫ്രോയിഡിനെ സംബന്ധിച്ചിടത്തോളം ഭാഷ എന്നത് തന്റെ മുന്നിലിരിക്കുന്ന രോഗിക്ക് രോഗത്തിൽനിന്നും മോചനം നേടാനുള്ള ഉപാധിയാണ്. ഭൗതികവും അനുഭവപരവുമായ രോഗകാരണങ്ങളെ തിരിച്ചറിയാനും ഭൗതികമായ കാരണങ്ങൾ നിർമ്മിക്കുന്ന രോഗലക്ഷണങ്ങളിൽനിന്നും രോഗിക്ക് വിടുതൽ നേടുന്നതിനുമുള്ള ഒരു ഉപാധിയാണ് ഭാഷ. അതായത് ഫ്രോയിഡിയൻ മനഃശാസ്ത്രത്തിൽ ഭാഷ വ്യക്തിയുടെ വിമോചനത്തിനുള്ള ഉപാധിയാണ്. ഫ്രോയിഡാണ് മാനസിക തലത്തിൽ ഭാഷയുടെ വിമോചനാത്മകത ആദ്യം തിരിച്ചറിഞ്ഞതും തന്റെ രോഗികളിൽ പ്രയോഗിച്ചതും. ഇവിടെ ഭാഷ ഒരു പ്രയോഗമാവുകയാണ്. രോഗിയുടെ ബോധമനസ്സിൽ രോഗിക്ക് അറിയാൻ കഴിയാത്ത രോഗകാരണങ്ങൾ

സ്വപ്നത്തെയും രോഗിയുമായുള്ള സംഭാഷണങ്ങളെയും വ്യാഖ്യാനിക്കുന്നതിലൂടെ കണ്ടെത്താൻ കഴിയും എന്നതാണ് ഫ്രോയിഡിന്റെ നിരീക്ഷണം. രോഗിയുമായുള്ള തന്റെ ദീർഘനേരത്തെ സംസാരം എങ്ങനെ രോഗം തിരിച്ചറിയുന്നതിന് ഉപയോഗിച്ചുവോ അങ്ങനെ തന്നെ ഭാഷയുടെ വിനിമയപ്രയോഗം സമൂഹത്തിൽ നിലനിൽക്കുന്ന പ്രശ്നങ്ങൾ തിരിച്ചറിയുന്നതിനും അതിൽനിന്നുള്ള വിമോചനത്തിനും ഉപകരിക്കും എന്നാണ് ഹെബർമാസിന്റെ നിരീക്ഷണം (Habermas 1971). അതായത് വ്യക്തിയുടെ മാനസികവിശ്ലേഷണത്തിൽ ഭാഷ ഉപയോഗിക്കുന്നതുപോലെ തന്നെ സമൂഹത്തിലെ പ്രത്യയശാസ്ത്ര വിമർശനത്തിനും ഉപയോഗിക്കാം എന്നാണ് ഹെബർമാസിന്റെ അഭിപ്രായം. ചുരുക്കത്തിൽ മനസ്സും ഭാഷയും തമ്മിലുള്ള ബന്ധത്തെപ്പറ്റിയുള്ള ചർച്ചകൾ ഭാഷയെ സമൂഹത്തിന്റെ മുകളിലുള്ള ഒരു അധീശത്വ ഘടന എന്നതിൽനിന്നും സമൂഹത്തിനുള്ളിലെ ഒരു പ്രയോഗം എന്ന തിരിച്ചറിവിലേക്ക് മാറ്റുന്നതായി കാണാം. ഇത് മനസ്സും ഭാഷയും തമ്മിലുള്ള അന്വേഷണങ്ങളിലെ ഗുണപരമായ ഒരു മാറ്റമാണ്.

മാനവികമായ എല്ലാ ശീലങ്ങളുടെയും ജൈവിക അടിത്തറ കണ്ടെത്താനുള്ള ശ്രമമെന്ന നിലയിലാണ് ഭാഷയുടെയും മനസ്സിന്റെയും ജൈവിക അടിത്തറ അന്വേഷിച്ചുള്ള പഠനങ്ങൾ പുരോഗമിച്ചത്. പ്രകൃതി പ്രതിഭാസങ്ങളെല്ലാം വിശകലനം ചെയ്യുന്നതുപോലെ മനുഷ്യന്റെ മാനസികവും സാമൂഹികവുമായ കഴിവുകളെയും പ്രവൃത്തികളെയും വ്യാഖ്യാനിക്കാം എന്ന പോസിറ്റിവിസ്റ്റിക് വാദമാണിത്. കഴിഞ്ഞ അധ്യായത്തിൽ ചർച്ച ചെയ്ത ചോംസ്കിയൻ ഭാഷാശാസ്ത്ര ചിന്ത ഇതിന്റെ പ്രധാന ഉദാഹരണമാണ് (Chomsky 1968, 2000). ഭാഷാശാസ്ത്രത്തിൽ മാനസിക ഭാഷാശാസ്ത്രത്തിലും മനഃശാസ്ത്രത്തിൽ ന്യൂറോളജിക്കൽ മനഃശാസ്ത്രത്തിലുമാണ് ഈ അന്വേഷണങ്ങൾ നടക്കുന്നത്. മനസ്സ് എന്ന സങ്കൽപ്പനത്തിന്റെ ഭാവി എന്താണെന്ന ചോദ്യത്തിന് മനസ്സിന്റെ ജൈവ അടിത്തറയിന്മേലുള്ള അന്വേഷണം പുരോഗമിക്കുന്നതനുസരിച്ച് മനസ്സ് എന്ന സങ്കൽപ്പനത്തിന്റെ ഭാവി കുറഞ്ഞു വരും എന്നാണ് ചോംസ്കി അഭിപ്രായപ്പെട്ടത്. മനസ്സിന്റെയും ഭാഷയുടെയും ജൈവ അടിത്തറയെപ്പറ്റിയുള്ള അന്വേഷണം ഇവയുടെ രണ്ടിന്റെയും സാമൂഹ്യ നിർണ്ണയത്തെ നിഷേധിക്കുന്നിടത്ത് യാന്ത്രിക ഭൗതികവാദത്തിലേക്ക് വഴുതി വീഴുന്നത് കാണാം. ആശയവാദമെന്നപോലെ യാന്ത്രികഭൗതികവാദവും ഭാഷയിലൂടെയുള്ള മനുഷ്യവിമോചനത്തെ സഹായിക്കുന്നതല്ല. ഭാഷയുടെ ചരിത്രാത്മകതയെയും സാമൂഹികതയെയും നിഷേധിക്കേണ്ടത് യാന്ത്രികഭൗതികവാദത്തിന്റെ രീതിശാസ്ത്രപരമായ അനിവാര്യതയാണ്. യാന്ത്രിക ഭൗതികവാദം ഒരു ഘട്ടം കഴിഞ്ഞാൽ മനുഷ്യന്റെ എല്ലാ സ്വഭാവങ്ങളുടെയും പ്രവൃത്തികളുടെയും ജൈവ അടിത്തറ കണ്ടെത്താനുള്ള ജൈവശാസ്ത്ര ചുരുക്കലിലേക്കാണ് (biological reductionism) പ്രതിലോമകരമായി വളരുന്നത്. മനുഷ്യന്റെ ഓരോ സ്വഭാവത്തിനും പ്രവൃത്തിക്കും പ്രത്യേകമായ ജൈവ അടിത്തറ കണ്ടെ

ത്താനുള്ള ഈ ശ്രമം ഓരോ സ്വഭാവവിശേഷത്തിനും പ്രവൃത്തിക്കും പ്രത്യേകമായ ജൈവ അടിത്തറയും ജനിതക സങ്കേതനവും കണ്ടെത്താൻ ശ്രമിക്കുന്ന ആറ്റോമിസത്തിലേക്ക് പ്രവേശിക്കുന്നു (biological atomism). ജനിതകഘടകങ്ങളുടെ പ്രകടനമാണ് ഭാഷയെന്ന ജൈവശാസ്ത്ര ചുരുക്കലിനേക്കാൾ പുരോഗമനാത്മകമാണ് സാഹചര്യങ്ങളുടെ സൃഷ്ടി മാത്രമാണ് ഭാഷയെന്ന ബിഹേവിയറിസ്റ്റ് സമീപനം.

മനസ്സും ഭാഷയും തമ്മിലുള്ള സാമൂഹ്യ നിർണ്ണയത്തെപ്പറ്റിയുള്ള അന്വേഷണങ്ങൾ മേൽസൂചിപ്പിച്ച അന്വേഷണങ്ങളേക്കാൾ പുരോഗമനപരവും വിമോചനാത്മകവുമാണ്. ഈ അന്വേഷണങ്ങൾ ഒരേ സമയം മേൽസൂചിപ്പിച്ച അന്വേഷണങ്ങളെ വിമർശനാത്മകമായി സമീപിക്കുകയും അവയുടെ വിമോചനപരമായ ഘടകങ്ങളെ ഉപയോഗിക്കുകയും ചെയ്യുന്നു. പ്രകൃതിശാസ്ത്രങ്ങൾ പ്രകൃതിപ്രതിഭാസങ്ങളെ പഠിക്കുന്നത് അവയുടെ കാരണങ്ങളുടെ അടിസ്ഥാനത്തിലാണ്. എന്നാൽ മനുഷ്യസ്വഭാവങ്ങളെയും പ്രവൃത്തികളെയും പഠിക്കേണ്ടത് അവയുടെ അർത്ഥങ്ങളുടെ അടിസ്ഥാനത്തിലാകണം. അതുകൊണ്ടാണ്, മാനസിക രോഗിയുടെ പ്രശ്നങ്ങളെ പഠിക്കുന്നതിന് ഏറ്റവും ഫലപ്രദമായ മാർഗ്ഗം രോഗിയുടെ സ്വപ്നങ്ങളുടെയും സംസാരത്തിന്റെയും അർത്ഥത്തെ വ്യാഖ്യാനിക്കുകയാണെന്ന ഫ്രോയിഡിയൻ നിരീക്ഷണം. രോഗിയുടെ സ്വപ്നമായാലും സംസാരമായാലും അതിന്റെ അർത്ഥം സുവ്യക്തമായിരിക്കില്ല. കാരണം രോഗി എപ്പോഴും തന്റെ രോഗത്തിന്റെ യഥാർത്ഥ കാരണം മനോവിശ്ലേഷകനിൽനിന്നും മറച്ചുവയ്ക്കാൻ ശ്രമിക്കുന്നു. എന്നാൽ ഭാഷയിലെ കൃത്രിമത്വം അതിനയാളെ സഹായിക്കുന്നു. ഇവിടെ വിശ്ലേഷകന്റെ ജോലി അവയെ വ്യാഖ്യാനിച്ച് യഥാർത്ഥ കാരണത്തിലേക്കെത്തിച്ച് അയാളെ അതിൽനിന്നും മോചിപ്പിക്കുക എന്നതാണ്.

രോഗിയിലെന്നപോലെ സമൂഹത്തിലും ഇത്തരം ആരോഗ്യപരമല്ലാത്ത പ്രശ്നങ്ങൾ നിലനിൽക്കുമ്പോഴാണ് ഭാഷ സമൂഹത്തിന്റെ വിമോചനത്തിനുള്ള ഉപാധി ആകുന്നത്. ഫ്രോയിഡ് വ്യക്തിമനസ്സിൽ സങ്കൽപ്പിച്ച അബോധത്തിന് പകരം സമൂഹത്തിന്റെ അബോധത്തെ സങ്കൽപ്പിക്കണമെന്നും അങ്ങനെ ആരോഗ്യകരമല്ലാത്ത സമൂഹത്തെയാകെയാണ് നാം മനോവിശ്ലേഷണത്തിന് വിധേയമാക്കേണ്ടതെന്നും വോൾഷനോവിന്റെ ഫ്രോയിഡിനെപ്പറ്റിയുള്ള പരാമർശങ്ങളെ ഉദ്ധരിച്ചുകൊണ്ട് ജീൻജാക്യുസ് നിരീക്ഷിക്കുന്നു:

> അതിനാൽ ബാഹ്യവും സാമൂഹികവും എല്ലാവരും പങ്കുവയ്ക്കുന്നതുമായ ഒരു സാമൂഹ്യ അബോധത്തെയാണ് നമുക്ക് സങ്കൽപ്പിക്കേണ്ടിയിരിക്കുന്നത്. (Jean-Jacques Lecercle : 2006 116).

ഒരു സമൂഹത്തിലെ ചൂഷിത വിഭാഗത്തിന് തങ്ങൾ അനുഭവിക്കുന്ന

പീഡനം സ്വാഭാവികസാഹചര്യത്തിൽ വിനിമയം ചെയ്യാനോ തിരിച്ചറിയാനോ കഴിയില്ല. കാരണം അധീശത്വ വിഭാഗത്തിന്റെ ഐഡിയോളജിയാണ് അവരുടെ പ്രതിനിധീകരണത്തെ തടസ്സപ്പെടുത്തുന്നത്. വ്യക്തിമനസ്സിലെ ഈഗോപോലെയാണിവിടെ ഐഡിയോളജി പ്രവർത്തിക്കുന്നത്. അതിനാൽ ഭാഷയുടെ പ്രാഥമികമായ ധർമ്മം പ്രത്യയശാസ്ത്ര വിമർശനമാവുകയാണ്. അതായത് രോഗിയും മനോവിശ്ലേഷകനും തമ്മിലുള്ള സംസാരത്തിന്റെ സാമൂഹികമായ രൂപത്തെ ഉപയോഗിക്കുക. ഇതിനെ വിനിമയാത്മകമായ സാമൂഹിക പ്രവർത്തനം (communicative action) എന്നാണ് ഹെബർമാസ് (Habermas 1984) വിശദീകരിക്കുന്നത്. രോഗിയുടെ പ്രശ്നങ്ങളുടെ കാരണത്തെ എങ്ങനെ തന്റെ ബോധമനസ്സ് മറച്ചു വയ്ക്കുന്നുവോ അങ്ങനെ തന്നെ സമൂഹത്തിലെ അധീശത്വ വർഗ്ഗവും അധികാര ബന്ധങ്ങളും ഒരു വിഭാഗത്തിന്റെ പ്രശ്നങ്ങളുടെ കാരണങ്ങളെ ഐഡിയോളജിയാൽ മറച്ചുവയ്ക്കുന്നു. മനോവിശ്ലേഷകനുമായുള്ള സംഭാഷണം തന്റെ രോഗകാരണങ്ങളെ വ്യക്തമാക്കി അതിൽനിന്നും മോചനം നേടാൻ രോഗിയെ സഹായിക്കുന്നു. അതുപോലെ തന്നെ നിലനിൽക്കുന്ന അധീശത്വ വ്യവഹാരത്തെ അതിലംഘിക്കുകയും സമൂഹത്തിൽ നിലനിൽക്കുന്ന അസമത്വത്തിന്റെ കാരണങ്ങളെ കണ്ടെത്തി വിമോചനത്തിന് സഹായിക്കുകയുമാണ് വിനിമയ സാമൂഹികപ്രവർത്തനത്തിന്റെ ധർമ്മം. ഇവിടെ ഭാഷ യാഥാർത്ഥ്യത്തെ നിർമ്മിക്കുകയല്ല. അധീശത്വ വ്യവഹാരം മൂലം മറയ്ക്കപ്പെട്ട യാഥാർത്ഥ്യത്തെ വെളിച്ചത്ത് കൊണ്ടുവരികയാണ്. സമൂഹത്തിലെ വിവിധ വിഭാഗങ്ങൾ തമ്മിൽ നടക്കുന്ന ആരോഗ്യകരമായ സംവാദത്തിലൂടെയാണ് ഭാഷ അധീശത്വ വ്യവഹാരത്തിന്റെ വിമർശനവും അതിൽനിന്നുള്ള വിമോചനമാർഗ്ഗവും ആകുന്നത് (Habermas 1971). ഇവിടെ ഓരോ സാമൂഹിക വിഭാഗത്തിനും തങ്ങൾ അനുഭവിക്കുന്ന ഭൗതിക യാഥാർത്ഥ്യത്തെ ഭാഷയിൽ പ്രതിനിധീകരിക്കാനുള്ള കഴിവുണ്ടാകണം. അതായത് വിനിമയശേഷി ഉണ്ടാകണം. ഭാഷയും സമൂഹവും എന്ന അടുത്ത അദ്ധ്യായത്തിൽ ഇത് കൂടുതൽ വിശദീകരിക്കാം.

5

ഭാഷയും സമൂഹവും

ഭാഷയും സമൂഹവും തമ്മിലുള്ള ബന്ധം വെള്ളവും തണുപ്പും തമ്മിലുള്ള ബന്ധംപോലെയാണ്. വെള്ളം ഒരു വസ്തുനിഷ്ഠ യാഥാർത്ഥ്യവും തണുപ്പ് വെള്ളത്തിന്റെ ഒരു ഗുണവുമാണ്. വെള്ളത്തിൽനിന്നും ഭിന്നമായി തണുപ്പിന് അസ്തിത്വമില്ല. അതുകൊണ്ടുതന്നെ വെള്ളത്തെ ഒഴിവാക്കി നിർത്തി തണുപ്പിനെ എന്നപോലെ സമൂഹത്തെ ഒഴിവാക്കി നിർത്തി ഭാഷയെ പഠിക്കുവാനും സാധ്യമല്ല. എന്നിരുന്നാലും അത്തരത്തിലുള്ള പഠനങ്ങൾക്കാണ് ആധുനിക ഭാഷാശാസ്ത്രത്തിൽ മുൻഗണന. ഭാഷയെയും സമൂഹത്തെയും ബന്ധപ്പെടുത്തി ആധുനിക ഭാഷാശാസ്ത്രത്തിൽ രണ്ട് പഠനശാഖകളുണ്ട്. സാമൂഹിക ഭാഷാശാസ്ത്രം (sociolinguistics), ഭാഷയുടെ സാമൂഹിക ശാസ്ത്രം (sociology of language) എന്നിവയാണവ. ഇതിൽ സാമൂഹിക ഭാഷാശാസ്ത്രമാണിവിടെ ചർച്ച ചെയ്യുന്നത്. മനുഷ്യവിമോചനം ലക്ഷ്യമാക്കിയുള്ള സാമൂഹ്യ ഭാഷാശാസ്ത്രപഠനങ്ങളിൽ ഭൂരിഭാഗവും മുഖ്യധാരാ ഭാഷാശാസ്ത്രത്തിന്റെ വിമർശനം കൂടിയാണ്. കാരണം മുഖ്യധാരാ ഭാഷാശാസ്ത്രം ഭാഷയെ ഒരു സ്വതന്ത്ര വ്യവസ്ഥയായാണ് പരിഗണിക്കുന്നത്. സാമൂഹികഭാഷാശാസ്ത്രത്തിൽ മൂന്ന് തരത്തിലാണ് ഭാഷയും സമൂഹവും തമ്മിലുള്ള ബന്ധത്തെ പഠിക്കുന്നത്.

ഒന്ന്: സമൂഹത്തിലെ വ്യത്യാസങ്ങൾ, പ്രത്യേകിച്ചും വർഗ്ഗം, ജാതി, ലിംഗം എന്നിവയുടെ അടിസ്ഥാനത്തിലുള്ള വ്യത്യാസങ്ങൾ, എങ്ങനെയാണ് ഭാഷയിൽ പ്രതിഫലിക്കുന്നത് എന്നുള്ള അന്വേഷണങ്ങൾ.

രണ്ട്: സമൂഹത്തിലെ മേൽസൂചിപ്പിച്ചിട്ടുള്ള വ്യത്യാസങ്ങളെ എങ്ങനെയാണ് ഭാഷ പുനർനിർമ്മിക്കുന്നത്.

മൂന്ന്: ഭാഷയുടെ കാലത്തിലൂടെയുള്ള അനുസ്യൂതമായ മാറ്റത്തിൽ മേൽപറഞ്ഞ രണ്ട് പ്രക്രിയകളും എങ്ങനെ പ്രവർത്തിക്കുന്നു.

ഈ മൂന്ന് തരത്തിലുള്ള അന്വേഷണങ്ങളെയും പ്രാഥമികമായി വിശദീകരിച്ചശേഷം ഭാഷയും സമൂഹവും തമ്മിലുള്ള ബന്ധങ്ങളിൽ മനുഷ്യവിമോചനത്തിന് ഉതകുന്ന ഇടമേതെന്ന് നമുക്ക് പരിശോധിക്കാം. ഈ ചർച്ചയിലേക്ക് കടക്കുന്നതിന് മുമ്പ് സമൂഹത്തെ സംബന്ധിച്ച വസ്തുനിഷ്ഠമായ നാല് കാര്യങ്ങൾ കൂടി പ്രസ്താവിക്കേണ്ടതുണ്ട്.

ഒന്ന്: സമൂഹത്തിൽ വർഗ്ഗം, ജാതി, ലിംഗപദവി എന്നിവയുടെ അടിസ്ഥാനത്തിൽ അസമത്വങ്ങളുണ്ട്.

രണ്ട്: ഈ അസമത്വങ്ങൾ ഭാഷയിൽ ഒളിഞ്ഞോ തെളിഞ്ഞോ പ്രതിഫലിക്കാതെ തരമില്ല.

മൂന്ന്: ഈ അസമത്വങ്ങളെ ഭാഷാസമൂഹത്തിന്റെ ബോധത്തിൽ നിലനിർത്തുന്നതിനും അവയുടെ ഭൗതികകാരണങ്ങളെ മറച്ചുവയ്ക്കുന്നതിനും ഭാഷയ്ക്ക് പങ്കുണ്ട്.

നാല്: വർഗ്ഗപരവും ജാതിപരവും ലിഗംപരവുമായ അസമത്വങ്ങളിൽ നിന്നുള്ള ഒരു ഭാഷാസമൂഹത്തിന്റെ വിമോചനത്തിൽ ഭാഷയ്ക്കും ഒരു പ്രധാന പങ്ക് വഹിക്കാനുണ്ട്.

സമൂഹത്തിൽ നിരവധി വ്യത്യാസങ്ങളുണ്ട്. വർഗ്ഗം, ജാതി, ലിംഗം എന്നിങ്ങനെ നിരവധി വ്യത്യാസങ്ങൾ. ഈ വ്യത്യാസങ്ങളെ ശാസ്ത്രീയമായി സാമൂഹ്യഭേദം (social variable) എന്നാണ് പറയുക. ഭാഷയും നിരവധി ഭേദങ്ങൾ ചേർന്നതാണ്. അതായത് ഒരേ മലയാളഭാഷയല്ല എല്ലാ മലയാളികളും സംസാരിക്കുന്നത്. ഭാഷകന്റെ വർഗ്ഗം, ജാതി, ലിംഗപദവി, പ്രദേശം എന്നിവയുടെ അടിസ്ഥാനത്തിൽ ഭാഷ ആഭ്യന്തരമായി വ്യത്യസ്തതകൾ നിറഞ്ഞതാണ്. ഭാഷയിലെ ഈ വ്യത്യസ്തതകളെ ഭാഷാഭേദം (linguistic variables) എന്നാണ് വിളിക്കുന്നത്. ഇനി നാം മുമ്പ് സൂചിപ്പിച്ചതനുസരിച്ചുള്ള സമൂഹത്തിലെ ഭേദങ്ങൾ ഭാഷയിൽ പ്രതിഫലിക്കുന്നുണ്ടെങ്കിൽ അതിനെ സാമൂഹിക ഭാഷാഭേദം എന്നു പറയാം (sociolinguistic variable). അതായത് ഭാഷയുടെ എല്ലാ തലത്തിലും ഈ ഭാഷാസാമൂഹിക ഭേദങ്ങളെ നമുക്ക് കാണാവുന്നതാണ്. അതായത് നാം സംസാരിക്കുന്ന മലയാളം എന്നു പറയുന്നത് നിരവധി മലയാളങ്ങളുടെ ആകത്തുകയാണ്. മാതൃകാപരമായ ഒരു മലയാളം എന്നത് കേവലം ഒരു ശാസ്ത്രീയനിർമ്മിതി മാത്രമാണ്. വ്യക്തിപരമായ ഒരാളുടെ സംസാരത്തെ വ്യക്തിഭാഷാഭേദം (idiolect) എന്നാണ് പറയുക. അതായത് ഓരോ മലയാളിയും സംസാരിക്കുന്നത് ഓരോ മലയാളമാണ്. ഒരു ഭാഷ സംസാരിക്കുന്ന (പരസ്പരം മനസ്സിലാക്കാവുന്ന ഭാഷാഭേദങ്ങൾ സംസാരിക്കുന്ന) ഒരു ജനസമൂഹത്തെ പൊതുവെ ഭാഷാസമൂഹമെന്നാണ് (language community) പറയുക. ഒരു ഭാഷാസമൂഹത്തി

നകത്തുള്ള ഇത്തരം ഭാഷാസാമൂഹ്യ ഭേദങ്ങളെയാണ് പ്രാഥമികമായി സാമൂഹ്യ ഭാഷാശാസ്ത്രം അന്വേഷിക്കുന്നത്. ഭാഷാശാസ്ത്രത്തിൽ ഇത്തരത്തിൽ ശാസ്ത്രീയ അന്വേഷണങ്ങൾ ഏറെയും നടത്തിയത് വില്യം ലബോവ് (Labov 1966) എന്ന അമേരിക്കൻ ഭാഷാശാസ്ത്രജ്ഞ നാണ്. ന്യൂയോർക്ക് നഗരത്തിൽ വിവിധ വർഗ്ഗത്തിൽ പെടുന്നവർ ഇംഗ്ലീഷ് സംസാരിക്കുമ്പോൾ 'r' എന്ന ശബ്ദം ഉപയോഗിക്കുന്നതും ഉപയോഗിക്കാതിരിക്കുന്നതുമാണ് അദ്ദേഹം പഠനവിധേയമാക്കിയത്. ഇംഗ്ലീഷിൽ fourth floor എന്ന് ഉച്ചരിക്കുമ്പോൾ നിങ്ങൾക്ക് അർത്ഥം നഷ്ടപ്പെടാതെ തന്നെ 'r' ശബ്ദം ഉച്ചരിക്കാനും ഉച്ചരിക്കാതിരിക്കാനും കഴിയും. ഉയർന്ന വർഗ്ഗത്തിൽ പെടുന്നവർ സാധാരണ 'r' ശബ്ദം ഉച്ച രിക്കുന്നു. എന്നാൽ താഴ്ന്ന വർഗ്ഗത്തിൽ ഉൾപ്പെടുന്നവർ 'r' ശബ്ദം വളരെ കുറച്ചേ ഉപയോഗിക്കുന്നുള്ളു. മധ്യവർഗ്ഗത്തിൽ ഉൾപ്പെടുന്നവർ സാഹചര്യത്തിനനുസരിച്ച് 'r' ശബ്ദം ഉപയോഗിക്കുകയും ഉപയോഗി ക്കാതിരിക്കുകയും ചെയ്യുന്നു. മധ്യവർഗ്ഗം തങ്ങളുടെ മാന്യത പ്രദർശി പ്പിക്കേണ്ട സന്ദർഭങ്ങളിൽ 'r' ഉച്ചരിക്കുകയും മറ്റു സന്ദർഭങ്ങളിൽ ഉച്ച രിക്കാതിരിക്കുകയും ചെയ്യുന്നു. മധ്യവർഗ്ഗത്തിലെ വർഗ്ഗബോധം മൂല മാണ് അവർ 'r' ശബ്ദം മനഃപൂർവ്വം ഉപയോഗിക്കുന്നതെന്നാണ് ലബോവ് അഭിപ്രായപ്പെടുന്നത്. മധ്യവർഗ്ഗത്തിൽപെട്ടവർക്ക് ഉയർന്ന വർഗ്ഗത്തിലേക്ക് പ്രവേശിക്കുവാനുള്ള ഒരു ഭാഷാപ്രകടനമായാണ് ലബോവ് ഈ ഭാഷാ സാമൂഹികഭേദത്തെ വിശദീകരിച്ചിട്ടുള്ളത്. ഇത്ത രത്തിൽ ലബോവ് ഭാഷാപ്രയോഗത്തിലെ ആൺപെൺ വ്യത്യാ സത്തെപ്പറ്റിയും പഠിച്ചു. സ്ത്രീകൾ പൊതുവെ കൂടുതൽ മാനകീകരിച്ച ഭാഷാഭേദം (hypercorrection) സംസാരിക്കുന്നു എന്നാണ് അദ്ദേഹ ത്തിന്റെ നിരീക്ഷണം. സ്ത്രീകൾക്ക് പൊതുവെ സമൂഹത്തിൽ താഴ്ന്ന സ്ഥാനം ആയതിനാൽ കൂടുതൽ മാനകീകരിച്ച ഭാഷാഭേദം സംസാരി ക്കുന്നതിലൂടെ അവർ സമൂഹത്തിൽ മാന്യത കണ്ടെത്തുന്നു എന്നാണ് ലബോവ് നിരീക്ഷിച്ചത്. മേൽപ്പറഞ്ഞ പഠനങ്ങൾ പോലെ സമൂഹത്തിൽ വിവിധ സാമൂഹ്യഭേദങ്ങളുടെ അടിസ്ഥാനത്തിൽ ഭാഷയിലുണ്ടാകുന്ന ഭാഷാസാമൂഹിക ഭേദങ്ങളെ കണ്ടെത്തുക, അവയുടെ സാമൂഹിക കാര ണങ്ങൾ കണ്ടെത്തുക എന്നിവയാണ് ഇത്തരത്തിലുള്ള പഠനങ്ങളുടെ പ്രത്യേകത. സാമൂഹ്യ അസമത്വം ഭാഷയിൽ പ്രതിഫലിക്കുന്നത് നിരീ ക്ഷിക്കാം എന്നല്ലാതെ ഈ അസമത്വങ്ങളെ നിർമ്മിക്കുന്നതിൽ ഭാഷാ ഭേദങ്ങൾ എങ്ങനെ പ്രവർത്തിക്കുന്നു എന്നൊന്നും ഇത്തരത്തിലുള്ള പഠ നങ്ങൾ വ്യക്തമാക്കുന്നില്ല. ന്യൂയോർക്ക് നഗരത്തിലെ വർഗ്ഗഭേദം ഒരു വസ്തുനിഷ്ഠ സാമൂഹിക യാഥാർത്ഥ്യം ആയിരിക്കെ അത്തരം സാമൂ ഹികഭേദങ്ങൾ ഭാഷയിൽ പ്രതിഫലിക്കും എന്നിരിക്കെ ഇത്തരത്തിലുള്ള അന്വേഷണങ്ങൾക്ക് എന്താണ് പ്രസക്തി? ഇവിടെയാണ് എങ്ങനെയാണ് ഭാഷ സാമൂഹിക അസമത്വത്തെ പുനർനിർമ്മിച്ചു കൊണ്ടിരിക്കുന്ന ഒരു സാമൂഹിക ഉപകരണം ആയി പ്രവർത്തിക്കുന്നതിനെക്കുറിച്ചുള്ള അന്വേ ഷണങ്ങൾ പ്രസക്തമാവുന്നത്.

ഭാഷ, സംസ്കാരവും മൂല്യവ്യവസ്ഥകളും ഉൾക്കൊള്ളുന്ന ഉപരിഘടനയുടെ ഭാഗമല്ല. ഒരു ഉൽപ്പാദന വ്യവസ്ഥയിലെ ഉപകരണവിദ്യ പോലെ തന്നെയാണ് ഭാഷ പ്രവർത്തിക്കുക. അതായത് ഉൽപ്പാദന മണ്ഡലത്തിൽ പ്രവർത്തിക്കാൻ ഒരാളിനെ സാങ്കേതികവിദ്യയിലുള്ള തന്റെ അറിവ് എങ്ങനെ പ്രാപ്തനാക്കുന്നോ അങ്ങനെതന്നെയാണ് ഭാഷാശേഷി സാമൂഹികവ്യവസ്ഥയിൽ പ്രവർത്തിക്കാൻ അവനെ പ്രാപ്തനാക്കുക. ഇവിടെ രണ്ടുതരം ഭാഷാശേഷികളുണ്ട്. ഒന്ന് - ഒരു ഭാഷ സംസാരിക്കാനും കേട്ടു മനസ്സിലാക്കാനുമുള്ള മാതൃകാകഴിവായ കേവലഭാഷാശേഷി (language competence). രണ്ട്, കേവലമായ ഭാഷാശേഷി സാഹചര്യത്തിനനുസരിച്ച് പ്രയോഗിക്കാനുള്ള കഴിവായ ഭാഷാവിനിമയ ശേഷി (communicative competence). വളരെ സ്വാഭാവികമായ സാഹചര്യങ്ങളിൽനിന്നും ഒരു ശിശു ആർജ്ജിക്കുന്നതാണ് മാതൃകാ ഭാഷാശേഷി. എന്നാൽ ഭാഷാ വിനിമയശേഷി എന്നത് പിൽക്കാലത്ത് സാഹചര്യങ്ങൾക്കനുസരിച്ച് അവനിൽ വളരുന്നതാണ്. ഈ വളർച്ച ഒരാൾ ജനിച്ച് വളരുന്ന ഭൗതിക സാഹചര്യങ്ങൾക്കനുസരിച്ച് വ്യത്യാസപ്പെട്ടിരിക്കും. ഓരോ ഭാഷയും വ്യത്യാസപ്പെട്ടിരിക്കുന്നതുപോലെ ഒരു ഭാഷയ്ക്കകത്തുതന്നെ വർഗ്ഗവ്യത്യാസത്തിന്റെ അടിസ്ഥാനത്തിൽ രൂപപ്പെടുന്ന അന്തർഭാഷാ വ്യത്യാസങ്ങളുണ്ട്. ഏതെങ്കിലും ഒരു വർഗ്ഗത്തിന്റെ ചിന്താഗതിയും പ്രപഞ്ചവീക്ഷണവും അധീശത്വം വഹിക്കുന്ന ഒരു സാമൂഹിക വ്യവസ്ഥ ഒരു ഭാഷയ്ക്കകത്തു തന്നെ ഉള്ളവന്റെയും ഇല്ലാത്തവന്റെയും ഭാഷ നിർമ്മിക്കുന്നു. ഉള്ളവന്റെ തലത്തിലുള്ള ഭാഷ ഉൽപ്പാദനവ്യവസ്ഥയിലും വിദ്യാഭ്യാസവ്യവസ്ഥയിലും അധീശത്വം വഹിക്കുന്ന ഒരു സാമൂഹിക സന്ദർഭത്തിൽ ഭാഷയ്ക്കകത്തെ ഈ ഭാഷകൾ സാമൂഹിക അസമത്വത്തെ പുനർനിർമ്മിക്കുന്ന പ്രത്യയശാസ്ത്ര ഉപകരണങ്ങളാവുന്നു. വ്യാകരണ ഘടനയിലും പദസമ്പത്തിലും ഭാഷയ്ക്കകത്തെ ഈ ഭാഷകൾ തമ്മിൽ വ്യത്യാസം കാണും. ഭാഷയ്ക്കകത്തെ വ്യത്യസ്തമായ ഈ ഭാഷകൾ ചൂഷണാധിഷ്ഠിതമായ ഒരു സാമൂഹികഘടനയുടെ ഭാഗമാവുമ്പോൾ ഇവ തമ്മിലുള്ള വ്യത്യാസം വൈവിധ്യപൂർണ്ണം എന്നതിലുപരി അസമത്വപൂർണ്ണമാവുന്നു. വർഗ്ഗാടിസ്ഥാനത്തിലുള്ള ഭാഷയിലെ ഈ അസമത്വത്തെക്കുറിച്ച് ബെർണസ്റ്റീൻ എന്ന സാമൂഹിക ഭാഷാശാസ്ത്രജ്ഞൻ ചർച്ച ചെയ്യുന്നുണ്ട്. ഒരു പരീക്ഷണത്തിലൂടെയാണ് അദ്ദേഹമിത് വ്യക്തമാക്കുന്നത് (Bernestein, 1971 203). പരീക്ഷണം ഇങ്ങനെയാണ്. ഒരു കാർട്ടൂൺചിത്രം കൊടുത്തിട്ട് അതിലെന്താണ് കാണുന്നതെന്ന് പറയാൻ രണ്ടു കുട്ടികളോട് പറഞ്ഞു. ഒന്നാമത്തെ കുട്ടി പറഞ്ഞതിങ്ങനെയാണ്.

> "They're playing football
> and he kicks it and it goes through there
> it breaks the window and they're looking at it

and he comes out
and shouts at them
because they've broken it
so they run away
and then she looks out
and she tells them off."

രണ്ടാമത്തെ കുട്ടി പറഞ്ഞതിങ്ങനെയാണ്.

"Three boys are playing football and one boy kicks the ball
and it goes through the window
and ball breaks the window
and the boys are looking at it
and a man comes out and shouts at them
because they've broken the window
so they run away
and then that lady looks out of her window
and she tells the boys off."

ഒന്നാമത്തെ വിശദീകരണം വളരെ ഇടുങ്ങിയ വിശദീകരണമാണ്. അതായത് ചിത്രത്തിന്റെ സഹായമില്ലാതെ നമുക്ക് ആ വിശദീകരണം പൂർണ്ണമായി മനസ്സിലാകില്ല. ഇത്തരത്തിലുള്ള വിശദീകരണത്തിനുപ യോഗിക്കുന്ന ഭാഷാപ്രയോഗത്തെ ഇടുങ്ങിയ സങ്കേതനം (restricted code) എന്നാണ് ബെർണസ്റ്റീൻ വിളിക്കുന്നത്. എന്നാൽ രണ്ടാമത്തേത് കൂടുതൽ വിവരണാത്മകവും ചിത്രത്തിന്റെ സഹായം ഇല്ലാതെതന്നെ കാര്യങ്ങൾ കൂടുതൽ വ്യക്തമാക്കുന്നതുമാണ്. വിപുലമായ വിശദീകര ണമുള്ള ഇത്തരത്തിലുള്ള ഭാഷാ പ്രയോഗത്തെ വിപുലസങ്കേതനം (elaborated code) എന്നാണ് വിളിക്കുക. അതായത് ഒന്നാമത്തെ ഇടു ങ്ങിയ സങ്കേതനത്തിലുള്ള ഭാഷാപ്രയോഗത്തിന് അത് പ്രതിനിധീകരി ക്കുന്ന ഭൗതികവസ്തുവിന്റെ സഹായമില്ലാതെ വിനിമയം ചെയ്യാൻ കഴി യില്ല. എന്നാൽ വിപുലസങ്കേതനത്തിലുള്ള ഭാഷാപ്രയോഗത്തിന് അത് പ്രതിനിധീകരിക്കുന്ന വസ്തുവിന്റെ സാന്നിധ്യമോ പൊതുവായ അറിവോ ഇല്ലാതെ തന്നെ വിനിമയം നടത്താൻ കഴിയും. അതായത്, എല്ലാവരും പൊതുവായ അറിവ് പങ്കുവയ്ക്കുന്ന സാഹചര്യത്തിൽ മാത്രമേ ഇടു ങ്ങിയ സങ്കേതം പ്രവർത്തിക്കൂ. കുടുംബം, സൗഹൃദവലയം തുടങ്ങിയ സാഹചര്യങ്ങളിൽ. എന്നാൽ വിദ്യാഭ്യാസം, സാങ്കേതികവിദ്യ, പൊതു മണ്ഡലം എന്നീ സാഹചര്യങ്ങളിൽ വിപുല സങ്കേതനം മാത്രമേ പ്രവർത്തിക്കൂ. ബെർണസ്റ്റീൻ ഇംഗ്ലണ്ടിൽ നടത്തിയ പഠനങ്ങളിൽ തൊഴി ലാളിവർഗ്ഗകുടുംബങ്ങളിലെ കുട്ടികൾ വിപുല സങ്കേതനത്തിൽ വളരെ

പിറകിലാണെന്ന് കണ്ടെത്തി. എന്നാൽ ഇതര വർഗ്ഗങ്ങളിലേത് തിരിച്ചും ആയിരുന്നു. തൊഴിലാളിവർഗ്ഗത്തിലെ കുട്ടികൾ വിദ്യാഭ്യാസപരമായി പിന്നോക്കം നിൽക്കുന്നത് അവരുടെ ഭാഷയിൽ വിപുലസങ്കേതനം കുറ വായതുകൊണ്ടാണെന്നാണ് അദ്ദേഹം കണ്ടെത്തിയത്. അതായത്, ഭാഷ ഒറ്റക്കല്ല ഒരു സമൂഹത്തിൽ നിലനിൽക്കുന്ന അസമത്വത്തെ പുനരുൽപ്പാ ദിപ്പിക്കുന്നത്. ഭാഷയും അധീശത്വ ബോധഘടനയും സാമൂഹ്യവൽക്ക രണസ്ഥാപനങ്ങളായ വിദ്യാഭ്യാസവ്യവസ്ഥയും ഒക്കെചേരുന്ന വർഗ്ഗപ രമായ ഒരു കൂട്ടുകെട്ടിലാണ് ഭാഷ സാമൂഹ്യ അസമത്വത്തിന്റെ ഉപക രണം ആവുന്നത്. തൊഴിലാളിവർഗ്ഗത്തിന്റെ ഭൗതിക സാഹചര്യവും അധീശത്വവർഗ്ഗത്തിന്റെ ഭൗതിക സാഹചര്യവും വ്യത്യസ്തമായി നില കൊള്ളുന്നിടത്തോളം സങ്കേതത്തിലെ ഈ വ്യത്യാസവും ഉണ്ടാവും. ഇങ്ങനെ ഒരു ഭാഷാസമൂഹത്തിൽ നിരവധി സങ്കേതങ്ങൾ (code) ഉണ്ടാ കും. ഈ സങ്കേതങ്ങളെ സാമൂഹ്യ ഭാഷാഭേദങ്ങളായി തെറ്റിദ്ധരിക്ക രുത്. ചർച്ചാസൗകര്യത്തിനായി അവയെ ഒരു ഭാഷയിലെതന്നെ ഉപഭാ ഷകളെന്ന് (sub languages) വിളിക്കാം. സമൂഹത്തിൽ നിലനിൽക്കുന്ന വർഗ്ഗവ്യത്യാസങ്ങളും ഉപസംസ്കാരങ്ങളുമാണ് (subcultures) ഇങ്ങനെ നിരവധി ഉപഭാഷകളെ ഒരു ഭാഷയിൽ നിർമ്മിക്കുന്നത്. സാമ്പത്തിക കാരണങ്ങളാൽ വർഗ്ഗപരമായി അധീശത്വം വഹിക്കുന്ന ഒരു വർഗ്ഗ ത്തിന്റെ ഉപഭാഷ വിപുലഭാഷയായി ഉയരുകയാണ് ചെയ്യുന്നത്. വിദ്യാ ഭ്യാസത്തിലും ഉൽപ്പാദനവ്യവസ്ഥയിലും പൊതുമണ്ഡലത്തിലും ഉപ യോഗിക്കുന്ന വിപുലഭാഷയായി ഒരു ഉപഭാഷ മാറുകയും ചെയ്യുന്നു. അതായത് തൊഴിലാളിവർഗ്ഗത്തിലെ കുട്ടികൾ വിദ്യാഭ്യാസത്തിൽ പിന്നോക്കം പോകുന്നതിന് കാരണം അവരുടെ ഭാഷയുടെ പ്രശ്നമല്ല, ഗാർഹിക അന്തരീക്ഷത്തിൽ നിന്നും, ചുറ്റുപാടുകളിൽ നിന്നും തൊഴി ലാളിവർഗ്ഗത്തിലെ കുട്ടികൾ ആർജ്ജിച്ച ഉപഭാഷ വിദ്യാഭ്യാസ മാധ്യമ മായി ഉപയോഗിക്കുന്നില്ല എന്നാണ്. അതായത് ഗാർഹിക അന്തരീക്ഷ ത്തിൽനിന്നും കുട്ടികൾ ആർജ്ജിച്ച ഭാഷാസങ്കേതവും വിദ്യാഭ്യാസത്തിൽ ഉപയോഗിക്കുന്ന ഭാഷാസങ്കേതവും തമ്മിലുള്ള വ്യത്യാസമാണ് തൊഴി ലാളിവർഗ്ഗത്തിലെ കുട്ടികളുടെ വിദ്യാഭ്യാസ പരാജയത്തിന് കാരണമാ കുന്നത്. ഭാഷയിൽ നിലനിൽക്കുന്ന ഈ ഉപഭാഷാവൈവിധ്യം സമൂഹ ത്തിൽ വൈരുധ്യങ്ങൾ നിലനിൽക്കുന്നിടത്തോളം കാലം നിലനിൽക്കും. ഇത്തരം സാഹചര്യത്തിൽ തൊഴിലാളിവർഗ്ഗത്തിൽ ഉൾപ്പെടുന്ന കുട്ടി കളെ ഭാഷാമൂല്യമുള്ള വിദ്യാഭ്യാസ സാമൂഹിക അസമത്വത്തിൽ നിന്നും രക്ഷിക്കാൻ എന്താണൊരു വഴി? ഒന്നുകിൽ വിദ്യാഭ്യാസ വ്യവസ്ഥ യിൽത്തന്നെ സമഗ്രമായ മാറ്റം വരുത്തുക. അല്ലെങ്കിൽ തൊഴിലാളിവർഗ്ഗ ത്തിൽ ഉൾപ്പെടുന്ന കുട്ടികൾക്കും വിപുലസങ്കേതനം ആർജ്ജിക്കുന്ന തിനുള്ള ക്രിയാത്മകമായ മാർഗ്ഗങ്ങൾ നടപ്പാക്കുക (Halliday 2007). ഭാഷ യിലെ വിമോചനാത്മകത അന്വേഷിക്കുന്ന ഭാഷാപ്രവർത്തകർക്ക് (language activist), പ്രത്യേകിച്ചും പുരോഗമനവാദികളായ ഭാഷാശാസ്ത്ര

ജ്ഞർക്ക് (progressive language activist), ഇത്തരം സാഹചര്യങ്ങളിൽ രണ്ടുകാര്യങ്ങൾ ചെയ്യാനുണ്ട്.

ഒന്ന്: ഒരു ഭാഷാസമൂഹത്തിൽ നിലനിൽക്കുന്ന ഇത്തരം നിരവധി സാമൂഹിക ഉപഭാഷകളെ കണ്ടെത്തി വിശദീകരിക്കുക. അവയിൽ ഏത് ഉപഭാഷയാണ് സാമൂഹിക സാമ്പത്തിക കാരണങ്ങളാൽ ആ ഭാഷാസമൂഹത്തിലെ ഉൽപ്പാദനവ്യവസ്ഥയുടെയും അറിവിന്റെയും പൊതുമണ്ഡലത്തിന്റെയും വിപുലഭാഷയായി ഉയർത്തപ്പെട്ടതെന്ന് പരിശോധിക്കുക. ഭാഷയുമായി ബന്ധപ്പെട്ട ഏതുതരം അധികാര-അറിവ് ബന്ധമാണ് (power knowledge nexus) ഇത്തരത്തിൽ ഒരു ഉപഭാഷയെ വിപുലഭാഷയായി ഉയർത്തിയതെന്ന് പരിശോധിക്കുക. ഇത്തരം കാര്യങ്ങളെപ്പറ്റി ഭാഷാസമൂഹങ്ങളെ ബോധവൽക്കരിക്കുക.

രണ്ട്: ഇടുങ്ങിയ ഉപഭാഷ മാത്രം ഉള്ള തൊഴിലാളിവർഗ്ഗത്തിലെ കുട്ടികൾക്ക് വിപുല ഉപഭാഷ ആർജ്ജിക്കുന്നതിന് സഹായകമായ രീതിയിൽ ശാസ്ത്രീയ പരിശീലനം നൽകുന്നതിനാവശ്യമായ രീതിശാസ്ത്രം വികസിപ്പിക്കുക.

ഭാഷ സാമൂഹികഅസമത്വങ്ങളെ എങ്ങനെ ശക്തിപ്പെടുത്തുന്നു എന്നുള്ള അന്വേഷണത്തിൽ ഇത്തരത്തിലുള്ള വിമോചനാത്മകമായ ഇടപെടലുകൾക്ക് സാധ്യതയുണ്ട്. അതിനാൽ നമ്മൾ ആദ്യം ചർച്ച ചെയ്ത സാമൂഹ്യ ഭാഷാശാസ്ത്ര അന്വേഷണങ്ങളെക്കാൾ വിമോചനപരമാണ് ഇത്തരത്തിലുള്ള അന്വേഷണങ്ങൾ.

സമൂഹം ഭാഷയിൽ പ്രതിഫലിക്കുന്നു എന്നും സമൂഹത്തെ ഭാഷ പുനർനിർമ്മിക്കുന്നു എന്നുമാണ് ഇതുവരെ നമ്മൾ ചർച്ച ചെയ്തത്. ഇനി ഭാഷയുടെ കാലത്തിലൂടെയുള്ള മാറ്റത്തിലും ഭാഷയുടെ വിവിധങ്ങളായ ഉപയോഗത്തിലും ഈ രണ്ടു പ്രക്രിയകളും എങ്ങനെ പ്രവർത്തിക്കുന്നു എന്നു ചർച്ച ചെയ്യാം. സമൂഹത്തിന്റെ ഭൗതികബന്ധത്തിലുണ്ടാകുന്ന മാറ്റം അത്രവേഗം ഭാഷയിൽ പ്രതിഫലിക്കില്ല. അതേസമയം ഭൗതികബന്ധത്തെ ഭാഷ മറച്ചുവയ്ക്കുകയും ചെയ്യും. അതായത് ഭാഷ ഒരേ സമയം തികച്ചും യാഥാസ്ഥിതികവും ഉപരിവർഗ്ഗത്തിന്റെ താൽപ്പര്യങ്ങൾക്ക് അനുഗുണമായി പ്രവർത്തിക്കുന്നതുമാണ്. രണ്ട് ഘട്ടങ്ങളിലൂടെയാണ് ഭാഷ ഇങ്ങനെ ഉപരിവർഗ്ഗത്തിന്റെ താൽപ്പര്യങ്ങളിലേക്ക് മാറുന്നത്.

ഒന്ന്: ഒരു ഭാഷയിൽത്തന്നെ നിലവിലുള്ള നിരവധി ഉപഭാഷകളിൽ ഉന്നതവർഗ്ഗത്തിന്റെ ഉപഭാഷ വിപുലഭാഷയായി ഉയർത്തപ്പെടുന്നു.

രണ്ട്: വിദ്യാഭ്യാസവ്യവസ്ഥയിലും പൊതുമണ്ഡലത്തിലും ഈ ഉപഭാഷ വ്യാപിക്കുന്നു.

മൂന്ന്: തത്ഫലമായി, ഇതര ഉപസമൂഹങ്ങൾക്ക് തങ്ങളുടെ യാഥാർത്ഥ്യത്തെയും പ്രശ്നങ്ങളെയും പൊതുമണ്ഡലത്തിൽ പ്രതിനിധീകരിക്കാൻ കഴിയാതാവുകയും ചെയ്യുന്നു.

ഇവിടെയാണ് ഹെബർമാസ് നിർദ്ദേശിക്കുന്ന ഭാഷയുടെ വിമോചനാത്മകമായ ഉപയോഗം പ്രധാനമാകുന്നത്. ഉന്നതവർഗ്ഗത്തിന്റെ താൽപ്പര്യങ്ങൾക്കനുഗുണമായി രൂപപ്പെടുന്ന വിദ്യാഭ്യാസ വ്യവസ്ഥ സത്യമായി അംഗീകരിക്കുന്ന അറിവും അവർക്കനുകൂലമായിരിക്കും. അത്തരം അറിവിന്റെ സാമൂഹികപ്രയോഗം സമൂഹത്തിലെ എല്ലാ വിഭാഗങ്ങൾക്കും ഗുണകരമായിരിക്കില്ല. അതുകൊണ്ടാണ് സത്യത്തെപ്പറ്റിയുള്ള പോസിറ്റിവിസ്റ്റിക് വിശകലനാത്മകതയ്ക്ക് ബദലായി വ്യാഖ്യാനപരമായ സത്യാന്വേഷണവും ഏകശിലാത്മകമായ യുക്തിക്ക് പകരം വ്യാവഹാരിക യുക്തിയും പ്രയോഗിക്കണമെന്ന് ഹെബർമാസ് നിർദ്ദേശിക്കുന്നത്. ഇത്തരത്തിലുള്ള പ്രയോഗം സമൂഹത്തിൽ അധീശത്വം വഹിക്കുന്ന പ്രത്യയശാസ്ത്ര വിമർശനവും സത്യാന്വേഷണത്തെ കൂടുതൽ പുരോഗമനാത്മകമാക്കുന്നതും ആയിരിക്കും.

വിനിമയ പ്രവർത്തനത്തിൽ ഒരാൾക്ക് സജീവമായി പങ്കെടുക്കുന്നതിന് അനിവാര്യമായ ഘടകം വിനിമയശേഷി ഉണ്ടായിരിക്കുക എന്നതാണ്. എന്നാൽ പൊതുമണ്ഡലത്തിലെ ഉപഭാഷ സമൂഹത്തിൽ അധീശത്വം വഹിക്കുന്ന ഒരു വിഭാഗത്തിന് മാത്രം പ്രാപ്യമായ വിപുല ഉപഭാഷയുമാണ്. ഇത്തരം ഒരു ഭാഷാ അസമത്വം ഒരു ഭാഷാസമൂഹത്തിൽ നിലനിൽക്കുമ്പോൾ സമൂഹത്തിൽ വിനിമയ അസമത്വം രൂപപ്പെടുകയും ചെയ്യും. ഇത് ഭാഷാ സമൂഹത്തിൽ അധീശത്വമില്ലാത്ത സാമൂഹിക ഉപവിഭാഗത്തിന്റെ വിമോചനത്തിന് തടസ്സവുമാകുന്നു. തൊഴിലാളിവർഗ്ഗം, ദളിതർ, സ്ത്രീകൾ, ഇതര പിന്നോക്ക വിഭാഗങ്ങൾ എന്നിവരാണ് ഇങ്ങനെ വിനിമയ അസമത്വം അനുഭവിക്കുന്ന സാമൂഹിക വിഭാഗങ്ങൾ. എത്ര അളവിൽ അളവുപരമായും ഗുണപരമായും ഈ വിഭാഗങ്ങളുടെ ജീവനലോകത്തെ വിപുല ഉപഭാഷയിൽ പ്രതിനിധീകരിക്കുന്നു എന്നതിനെ ആശ്രയിച്ചിരിക്കും ഇവരുടെ സാമൂഹിക വിമോചനം. ജനാധിപത്യത്തിലൂടെയുള്ള സാമൂഹിക അസമത്വ നിവാരണത്തിൽ ഭാഷയിലും പ്രതിനിധീകരണത്തിലുമുള്ള ഭാഷയുടെ പങ്ക് അനിവാര്യമായി പരിഗണിക്കേണ്ടതുണ്ട്. ജനാധിപത്യത്തിൽ ഭാഷയുടെ പങ്കിനെപ്പറ്റി കൈംലികാ ഇങ്ങനെ പരാമർശിച്ചിരിക്കുന്നു:

> ജനാധിപത്യ രാഷ്ട്രീയം പ്രാദേശിക ഭാഷകളുടെ രാഷ്ട്രീയമാണ്. തന്റെ സ്വന്തം ഭാഷയിൽ രാഷ്ട്രീയം ചർച്ച ചെയ്യുന്നതാണ് ഒരു സാധാരണ പൗരന് സൗകര്യം. ഉപരിവർഗ്ഗത്തിന് ഒന്നിലധികം ഭാഷകളിൽ സംസാരിക്കാൻ ശേഷിയുണ്ടാവുകയും അവർ സജീവമായി രാഷ്ട്രീയത്തിൽ ഇടപെടുകയും ചെയ്യുന്നു എന്നതാണ് സാധാരണ കണ്ടുവരുന്നത്. അതിനാൽ ഭാഷമൂലം പലപ്പോഴും രാഷ്ട്രീയ സംവാ

> ദങ്ങൾ ചടങ്ങുകളായി മാറുന്നു... അതിനാൽ പ്രാദേശിക ഭാഷകളിൽ നടക്കുന്ന രാഷ്ട്രീയ സംവാദമേ കൂടുതൽ ഗുണകരമാവൂ (Kymlicka 2001:214).

ബഹുഭാഷാ സാഹചര്യത്തെപ്പറ്റിയാണ് കൈംലികാ ചർച്ച ചെയ്യുന്നതെങ്കിലും മുമ്പു ചർച്ച ചെയ്ത ഒരു ഭാഷയിൽത്തന്നെയുള്ള അസമത്വങ്ങളെപ്പറ്റിയുള്ള അറിവിന്റെ അടിസ്ഥാനത്തിൽ ഇത് കുറച്ചുകൂടി സൂക്ഷ്മമായി ചർച്ച ചെയ്യേണ്ടതുണ്ട്. ജനാധിപത്യത്തിന്റെ രാഷ്ട്രീയം പ്രാദേശിക ഭാഷകളിലെ രാഷ്ട്രീയമാണെന്ന കൈംലികായുടെ നിരീക്ഷണം നമുക്കിനിയും വികസിപ്പിക്കേണ്ടതുണ്ട്. അതായത് ഭാഷാസമൂഹങ്ങൾക്കിടയിലെ അസമത്വങ്ങളോടൊപ്പം പ്രാദേശിക ഭാഷകൾക്കകത്തും അസമത്വങ്ങൾ നിലനിൽക്കുന്നു. ഭാഷാസമൂഹങ്ങൾ ചെറിയ ഗോത്രങ്ങളായി ജീവിച്ചിരുന്നപ്പോൾ വിനിമയ യുക്തി ആരോഗ്യകരമായി പ്രവർത്തിച്ചിരുന്നു. എന്നാൽ ചെറിയ ചെറിയ ഉപസമൂഹങ്ങൾ ആധുനികവൽക്കരണത്തിലൂടെ വലിയ സമൂഹങ്ങളാവുകയും ദേശരാഷ്ട്രങ്ങളും ഭരണകൂടങ്ങളും ഉണ്ടാവുകയും ചെയ്തപ്പോൾ സ്വാഭാവിക വിനിമയയുക്തി പ്രവർത്തിക്കാതെയായി. അതായത് ചെറിയ ഭാഷാസമൂഹങ്ങളിലെ അംഗങ്ങൾ പരസ്പരം അറിയുന്നവരും സാമ്പത്തിക വിഭവങ്ങളിന്മേലുള്ള ഉടമസ്ഥാവകാശത്തിന്റെ കാര്യത്തിൽ കേന്ദ്രീകരണം ഇല്ലാത്തവരും ആയിരുന്നു. അതുകൊണ്ടുതന്നെ വിനിമയ പ്രവർത്തനത്തിന് മേൽ തന്ത്രപരമായ പ്രവർത്തനം (strategic action), അതായത് ഒരാളുടെ ലക്ഷ്യങ്ങൾക്കായി മറ്റുള്ളവരെ ഉപയോഗിക്കുന്ന ഉപകരണയുക്തി മേധാവിത്വം പുലർത്തിയിരുന്നില്ല. എന്നാൽ സ്വകാര്യസ്വത്തിന്റെ ആവിർഭാവവും അതിന്റെ തന്നെ തുടർച്ചയായ മുതലാളിത്തത്തിന്റെ വികാസവും തന്ത്രപരമായ സാമൂഹിക പ്രവർത്തനത്തിന്റെ പ്രയോഗത്തെ വളർത്തി. തന്ത്രപരമായ സാമൂഹ്യ പ്രവർത്തനം ഭരണകൂടം, നിയമം എന്നിങ്ങനെ പല രൂപത്തിൽ സമൂഹത്തിൽ വ്യാപിച്ചു. ഇതിനെ ജീവനലോകത്തിന്റെ കോളനിവൽക്കരണമെന്ന് ഹെബർമാസ് വിശദീകരിക്കുന്നു (Habermas 1984, 1987). സമൂഹങ്ങൾ വളരെ സങ്കീർണ്ണമാവുകയും മനുഷ്യർ തമ്മിലുള്ള ബന്ധം യാന്ത്രികവൽക്കരിക്കപ്പെടുകയും ആവശ്യങ്ങൾക്കും, ആവശ്യങ്ങളെ പരസ്പരം വിനിമയം ചെയ്തിരുന്ന ഭാഷയ്ക്കും പകരം പണം, നിയമങ്ങൾ എന്നിവ സമൂഹത്തിലെ അംഗങ്ങളെ നിയന്ത്രിക്കുകയും ചെയ്യുന്ന അവസ്ഥയ്ക്കാണ് ഹെബർമാസ് ജീവനലോകത്തിന്റെ കോളനിവൽക്കരണം എന്ന് പറയുന്നത്.

ആദ്യകാലത്തെ പ്രത്യക്ഷ ജനാധിപത്യത്തിനു പകരം പ്രാതിനിധ്യ ജനാധിപത്യം നിലവിൽ വരികയും ജനങ്ങളുടെ ആവശ്യങ്ങളും നിയമനിർമ്മാണവും തമ്മിൽ ഒരു വിടവ് രൂപപ്പെടുകയും ചെയ്തു. മുമ്പ് സൂചിപ്പിച്ച വിപുലീകരിച്ച ഉപഭാഷയിൽ വളർന്ന വിദ്യാഭ്യാസവ്യവസ്ഥയും അറിവ് സമ്പ്രദായവും അറിവ്, അധികാരം, ഉൽപ്പാദന ഉപാധികൾ എന്നി

വയിൽ നിന്ന് സമൂഹത്തിലെ ബഹുഭൂരിപക്ഷത്തെ അന്യവൽക്കരിക്കുകയും ചെയ്തു. ആധുനിക കാലഘട്ടത്തിൽ ഭരണകൂടത്തെ വിമർശിക്കുന്നതും നിരന്തരം പരിഷ്കരിക്കുന്നതുമായ ഒരു പൊതുമണ്ഡലം (public sphere) രൂപപ്പെടുകയുണ്ടായെങ്കിലും മുതലാളിത്തത്തിന്റെ വികാസം ആ പൊതുമണ്ഡലത്തെയും കോളനിവൽക്കരിച്ചു. അതായത് രാജാവിന് തുണിയില്ല എന്നു പറയാൻ ആരും ഇല്ലാത്ത അവസ്ഥയും രൂപപ്പെട്ടു. ക്ഷേമരാഷ്ട്രങ്ങൾ നടപ്പാക്കി വന്ന ക്ഷേമപ്രവർത്തനങ്ങൾക്കുപോലും ഇങ്ങനെ അതിന്റെ ഉള്ളടക്കം നഷ്ടപ്പെട്ടു. മുതലാളിത്തത്തിന്റെ പിൽക്കാല വികാസം സമൂഹത്തെ ഏറെ സങ്കീർണ്ണമാക്കുകയാണ് ചെയ്തത്. വിഭവങ്ങളിന്മേലുള്ള ഉടമസ്ഥത ദേശരാഷ്ട്രങ്ങളിൽനിന്നും ബഹുരാഷ്ട്ര കമ്പനികളിലെത്തിച്ചേരുകയും ദേശീയ നിയമങ്ങളുടെ മുകളിൽ അന്തർദേശീയ വാണിജ്യ ഉടമ്പടികൾ രൂപപ്പെടുകയും ചെയ്തു. ഇത്തരം ഒരു സാഹചര്യത്തിലാണ് നാം സാമൂഹ്യ വിമോചനത്തിൽ ഭാഷാപ്രയോഗത്തിന്റെ സാധ്യത അന്വേഷിക്കുന്നത്. ഭാഷയിലൂടെയുള്ള സാമൂഹ്യ വിമോചനത്തിന്റെ പ്രയോഗമായ വിനിമയപ്രവർത്തനം നടക്കുന്നതിനാവശ്യമായ ഘടകങ്ങളെ ഹെബർമാസ് വിശദീകരിക്കുന്നുണ്ട്.

ഒന്ന്: വിനിമയ പ്രവർത്തനത്തിൽ ഏർപ്പെടുന്ന എല്ലാവർക്കും പരസ്പരം തങ്ങളുടെ ലോകത്തെ മനസ്സിലാക്കാനും മനസ്സിലാക്കിക്കുവാനും കഴിയണം.

രണ്ട്: വിനിമയ പ്രവർത്തനം നടത്താനുള്ള അവകാശം എല്ലാവർക്കും ഉണ്ടായിരിക്കണം.

മൂന്ന്: ഓരോരുത്തരുടെയും വിനിമയ പ്രവർത്തനം അർത്ഥപൂർണ്ണമാകത്തക്ക തരത്തിലുള്ള ഭാഷ എല്ലാവരും പൊതുവായി ഉപയോഗിക്കണം.

ഇത്തരത്തിലുള്ള അർത്ഥപൂർണ്ണമായ വിനിമയ പ്രവർത്തനം ജനാധിപത്യ സ്ഥാപനങ്ങളിലും വിദ്യാഭ്യാസമേഖലയിലും നടന്നെങ്കിലേ ഒരു ഭാഷ സമൂഹത്തിൽ അതിന്റെ വിമോചനധർമ്മം നിർവഹിക്കുകയുള്ളു. എന്നാൽ വളരെ സങ്കീർണ്ണവും തന്ത്രപരവുമായ പ്രവർത്തനത്താൽ വ്യക്തികളുടെ പ്രവൃത്തികൾ നിയന്ത്രിക്കപ്പെടുന്ന ഒരു സാമൂഹ്യവ്യവസ്ഥയിൽ ഇത്തരത്തിലുള്ള ഒരു സാമൂഹ്യ വിനിമയം എങ്ങനെ നടക്കും? വളരെ സങ്കീർണ്ണവും വിശാലവുമായ ഒരു സമൂഹത്തിൽ ഭാഷ ഇത്തരത്തിൽ പ്രവർത്തിക്കുകയില്ല. എന്നാൽ ഭാഷയെ അത്തരത്തിൽ ഉപയോഗിക്കുന്നതിനുള്ള ശ്രമങ്ങൾ മനുഷ്യൻ ആദ്യകാലത്തുതന്നെ തുടങ്ങിയിരുന്നു. മനുഷ്യന്റെ അത്തരത്തിലുള്ള ബഹുവിധ ശ്രമങ്ങളിൽ ഒന്നാണ് ഭാഷാ സാങ്കേതികവിദ്യയുടെ, അതായത് എഴുത്ത്, അച്ചടി, ഡിജിറ്റൽ ഭാഷാ സാങ്കേതികവിദ്യ എന്നിവയുടെ, കണ്ടുപിടുത്തം. അടുത്ത അദ്ധ്യായത്തിൽ നമുക്കത് ചർച്ച ചെയ്യാം.

6

ഭാഷാ സാങ്കേതികവിദ്യകൾ

വിനിമയവ്യാപ്തിക്കായി ഭാഷ സാങ്കേതികവിദ്യയുടെ വ്യതിരിക്ത ഗുണങ്ങളെയും അറിവധിഷ്ഠിത സ്വയം പ്രവർത്തനങ്ങൾക്കായി സാങ്കേതികവിദ്യ ഭാഷയുടെ മനുഷ്യപ്രത്യേകമായ അറിവ് ഗുണങ്ങളെയും പരസ്പരം ആശ്രയിക്കുന്ന പ്രക്രിയകളെ മൊത്തത്തിൽ ഭാഷാ സാങ്കേതികവിദ്യയെന്ന് വിളിക്കാം (Sree Kumar 2006). മേൽക്കൊടുത്തിരിക്കുന്ന നിർവചനം അനുസരിച്ച് രണ്ടുതരം ഭാഷാ സാങ്കേതികവിദ്യകൾ ഇന്ന് നിലവിലുണ്ട്.

ഒന്ന്: സാങ്കേതികവിദ്യയുടെ വ്യതിരിക്തഗുണങ്ങളെ ഭാഷവിനിമയ വ്യാപ്തിക്കായും ഭാഷായാന്ത്രികവൽക്കരണങ്ങൾക്കായും ഉപയോഗിക്കുന്ന ഭാഷാസാങ്കേതിക വിദ്യകൾ.

രണ്ട്: ഭാഷയുടെ വ്യതിരിക്ത ഗുണങ്ങളെ അറിവധിഷ്ഠിത സ്വയം പ്രവർത്തനങ്ങൾക്കായി സാങ്കേതികവിദ്യ ഉപയോഗിക്കുന്ന ഭാഷാ സാങ്കേതിക വിദ്യകൾ.

മേൽപ്പറഞ്ഞവയിൽ ഒന്നാമത്തേത് മാത്രമേ ഇവിടെ ചർച്ച ചെയ്യുന്നുള്ളു. ചലനാത്മകമായ രണ്ട് മാനവിക പ്രക്രിയകളാണ് ഭാഷയും സാങ്കേതികവിദ്യയും. രണ്ടിന്റെയും ദ്വിമുഖമായ കൂടിച്ചേരലാണ് ഭാഷാ സാങ്കേതികവിദ്യ. സാങ്കേതികവിദ്യ എന്ന് ഉപയോഗിച്ചിരിക്കുന്നത് അതിന്റെ സാങ്കേതിക അർത്ഥത്തിലാണ്. സാങ്കേതികവിദ്യ എന്ന വാക്കിനെ കൃത്യമായി നിർവചിച്ചിട്ടുള്ളത് മാർട്ടിൻ ഹൈഡഗറാണ് (Heidegger 1993). അദ്ദേഹം ഇങ്ങനെ പരാമർശിച്ചിരിക്കുന്നു:

> Technology എന്നത് ഗ്രീക്ക് വാക്കാണ്. ഗ്രീക്ക് വാക്കായ Techniken-ന്റെ അർത്ഥം techne എന്നാണ്. ഈ വാക്കിന്

> രണ്ട് അർത്ഥങ്ങളുണ്ട്. കൈവേലക്കാരന്റെ കഴിവ് നിർമ്മാണം എന്നിവയോടൊപ്പം മനസ്സിന്റെ കലകൾ എന്നുകൂടി. (Heidegger: 1993).

മാർട്ടിൻ ഹൈഡഗർ

സാങ്കേതികവിദ്യയെപ്പറ്റിയുള്ള ഇത്തരം ഒരു സമഗ്ര നിർവചനത്തിൽ നിന്നു കൊണ്ടേ ഭാഷാസാങ്കേതികവിദ്യയെപ്പറ്റി നമുക്ക് ചർച്ച ചെയ്യാൻ കഴിയൂ. ഭാഷാസാങ്കേതികവിദ്യയെക്കുറിച്ചുള്ള ചർച്ച ഭാഷയുടെയും സാങ്കേതികവിദ്യയുടെയും കൂടിച്ചേരലിനെക്കുറിച്ചുള്ള ചർച്ച കൂടിയാണ്. ഭാഷാസാങ്കേതികവിദ്യയുടെ വികസനം ഇത്തരത്തിലുള്ള കൂടിച്ചേരലിന്റെ നിരവധി സാധ്യതകളുടെ തുടർച്ചയാണ്.

ആധുനിക ഭാഷാശാസ്ത്രം ഭാഷയെ ശാസ്ത്രീയമായി പഠനവിഷയമാക്കിയപ്പോൾ ആദ്യം ചെയ്തത് സംസാരത്തെ പ്രകൃത്യാ (natural) ഉള്ളതാണെന്ന് സ്ഥാപിക്കുകയും സംസാരം ഒഴികെയുള്ള എഴുത്ത്, അച്ചടി തുടങ്ങിയ ഭാഷാരൂപങ്ങളെ പഠനമണ്ഡലത്തിൽനിന്നും പുറത്താക്കുകയും ആയിരുന്നു. ആദ്യകാല ഭാഷാശാസ്ത്രജ്ഞരിൽ ഈ പ്രവണത കൂടുതൽ വ്യക്തമാണ് (Bloomfield 1935:21, Humbolt 1988:49, Sapair 1921:8, Sassure 1959:24, Hocket 1958:4). ഭാഷാസാങ്കേതികവിദ്യയിലെ ചലനങ്ങളെക്കൂടി ഭാഷാശാസ്ത്രത്തിന്റെ പഠനമണ്ഡലമായി പരിഗണിക്കുന്ന വിശാലതയിലേ ഭാഷാസാങ്കേതികവിദ്യയിലെ വിമോചനാത്മകത ചർച്ചാവിഷയമാക്കാൻ കഴിയുകയുള്ളു. ഭാഷയുടെയും സാങ്കേതികവിദ്യയുടെയും സത്താപരവും അസ്തിത്വപരവുമായ തിരിച്ചറിവ് ഭാഷാസാങ്കേതികവിദ്യയെപ്പറ്റിയുള്ള ചർച്ചയ്ക്ക് അനിവാര്യമാണ്.

ഈ ചർച്ചയുടെ ആദ്യഭാഗത്ത് ഭാഷയുടെയും സാങ്കേതികവിദ്യയുടെയും സത്താപരവും (essentialist) അസ്തിത്വപരവുമായ (existential) പ്രത്യേകതകൾ ചർച്ച ചെയ്യുന്നു. തുടർന്ന് ഭാഷാസാങ്കേതിക വിദ്യയിൽ അന്തർലീനമായ അതികരണത്തെ സംസാരം, എഴുത്ത്, അച്ചടി, ഡിജിറ്റൽ എന്നീ ഭാഷാസാങ്കേതികവിദ്യകളിൽ നിരീക്ഷിക്കുന്നു.

ഈ പുസ്തകത്തിന്റെ ആദ്യത്തെ അദ്ധ്യായത്തിൽ നമ്മൾ ചർച്ച ചെയ്ത ജാക്കിന്റെയും ജില്ലിന്റെയും കഥ ഇവിടെ ഒന്നുകൂടി ചർച്ച ചെയ്യേണ്ടതുണ്ട് (Bloomfield 1935:26). ജില്ലിന്റെ വിശപ്പും പെട്രോളും തമ്മിൽ എന്തെങ്കിലും ബന്ധമുണ്ടോ എന്ന ചോദ്യത്തിന് ഉത്തരം കണ്ടെത്താനാണിത്. ജാക്കും ജില്ലും തോട്ടത്തിലൂടെ നടക്കുകയാണ്. ജില്ലിന് വിശ

ന്നു. ജിൽ ജാക്കിനോട് പറയുന്നു "ജാക്ക് എനിക്കു വിശക്കുന്നു". ജാക്ക് ആപ്പിൾ മരത്തിൽ നിന്നും ഒരു ആപ്പിൾ പറിച്ച് ജില്ലിന് കൊടുത്തു. ജില്ലിന്റെ വിശപ്പ് മാറി. വിശപ്പ് ജില്ലിന് ഒരു ശാരീരിക അനുഭവം (sematic experience) മാത്രമായിരുന്നു. എനിക്ക് വിശക്കുന്നു എന്ന് ജിൽ പറയുന്നതുവരെ ജാക്കിന് ജില്ലിന്റെ വിശപ്പ് അറിയാൻ കഴിഞ്ഞിരുന്നില്ല. കാരണം ജാക്കിന്റേതും ജില്ലിന്റേതും രണ്ട് ശരീരങ്ങളാണ്. ഭാഷ രണ്ട് ശരീരങ്ങൾ തമ്മിലുള്ള വിനിമയത്തിന്റെ വിടവ് ഇല്ലാതാക്കുകയാണെന്നാണ് ബ്ലൂംഫീൽഡ് നിരീക്ഷിച്ചത്.

> രണ്ട് ശരീരങ്ങൾ തമ്മിലുള്ള വിടവ് അതായത് സംസാരിക്കുന്ന ആളിന്റെയും കേൾക്കുന്ന ആളിന്റെയും ശരീരങ്ങൾ തമ്മിലുള്ള നാഡീപരമായ വിടവ് ശബ്ദവീചികൾകൊണ്ട് നിറയ്ക്കുകയാണ് ഭാഷ (Bloomfield: 1935:26).

കേവലമായ ശബ്ദതരംഗങ്ങൾ എങ്ങനെയാണ് ജില്ലിന്റെ വിശപ്പിന്റെ വിവരം ജാക്കിലെത്തിച്ചത്? എനിക്ക് വിശക്കുന്നു എന്ന് ജിൽ പറഞ്ഞപ്പോൾ എങ്ങനെയാണത് ജാക്കിന് മനസ്സിലായത്? അതായത് ശരീരങ്ങൾ തമ്മിലുള്ള വിടവിലൂടെ ഭൗതികമായി വിനിമയം ചെയ്യാൻ കഴിയാത്ത ശാരീരിക അനുഭവത്തെ ഭാഷ ആർത്ഥികമായി (semantic) ലാംഗിലേക്ക് വെളിപ്പെടുത്തുന്നു. ലാംഗ് എന്നത് ഒരു ഭാഷയുടെ സമഗ്രവും അമൂർത്തവുമായ സാമൂഹികസത്തയാണ്. ലാംഗിനെ സസ്സൂർ ഇങ്ങനെയാണ് നിർവചിച്ചിട്ടുള്ളത്.

> സാമൂഹ്യശരീരം ഭാഷാശേഷിയെ ഉപയോഗിക്കുന്നതിനായി അനിവാര്യമായി ആർജ്ജിക്കുന്ന സംസാരത്തിന്റെ സാമൂഹ്യ ഉൽപ്പന്നമാണ് ലാംഗ് (Saussure: 1915:9).

അതായത് ജാക്കും ജില്ലും ഉൾപ്പെടുന്ന ഒരു ഭാഷാസമൂഹത്തിന്റെ പൊതു ഭാഷാബോധമാണ് ലാംഗ്. വിശപ്പ് എന്ന ശാരീരിക അനുഭവം ആർത്ഥികമായി ലാംഗിൽ വെളിപ്പെട്ടിരുന്നത് കൊണ്ടാണ് (revealed) ജിൽ വിശക്കുന്നെന്ന് പറഞ്ഞപ്പോൾ ജാക്കിന് മനസ്സിലായത്. ഇവിടെ ഭാഷയുടെ സത്ത വെളിപ്പെടുത്തലാണ്. അതായത് ശാരീരികാനുഭവത്തിന്റെ വൈവിധ്യത്തെ ഭാഷ ലാംഗിലേക്ക് വെളിപ്പെടുത്തുന്നു. വെളിപ്പെടുത്തലിൽനിന്നും ഭിന്നമാണ് വിനിമയം. എനിക്ക് വിശക്കുന്നു എന്ന് ജിൽ ജാക്കിനോടു പറയുന്നതും അത് ജാക്കിന് മനസ്സിലാകുന്നതുമാണ് വിനിമയം. വിനിമയം പരോളിന്റെ ഭാഗമാണ്. പരോൾ സാമൂഹികമായ ഭാഷയുടെ വ്യക്തിപരമായ പ്രയോഗമാണ്. സസ്സൂർ പരോളിനെ നിർവചിച്ചിരിക്കുന്നത് ഇങ്ങനെയാണ്:

> പരോൾ വ്യക്തിയുടെ ഇച്ഛയുടെ പ്രവർത്തനമാണ്. ബുദ്ധിപരമായ ഈ പ്രവർത്തനത്തെ രണ്ടുതരത്തിൽ തിരിച്ചറി

> യാം. ഒന്ന്: വ്യക്തിപരമായ തന്റെ ചിന്തകളെ അവതരിപ്പിക്കാൻ ഭാഷകൻ ഭാഷാവ്യവസ്ഥയിലെ സങ്കേതന ഉപാധികളെ ഉപയോഗിക്കുന്നു. രണ്ട്: ഈ ഉപാധികളുടെ പ്രയോഗത്തെ ബാഹ്യവൽക്കരിക്കാൻ ഭാഷകനെ അനുവദിക്കുന്ന ശാരീരിക മാനസിക വ്യവസ്ഥകൾ (Saussure: 1915:30-31).

അതായത് വെളിപ്പെടുത്തൽ വിനിമയത്തിന്റെ മുന്നുപാധിയാണ്. വെളിപ്പെടുത്തൽ തികച്ചും സാമൂഹികവും വിനിമയം വ്യക്തിപരവുമാണ്. ലാംഗിൽ സാമൂഹികമായി വെളിപ്പെട്ട ഒരനുഭവത്തെ മാത്രമേ പരോളിലൂടെ വിനിമയം ചെയ്യാൻ കഴിയൂ. ഭാഷയുടെ സത്ത ഇത്തരത്തിലുള്ള വൈവിധ്യപൂർണ്ണമായ ഭൗതിക അനുഭവങ്ങളെ സാമൂഹികമായി വെളിപ്പെടുത്തലാണ്. ഇങ്ങനെ വെളിപ്പെട്ട അനുഭവങ്ങളെയാണ് ഭാഷയിലെ അർത്ഥം (meaning) എന്നു പറയുക. ഓരോ ഭാഷാസമൂഹത്തിന്റെയും ഭൗതിക അനുഭവത്തിലുണ്ടാകുന്ന വ്യത്യാസം അനുസരിച്ച് ഓരോ ഭാഷയിലെയും അർത്ഥസഞ്ചയവും അർത്ഥഘടനയും വ്യത്യസ്തമായിരിക്കും.

ഇനി നമുക്ക് ആദ്യം ചോദിച്ച ചോദ്യം, അതായത് ജില്ലിന്റെ വിശപ്പിനും പെട്രോളിനും തമ്മിൽ എന്തെങ്കിലും ബന്ധം ഉണ്ടോ എന്ന് പരിശോധിക്കാം. ആ പരിശോധനയിലൂടെ നമുക്ക് സാങ്കേതികവിദ്യയുടെ സത്തയെ സംബന്ധിച്ച ചർച്ചയിലേക്ക് കടക്കുകയും ചെയ്യാം. വിശപ്പ് ഭാഷയിൽ വെളിപ്പെട്ടതുപോലെ പെട്രോളും ഒരു വെളിപ്പെടുത്തലാണ്. പ്രകൃതിയുടെ ഒരു ഗുണവിശേഷതയുടെ വെളിപ്പെടുത്തൽ. കാർഷികസാങ്കേതികവിദ്യയിൽ ഭൂമി കൃഷിസ്ഥലമായി വെളിപ്പെടുന്നു. വ്യാവസായിക സാങ്കേതികവിദ്യയിൽ കൃഷിസ്ഥലം കൽക്കരിഖനിയായും ഖനി കൽക്കരിയായും കൽക്കരി പെട്രോളായും വെളിപ്പെടുന്നു. യന്ത്രത്തിൽ പെട്രോൾ ചലനമായി വെളിപ്പെടുന്നു. ഓരോ വെളിപ്പെടലിലും പുതിയത് പഴയതിനെ ഭൗതികമായി തടസ്സപ്പെടുത്തുന്നു. അതായത് സാങ്കേതികവിദ്യയുടെ സത്തയും വെളിപ്പെടുത്തലാണ്. മനുഷ്യന്റെ അദ്ധ്വാനഫലമായി പ്രകൃതിയുടെ വ്യത്യസ്തമായ ഗുണവിശേഷതകളുടെ വെളിപ്പെടുത്തലാണ് സാങ്കേതികവിദ്യയുടെ സത്ത. മാർട്ടിൻ ഹെഡൈഗർ ഇങ്ങനെ നിരീക്ഷിച്ചിരിക്കുന്നു:

> സാങ്കേതികവിദ്യ ഒരു മാർഗ്ഗമല്ല. സാങ്കേതികവിദ്യ വെളിപ്പെടുത്തലിന്റെ മാർഗ്ഗമാണ്. വെളിപ്പെടുത്തലും പ്രത്യക്ഷീകരണവും നടക്കുമ്പോഴാണ് സാങ്കേതികവിദ്യ ഒരു സാന്നിധ്യമാകുന്നത് (Heidegger: 1978:319).

സത്താപരമായി ഭാഷയും സാങ്കേതികവിദ്യയും സമാനമാണെങ്കിലും അസ്തിത്വപരമായി രണ്ടും വ്യത്യസ്തമാണ്. മനുഷ്യന്റെ ജീവനലോകത്തിന്റെ (life world) ഭൗതികസാന്ദ്രതയിലാണ് ഭാഷ നിലനിൽക്കുന്നത്. അതായത് ജീവനലോകത്തിന്റെ ഭൗതികസാന്ദ്രതയെ ആശ്രയി

ക്കുന്നതാണ് ഭാഷയുടെ അസ്തിത്വം. ഭാഷാസമൂഹത്തിന്റെ ജീവനലോകത്തിൽനിന്നും ഭിന്നമായ ഒരസ്തിത്വം ഭാഷയ്ക്കില്ല. എന്നാൽ സാങ്കേതികവിദ്യയുടെ ഭൗതികമായ അസ്തിത്വം ജീവനലോകത്തെ ഭൗതികമായി മാറ്റുന്നു. ജീവനലോകത്തെ ഭൗതികമായി മാറ്റിക്കൊണ്ടേ സാങ്കേതിക വിദ്യക്ക് നിലനിൽക്കാൻ കഴിയൂ. സാങ്കേതികവിദ്യയുടെ സത്താപരമായ ഓരോ വെളിപ്പെടുത്തലും അതായത് ഓരോ കണ്ടുപിടുത്തവും മനുഷ്യന്റെ ജീവനലോകത്ത് ചലനങ്ങൾ സൃഷ്ടിക്കുന്നു. എന്നാൽ ജീവനലോകത്തെ ഭൗതികമായി മാറ്റാൻ ഭാഷയ്ക്ക് കഴിയില്ല. അസ്തിത്വപരമായി ഭാഷ ജീവനലോകത്തെ ഉപജീവിക്കുന്നുണ്ടെങ്കിലും ആ ഉപജീവനം ഏകപക്ഷീയമാണ്. എന്നാൽ സാങ്കേതികവിദ്യ ജീവനലോകത്തെ മാറ്റിക്കൊണ്ടിരിക്കുന്നു. ഭാഷയുടെയും സാങ്കേതികവിദ്യയുടെയും സത്താപരമായ സമാനതയും അസ്തിത്വപരമായ വ്യത്യാസവുമാണ് രണ്ടിന്റെയും കൂടിച്ചേരലായ ഭാഷാസാങ്കേതികവിദ്യയെ അതികരണത്തിന്റെ നാഗരിക ഉപകരണമാക്കിത്തീർക്കുന്നത്.

ഭാഷാസാങ്കേതികവിദ്യയും അതികരണവും

ഭാഷ വെളിപ്പെടുത്തലാണ്. സാങ്കേതികവിദ്യ മാറ്റിത്തീർക്കലാണ്. സത്താപരമായി വെളിപ്പെടുത്തലായ ഭാഷയും അസ്തിത്വപരമായി മാറ്റിത്തീർക്കലായ സാങ്കേതികവിദ്യയും തമ്മിൽ കൂടിച്ചേരുമ്പോൾ എന്താണ് സംഭവിക്കുന്നത്? സംസാരം മുതൽ ഡിജിറ്റൽ വരെയുള്ള ഭാഷാസാങ്കേതികവിദ്യകളിൽ ഈ കൂടിച്ചേരൽ എങ്ങനെ പ്രവർത്തിക്കുന്നു എന്നതാണ് ഇനിയുള്ള ചർച്ച.

സംസാരം : വചനസാങ്കേതികവിദ്യ

സംസാരത്തെ അതിഭൗതികമായ കേന്ദ്രങ്ങളിൽ ബന്ധിപ്പിച്ച് സംസാരത്തിന് പ്രാഥമികത്വം നൽകുന്ന ആധുനികഭാഷാശാസ്ത്രത്തിന്റെ ചിന്താപദ്ധതി ദാർശനികമായിത്തന്നെ ചോദ്യം ചെയ്യപ്പെട്ടുകഴിഞ്ഞു (Derrida: 1976,1981). അതുകൊണ്ടുതന്നെ സംസാരത്തെ വളരെ ഭൗതികമായി വേണം സമീപിക്കാൻ. സംസാരം അഥവാ വാചികം എന്നത് ഭാഷയുടെ ഒരു പ്രകടനോപാധി മാത്രമാണ്. ലാംഗിൽ ആർത്ഥികമായി വെളിപ്പെട്ട അനുഭവത്തിന്റെ അർത്ഥരൂപങ്ങളുടെ ഒരു ബാഹ്യവൽക്കരണം (exteriorization) മാത്രമാണ് സംസാരം. അതായത് അനുഭവം ലാംഗിൽ അർത്ഥമാവുകയും അർത്ഥം ശബ്ദത്തിൽ സംസാ

ദെറിദ

രമാവുകയുമാണ്. സംസാരിക്കുമ്പോൾ നാം ശബ്ദപ്രപഞ്ചത്തെ ഭാഷാ പ്രപഞ്ചമായി പരിവർത്തിപ്പിക്കുകയാണ്. അസ്തിത്വപരമായി ഭൗതിക പ്രപഞ്ചത്തിൽ ശരീരം നടത്തുന്ന തികച്ചും ഭൗതികമായ ഒരു ഇടപെടലാണ് സംസാരം. സംസാരത്തെ സസ്സൂർ ഇങ്ങനെയാണ് നിർവചിച്ചിട്ടുള്ളത്: "സംസാരം എന്നത് വ്യക്തിപരമായ ഇച്ഛയാലുള്ള ബുദ്ധിപരമായ പ്രവർത്തനമാണ്'' (Saussure 1959:14). ആബർക്രോംബി സംസാരത്തെപ്പറ്റി "Speaking is a modified breathing" (Abercrombie 1956:25) എന്നാണ് പരാമർശിച്ചിട്ടുള്ളത്.

ആധുനിക ഭാഷാശാസ്ത്രം സംസാരത്തിന് കൽപ്പിച്ചുകൊടുത്തിട്ടുള്ള പ്രാഥമികത്വത്തിൽനിന്ന് ഭിന്നമായി സംസാരത്തെ ഒരു ഭാഷാ സാങ്കേതികവിദ്യയായി പരിഗണിക്കുന്നതിന് മൂന്ന് കാരണങ്ങളുണ്ട്.

1. സംസാരം ശബ്ദപ്രപഞ്ചത്തെ ഭാഷാപ്രപഞ്ചമായി വെളിപ്പെടുത്തുന്നു.
2. സ്വാഭാവികശ്വാസഗതിയിൽ നടത്തുന്ന ബോധപൂർവ്വമായ പരിഷ്കരണത്തിലൂടെയാണ് സംസാരം സാധ്യമാകുന്നത്.
3. സംസാരത്തിലൂടെയുള്ള ബാഹ്യവൽക്കരണത്തിനായി ഭാഷ ശബ്ദമാധ്യമത്തെ ഉപയോഗിക്കുന്നു.

മേൽപ്പറഞ്ഞ കാരണങ്ങളുടെ അടിസ്ഥാനത്തിൽ സംസാരത്തെ ആദ്യ ഭാഷാസാങ്കേതികവിദ്യയായി നമുക്ക് പരിഗണിക്കാം. ഇനി നമുക്ക് സംസാരത്തിന്റെ ചില പോരായ്മകൾ എന്താണെന്ന് ചർച്ച ചെയ്യാം. അതിലൂടെ എഴുത്തിന്റെ കണ്ടുപിടുത്തത്തിലേക്ക് മനുഷ്യനെ നയിച്ച അതികരണത്വര എന്താണെന്ന ചർച്ചയിലേക്കും പ്രവേശിക്കാം.

സംസാരം: സ്വയം റദ്ദാക്കലും അതികരണവും

സംസാരത്തെ ഭാഷയുടെ ബാഹ്യവൽക്കരണത്തിനുള്ള വചന സാങ്കേതികവിദ്യയായി പരിഗണിക്കുമ്പോൾ സംസാരത്തിന് മൗലികമായ ഒരു പോരായ്മയുണ്ട് എന്നതുകൂടി ചർച്ച ചെയ്യേണ്ടതുണ്ട്. വചന സാങ്കേതികവിദ്യയുടെ മാധ്യമമായ ശബ്ദത്തിന് ഭൗതികമായി അത് പുറപ്പെടുവിക്കുന്ന കാലത്തിലും പരിമിതമായ ദേശപരിധിയിലും മാത്രമേ നിലനിൽക്കാൻ കഴിയൂ. ശബ്ദത്തിന്റെ ഒരു ഗുണവിശേഷതയാണിത്. അതായത് സംസാരിക്കുന്നതിനായി ഒരു ഭൗതിക മാധ്യമമായി നാം ശബ്ദത്തെ ഉപയോഗിക്കുമ്പോൾ, അഥവാ നാം സംസാരിക്കുന്ന നിമിഷത്തിൽ ത്തന്നെ സംസാരം ഇല്ലാതെയാകുന്നു. സ്വന്തം മാധ്യമത്തിന്റെ അനിവാര്യമായ പോരായ്മയായി സ്വയം റദ്ദാക്കപ്പെടുന്ന ഭാഷാസാങ്കേതിക വിദ്യയാണ് സംസാരം. ചുരുക്കത്തിൽ ഭൗതികമായി നശ്വരമാണ് ആദ്യ ഭാഷാസാങ്കേതികവിദ്യയായ സംസാരം.

ആർത്ഥികമായി (semantic) വെളിപ്പെട്ട ഭൗതികാനുഭവം വചന

സാങ്കേതികവിദ്യയിലൂടെ ശരീരത്തിൽനിന്നും അതിവർത്തിക്കുമ്പോൾ ത്തന്നെ സംസാരത്തിന്റെ നശ്വരതയിൽ നിന്നും അതികരിക്കാൻ അർത്ഥ ത്തിന് കഴിയാതെ വരുന്നു. സംസാരത്തെ ഭാഷയുടെ പ്രാഥമികരൂപ മായി പരിഗണിച്ചിരുന്ന ആധുനിക ഭാഷാശാസ്ത്രം സംസാരത്തിന്റെ ഈ നശ്വരതയെപ്പറ്റി മൗനം പാലിക്കുകയാണ് ചെയ്തിരുന്നത്. അതു കൊണ്ട് എഴുത്തിന്റെ ആവശ്യകതയിലേക്ക് മനുഷ്യനാഗരികതയെ നയിച്ച അതികരണത്വരയെ നിരീക്ഷിക്കുന്നതിലും ആധുനിക ഭാഷാ ശാസ്ത്രം പരാജയപ്പെട്ടു. ഭാഷാസാങ്കേതികവിദ്യ എന്ന നിലയിൽ വചന സാങ്കേതികവിദ്യ മനുഷ്യ അനുഭവത്തിന്റെ ശരീരത്തിൽനിന്നുള്ള അതി കരണത്വരയുടെ പ്രകടനങ്ങളിൽ ഒന്നുമാത്രമാണ്. എന്നാൽ സംസാരം തന്നെ സ്വന്തം മാധ്യമത്താൽ സ്വയം റദ്ദാക്കപ്പെടുമ്പോൾ അതികരണം ഭൗതിക ഇച്ഛയായി അഥവാ അഭാവത്തിന്റെ അനുഭവത്തിൽ നിന്നുള്ള ഇച്ഛയായി മാറുന്നു. മനുഷ്യനെ നാഗരികതയിലേക്ക് നയിച്ച ഈ അതി കരണ ഇച്ഛയാണ് മനുഷ്യസമൂഹത്തിന്റെ വിവിധ കോണുകളിൽ എഴു ത്തായി രൂപംകൊണ്ടത്.

എഴുത്ത് : ശരീരത്തിന്റെ ഓർമ്മ

വചന സാങ്കേതികവിദ്യയുടെ സ്വയം റദ്ദാക്കലിൽ നിന്നുള്ള ഭാഷ യുടെ അതികരണമാണ് എഴുത്ത് സാങ്കേതികവിദ്യ. വചന സാങ്കേതി കവിദ്യയുടെ സബ്‌റ്റൻസായ ശബ്ദത്തിന് പകരം ദൃശ്യത്തെ ഉപയോ ഗിച്ചുകൊണ്ടാണ് എഴുത്ത് ശബ്ദത്തിന്റെ കാലത്തിലും ദേശത്തിലുമുള്ള നശ്വരതയെ അതിവർത്തിച്ചത്. അതായത് എഴുത്തു സാങ്കേതികവിദ്യ വചനസാങ്കേതികവിദ്യയുടെ അനുബന്ധം (supplement) ആയിരുന്നില്ല. വചനസാങ്കേതികവിദ്യയുടെ ഭൗതികമായ പോരായ്മയിൽനിന്നുള്ള അതി കരണമായിരുന്നു. ഭാഷാശാസ്ത്രത്തിലും പാശ്ചാത്യ തത്ത്വശാസ്ത്ര ത്തിലും സംസാരത്തിനെ എഴുത്തിന്റെ അനുബന്ധമായാണ് പരിഗണി ച്ചിരുന്നത്. ഭാഷ നിർമ്മിക്കപ്പെട്ടിരിക്കുന്നത് സംസാരത്താലാണ്. എഴുത്ത് സംസാരത്തിന്റെ അനുബന്ധം മാത്രമാണ് എന്നാണ് റൂസ്സോ എഴു ത്തിനെപ്പറ്റി അഭിപ്രായപ്പെട്ടിരിക്കുന്നത്. ലാംഗിൽ വെളിപ്പെട്ട അർത്ഥം ശബ്ദത്തിൽ സംസാരമാകുന്നതുപോലെ ദൃശ്യത്തിലൂടെ എഴുത്തായി മാറുകയാണ്. ആദ്യകാല എഴുത്തുരൂപങ്ങളായ ഹൈറോഗ്ലിഫിക്സ്, ക്യൂണിഫോം ഇവ സ്വനമധ്യസ്ഥത (phonic mediation) ഇല്ലാത്ത ചിത്ര ലിപികളും ആശയങ്ങളെ അങ്ങനെതന്നെ പ്രതിനിധീകരിക്കുന്ന ഐഡി യോഗ്രാഫിക് ആശയലേഖനവിദ്യകളും ആയിരുന്നു എന്നത് ശ്രദ്ധേയ മാണ്.

എഴുത്ത് ആദ്യകാലത്ത് സമൂഹത്തിലെ ഒരു വിഭാഗത്തിന് മാത്രം അറിയാവുന്നതും പ്രത്യേകമായ വൈദഗ്ദ്ധ്യം ആവശ്യമുള്ളതുമായ ശരീ രത്തിന്റെ ഓർമ്മയായിരുന്നു. ഒരു പ്രത്യേക വിഭാഗത്തിന്റെ ശരീരത്തിന്റെ

ഓർമ്മയിൽ നിന്നും സമൂഹത്തിന്റെ മൊത്തം സാക്ഷരതയായി എഴുത്ത് സമൂഹത്തിലേക്ക് വ്യാപിച്ചിരുന്നില്ല. ജാക്ക് ഗുഡി എഴുത്തിന്റെ ആദ്യ കാലത്തെ സാമൂഹ്യ സ്വഭാവത്തെപ്പറ്റി ഇങ്ങനെ പരാമർശിച്ചിരുന്നു. "സമൂഹത്തിന്റെ ചെലവിൽ പരിപാലിക്കപ്പെട്ടുപോന്ന ഒരു വിഭാഗം വിദഗ്ദ്ധർക്ക് അറിയാവുന്ന പ്രത്യേകമായ ഒരു സാങ്കേതികവിദ്യ മാത്രമായിരുന്നു എഴുത്ത്" (Goody 1986:45). വചനസാങ്കേതികവിദ്യ വചന കേന്ദ്രീകൃതമായ ഒരു മതാത്മകമണ്ഡലവും എഴുത്ത് സാങ്കേതികവിദ്യ വാണിജ്യം, ഭരണവ്യവസ്ഥ എന്നിവയിൽ കേന്ദ്രീകൃതമായ ഒരു പൊതു മണ്ഡലവും രൂപീകരിച്ചു എന്നതാണ് ഭാഷാസാങ്കേതികവിദ്യയുടെ ആദ്യ കാല സാമൂഹ്യചരിത്രം. വചനസാങ്കേതികവിദ്യ സംസ്കാരം, മതം, കല എന്നിവ ഉൾപ്പെടുന്ന ഉപരിഘടനയുടെ (superstructure) പ്രതിനിധാനവും എഴുത്ത് സാങ്കേതികവിദ്യ വാണിജ്യം, വ്യവസായം എന്നിവ ഉൾപ്പെടുന്ന സമൂഹത്തിന്റെ ഭൗതികബന്ധത്തിന്റെ പ്രതിനിധാനവും ആയിരുന്നു. ഭാഷ സാമൂഹികവെളിപ്പെടുത്തലിന്റെ അമൂർത്ത മണ്ഡലമാവുകയും സംസാരവും എഴുത്തും ജീവനലോകത്തെ നിരന്തരം മാറ്റുന്ന സാങ്കേതികവിദ്യാ മണ്ഡലമായും സമൂഹത്തിൽ നിറയുകയായിരുന്നു. സംസാരത്തിന്റെ നശ്വരതയിൽനിന്നുള്ള അതികരണമായി എഴുത്ത് സമഗ്രമായി വളർന്നിരുന്നെങ്കിലും സമൂഹത്തിലെ ഒരു വിഭാഗത്തിന്റെ മാത്രം ശരീരത്തിന്റെ ഓർമ്മയുടെ തടവറയായ സ്ക്രിപ്റ്റോറിയത്തിൽനിന്ന് ലിപിബോധത്തിന് പുറത്തുവരാൻ കഴിഞ്ഞിരുന്നില്ല. മധ്യകാല യൂറോപ്പിൽ എഴുത്ത് അറിയാവുന്ന വിദഗ്ദ്ധർ എഴുതാൻ ഉപയോഗിച്ചിരുന്ന പ്രത്യേകമായ സ്ഥലത്തെയാണ് സ്ക്രിപ്റ്റോറിയം അഥവാ എഴുത്തുശാല എന്നു പറയുന്നത് (Columns 1996:455). അച്ചടിസാങ്കേതികവിദ്യയുടെ കണ്ടെത്തലോടെയാണ് ശരീരത്തിന്റെ ഓർമ്മയുടെ സാമൂഹ്യപരിധിയിൽനിന്നും എഴുത്ത് സമൂഹത്തിലേക്ക് പൊതുസാക്ഷരതയായി വ്യാപിച്ചത്.

അച്ചടി, സാക്ഷരത, ദേശീയത

എഴുത്തുശാലയിലെ ഒരു ന്യൂനപക്ഷത്തിന്റെ ശരീരത്തിന്റെ ഓർമ്മയുടെ പരിധിയിൽനിന്നും എഴുത്ത് സമൂഹത്തിലേക്ക് സാക്ഷരതയായി വ്യാപിച്ചത് അച്ചടിയുടെ വ്യാപനത്തോടെയാണ്. അച്ചടിയാണ് മനുഷ്യ നാഗരികതയുടെ ചരിത്രത്തിലെ മൂന്നാമത്തെ ഭാഷാസാങ്കേതികവിദ്യ. എഴുത്തിന്റെ കണ്ടുപിടുത്തം മനുഷ്യ നാഗരികതയുടെ ചരിത്രത്തിലെ അളവുപരമായ മാറ്റമായിരുന്നെങ്കിൽ അച്ചടി ഗുണപരമായ ഒരു കുതിച്ചുചാട്ടമായിരുന്നു. ശരീരത്തിന്റെ ഓർമ്മയുടെ ചലനത്തിന്റെ അളവുപരമായ പരിമിതിയെ യന്ത്രത്തിന്റെ ഭൗതികതകൊണ്ട് പരിഹരിക്കുകയായിരുന്നു അച്ചടി സാങ്കേതികവിദ്യ. അങ്ങനെ എഴുത്ത് എഴുത്തുശാലയുടെ പരിമിതിയിൽനിന്നും അതികരിക്കുകയും സമൂഹത്തിന്റെ പൊതു

സാക്ഷരത ആവുകയും ചെയ്തു. ഭാഷാസമൂഹത്തിന്റെ വൈവിധ്യമാർന്ന അനുഭവങ്ങളുടെ വെളിപ്പെടുത്തലുകൾ അച്ചടിയുടെ പ്രസരണത്തിലൂടെ സമീകരിക്കുകയും ഭാഷാസമൂഹം ദേശസമൂഹമായി പരിവർത്തിക്കുകയും ചെയ്തു. അച്ചടിയുടെയും സാക്ഷരതയുടെയും വ്യാപനത്തിലൂടെ വികസിച്ച സാക്ഷരപൊതുമണ്ഡലം യൂറോപ്പിൽ അവശേഷിച്ച ഫ്യൂഡൽ മൂല്യബോധത്തിന്റെയും പ്രത്യയശാസ്ത്രത്തിന്റെയും വിമർശനമാവുകയായിരുന്നു (Habermas 1989). ഫ്യൂഡലിസത്തിന്റെ പ്രത്യയശാസ്ത്രത്തെ വിമർശിച്ചുകൊണ്ട് യൂറോപ്പിൽ രൂപപ്പെട്ട ബൂർഷ്വാ പൊതുമണ്ഡലത്തിന്റെ രൂപീകരണത്തിൽ അച്ചടിയുടെ പങ്ക് ഗുണപരമായിരുന്നു.

സംസാരം ശബ്ദപ്രപഞ്ചത്തെ ഭാഷാപ്രപഞ്ചമായി പരിവർത്തിപ്പിച്ചപ്പോൾ അച്ചടിസാങ്കേതികവിദ്യ ഭൂപ്രദേശത്തെ ദേശരാഷ്ട്രമായി പരിവർത്തിപ്പിച്ചു. അതായത് അച്ചടിയുടെ പരിവർത്തനസ്വഭാവത്തിലൂടെ ഭൂപ്രദേശം ദേശരാഷ്ട്രമായി ഭാഷയിൽ വെളിപ്പെട്ടു. ചുരുക്കത്തിൽ അച്ചടിയാണ് ദേശരാഷ്ട്ര സങ്കൽപ്പത്തെ മനുഷ്യനാഗരികതയിൽ ഒരു ദേശബോധമായി പ്രസരിപ്പിച്ചത് (Anderson, 1991). ഭാഷ തന്നെയാണ് ആദ്യം ഭാഷാസമൂഹങ്ങൾക്ക് ഉപഭാഷാവിടവിലൂടെ പരിധി നിർണ്ണയിച്ചിരുന്നത്. അച്ചടി ഈ പരിമിതിയെ അധികരിച്ചു. ഇത് തികച്ചും ഒരു ബൂർഷ്വാ പരിവർത്തനം തന്നെ ആയിരുന്നു. അതുകൊണ്ടാണ് മുമ്പ് ചർച്ച ചെയ്ത തൊഴിലാളിവർഗ്ഗത്തിന്റേതല്ലാത്ത വിപുല ഉപഭാഷ മാനകീകൃതഭാഷയുടെ മാനദണ്ഡമായതും ഉപരിവർഗ്ഗത്തിന്റെ ലോകവീക്ഷണം സമൂഹത്തിൽ അധീശത്വപ്രത്യയശാസ്ത്രം ആയതും. അച്ചടിയുടെ സമഗ്രമായ വ്യാപനവും തൽഫലമായുണ്ടായ സമൂഹസാക്ഷരതയും ഭാഷാശരീരങ്ങളെ ദേശശരീരങ്ങളായി പരിവർത്തിപ്പിച്ചു. ഭാഷാശരീരങ്ങളുടെ ദേശശരീരത്തിൽ നിന്നുള്ള അതികരണമാണ് തുടർന്ന് വന്ന ഡിജിറ്റൽ ഭാഷാസാങ്കേതികവിദ്യയിലൂടെ നാം കാണുന്നത്.

ഡിജിറ്റൽ ഭാഷാ സാങ്കേതികവിദ്യ: ബഹുസ്വരതയുടെ നവബാബേൽ

സ്ക്രിപ്റ്റോറിയത്തിന്റെ ഓർമ്മയിൽനിന്നും അച്ചടിയിലൂടെ സമൂഹത്തിന്റെ സാക്ഷരതയായ ഭാഷ ദേശരാഷ്ട്രത്തിന്റെ സത്ത ആയിരുന്നു. അച്ചടിയിലൂടെ ഭാഷ സമൂഹത്തിന്റെ സാക്ഷരതയായി അതികരിച്ചപ്പോൾ ഡിജിറ്റൽ ഭാഷാസാങ്കേതികവിദ്യയിൽ ഭാഷ കാരക്ടറുകളായി (character) അമൂർത്തമായി. ശരീരത്തിന്റെ ഓർമ്മയുടെ അമൂർത്തതയിൽനിന്നും അച്ചടിയുടെ ദൃശ്യമൂർത്തതയിലൂടെ ഡിജിറ്റൽ ഭാഷാസാങ്കേതികവിദ്യ മനുഷ്യനാഗരികതയുടെ മറ്റൊരു അതികരണത്തിന് തയ്യാറാവുകയാണ്. പ്രാദേശികഭാഷകളിൽ ലോകമാകെ നടക്കുന്ന ഭാഷാസാങ്കേതികവിദ്യാ വികസനം ഇതിന്റെ പ്രാഥമിക ചുവടുവയ്പാണ്.

മക്‌ലൂഹൻ

ഇതര ഭാഷാസാങ്കേതികവിദ്യകളിൽ നിന്നും ഡിജിറ്റൽ ഭാഷാസാങ്കേതികവിദ്യക്കുള്ള ഒരു പ്രത്യേകത അത് ഭാഷയെ ഭാഷാതീതമായി അമൂർത്തവൽക്കരിക്കുന്നു എന്നതാണ്. യൂണികോഡ് (Unicode) എന്ന ഭാഷാസങ്കേതനവിദ്യയിൽ നടത്തുന്ന അനന്യവും എന്നാൽ സാർവ്വലൗകികവുമായ (unique and universal) ഭാഷാസങ്കേതനം (language encoding) ഇതിന്റെ ആദ്യ പടിയാണ്. ഭാഷയാൽ അടയാളപ്പെടുത്തിയ ദേശരാഷ്ട്രത്തിന്റെ പരിധിയിൽനിന്നുള്ള അർത്ഥത്തിന്റെ അധികരണമാണ് ഡിജിറ്റൽ ഭാഷാ സാങ്കേതികവിദ്യ. ഭാഷയുടെ ഭാഷാതീതമായ അമൂർത്തവൽക്കരണത്തിലൂടെയാണിത് സാധ്യമാകുന്നത്. ലോകത്തിലെ ഏതെങ്കിലും ഒരു ഭാഷയിൽ വെളിപ്പെട്ട അർത്ഥം മറ്റൊരു ഭാഷയിലേക്ക് എത്തിക്കുക എന്നതാണ് ഭാഷാസാങ്കേതികവിദ്യയുടെ ലക്ഷ്യം. അതായത് വിനിമയ വ്യാപ്തിക്കായി ഭാഷ ഡിജിറ്റൽ സാങ്കേതികവിദ്യയുടെ വളരെ ഉയർന്ന ഗുണവിശേഷതകളെ ആശ്രയിക്കുകയാണ്. അതുകൊണ്ടാണ് വൈവിധ്യമാർന്ന ഭാഷാലിപികളെ യൂണികോഡ് പോലുള്ള ഒരു സാർവ്വലൗകിക സങ്കേതനവിദ്യയിൽ കാരക്ടറുകളായി സങ്കേതനം ചെയ്യേണ്ടി വരുന്നത്. വചനത്തിലെയും എഴുത്തിലെയും സബ്സ്റ്റൻസായിരുന്ന ദൃശ്യവും ശബ്ദവും അർത്ഥവും ക്യാരക്ടറുകളായും നിയമങ്ങളായുമാണ് ഡിജിറ്റൽ ഭാഷാ സാങ്കേതികവിദ്യയിൽ സങ്കേതനം ചെയ്യുന്നത്. അതായത് ശബ്ദവും അർത്ഥവും ദൃശ്യവും 01 എന്ന ദ്വന്ദ്വത്തിന്റെ അനവധി കൂടിച്ചേരലുകളായി സങ്കേതനം ചെയ്യപ്പെടുന്നു. അവിശ്വസനീയമായ അതികരണത്തിന്റെ ഈ സാധ്യതയെ പ്രമുഖ മാധ്യമശാസ്ത്രജ്ഞനായ മക്‌ലൂഹൻ വിവരിക്കുന്നതിങ്ങനെയാണ്.

> നമ്മുടെ നാഡികളെയും ഇന്ദ്രിയങ്ങളെയും ആഗോളമായി വ്യാപിപ്പിക്കുന്ന ഇലക്ട്രോണിക് സാങ്കേതികവിദ്യയുടെ വ്യാപനം ഭാഷയുടെ ഭാവിയെ വളരെ വലിയ അളവിൽ സ്വാധീനിക്കും... വാചികവൽക്കരണം ഇല്ലാതെ ഇലക്ട്രോണിസിറ്റി നമ്മുടെ ബോധത്തെ തന്നെ ആഗോളതലത്തിൽ വ്യാപിപ്പിക്കുന്നു... ഭൗതികത നഷ്ടപ്പെടുന്ന അവസ്ഥയെ പറ്റി ഭാരമില്ലായ്മ എന്ന് ജൈവശാസ്ത്രജ്ഞർ പറയുന്നതുപോലെ സംസാരമില്ലായ്മ എന്ന അവസ്ഥ സംഭവിച്ചേ

ക്കാം. സംസാരമില്ലാതാവുന്ന ഈ അവസ്ഥ നമ്മുടെ ഐക്യത്തിന്റെയും സമാധാനത്തിന്റെയും നിലനിൽപ്പിനെ ബാധിച്ചേക്കാം (McLuhan 1964:80).

ഒരു കമ്പ്യൂട്ടറിൽ പ്രാദേശിക ഭാഷാ സംവിധാനം നിങ്ങൾ പ്രവർത്തിപ്പിക്കാൻ തുടങ്ങുമ്പോൾ നിങ്ങളും നിങ്ങളുടെ ഭാഷയും തുറന്ന ലോകത്തിലേക്ക് വളരുകയാണ്. ഒരു പ്രാദേശികഭാഷയെ ലോക ഭാഷയായി പരിവർത്തിപ്പിക്കുക. ഒരു പ്രാദേശിക ഭാഷാസമൂഹത്തെ ഭാഷാസാങ്കേതികവിദ്യാസമൂഹമായി ഗുണപരമായി പ്രവർത്തിപ്പിക്കുക. അതിലൂടെ ഭാഷയും ഭാഷാസമൂഹവും ദേശരാഷ്ട്രത്തിന്റെ പരിധിക്ക് പുറത്തേക്ക് വളർത്തുക ഇതാണ് ഭാഷാസാങ്കേതികവിദ്യയുടെ ധർമ്മം.

7

ഭാഷയും പൊതുനന്മയും

ഭാഷയെപ്പറ്റിയുള്ള ജൈവശാസ്ത്രപഠനങ്ങൾ ഏറെ വളരുന്ന സാഹചര്യത്തിൽ ഭാഷയുടെ ജൈവശാസ്ത്ര അടിത്തറയുടെ കാരണം സാമൂഹികമാണോ എന്ന് ചർച്ച ചെയ്യുകയാണ് ഈ അദ്ധ്യായത്തിൽ. സാമൂഹ്യശാസ്ത്രത്തിൽ പൊതുവായി ഉപയോഗിക്കുന്നതും സാമൂഹ്യതത്ത്വചിന്തയിൽ വളരെ ഗൗരവത്തിൽ ചർച്ച ചെയ്യുന്നതുമായ പൊതുനന്മ അഥവാ പൊതുവസ്തു (common good) എന്ന സങ്കൽപ്പനമാണ് ഈ ചർച്ചയിൽ ഉപയോഗിച്ചിട്ടുള്ളത്. മൂന്ന് കാര്യങ്ങളാണ് നമ്മളിവിടെ ചർച്ച ചെയ്യുന്നത്. ഒന്ന്, ഭാഷ ഒരു പൊതുവസ്തുവാണ്. രണ്ട്, ഭാഷ സമൂഹത്തിന്റെ പൊതുനന്മയുടെ ഉപകരണരൂപമാണ്. മൂന്ന്, ഭാഷയിൽ അർത്ഥം എന്നത് നിരന്തരം മാറ്റിവയ്ക്കപ്പെടുന്ന ഒന്നായതിനാൽ പൊതുസ്വത്ത് അഥവാ പൊതുനന്മ എന്നതിന്റെ അർത്ഥം ഒരു കേന്ദ്രത്തിൽ മാത്രം സ്ഥിരപ്പെടുത്താൻ കഴിയില്ല. അതായത് ഭാഷയിലൂടെ പൊതുനന്മയുടെ അഥവാ പൊതുസ്വത്തിന്റെ അർത്ഥം നിരന്തരം പരിഷ്കരിക്കപ്പെടുന്നു.

Common good എന്നത് വ്യത്യസ്തമായ അർത്ഥങ്ങളുള്ള ഒരു വാക്കാണ്. കത്തോലിക്കാ ദൈവശാസ്ത്രത്തിലും അരിസ്റ്റോട്ടിലിന്റെ ദർശനങ്ങളിലും ഈ സങ്കൽപ്പനത്തെക്കുറിച്ച് ഏറെ സങ്കീർണ്ണമായ ചർച്ചകളുണ്ട്. എന്നാൽ ഈ സങ്കീർണ്ണതകൾ ഒന്നുമില്ലാതെ രണ്ടു തരത്തിൽ നമുക്ക് ഈ വാക്കിനെ മനസ്സിലാക്കാം. 'കോമൺ ഗുഡ്' എന്ന വാക്കിന്റെ ഒരർത്ഥം പൊതുവസ്തു എന്നാണ്. ഇതൊരു നാമപദമാണ്. എല്ലാവർക്കും പൊതുവായി അവകാശമുള്ള വസ്തു എന്നാണിതിന്റെ അർത്ഥം. രണ്ടാമത്തെ അർത്ഥം പൊതുനന്മ എന്നതാണ്. ഇത് ഒരു നാമവിശേഷണപദമാണ്. ഭാഷ ഇത് രണ്ടുമാണ്. ഭാഷ ഒരു പൊതുവസ്തുവാണ്. ഒപ്പംതന്നെ ഭാഷയ്ക്ക് പൊതുനന്മയെ പ്രദാനം ചെയ്യുന്ന ചില

ഗുണവിശേഷതകളുമുണ്ട്. ഒരു ഭാഷാസമൂഹത്തിലെ എല്ലാ ഭാഷകരും പങ്കുവയ്ക്കുന്ന ഒരു പൊതുവസ്തുവാണ് ഭാഷ. ഒപ്പം നമുക്കിടയിലുള്ള പൊതുനന്മയെ വിനിമയം ചെയ്യുന്ന ഒരു സാമൂഹിക ഉപകരണവുമാണ് ഭാഷ. അതിനാൽ ഈ ചർച്ചയിൽ നമ്മൾ മൂന്ന് ചോദ്യങ്ങളാണ് ചർച്ച ചെയ്യുക. (1) ഭാഷയെ ഒരു പൊതുവസ്തുവായി എങ്ങനെ പരിഗണിക്കാം? (2) നമുക്കിടയിൽ പൊതുനന്മ വിനിമയം ചെയ്യുന്ന സഹജീവിസ്നേഹ ത്തിന്റെ (altrustic) ഒരു സാമൂഹിക ഉപകരണമായി ഭാഷ എങ്ങനെ പ്രവർത്തിക്കുന്നു? (3) ഭാഷയിലെ അർത്ഥം മാറ്റിവയ്ക്കൽ, അർത്ഥപരി ഷ്കരണം എന്നീ പ്രത്യേകതകൾ മൂലം പൊതുനന്മ അഥവാ പൊതു സ്വത്ത് എന്ന സങ്കൽപ്പം എപ്പോഴും എങ്ങനെയാണ് മാറിക്കൊണ്ടിരി ക്കുന്നത്?

ഭാഷ ഒരു പൊതുവസ്തു

അളവിലും ഗുണത്തിലും കുറവ് സംഭവിക്കാതെ ഒന്നിലധികം ആളു കൾക്ക് ഒരേസമയം ഉപയോഗിക്കാൻ കഴിയുന്ന എന്തിനെയും പൊതു വസ്തു എന്ന് പറയാം. ഒരു ഗ്ലാസ് ചായ ഞാൻ കുടിക്കുമ്പോൾ അത് എന്റെ ശരീരത്തിന്റെ ഭാഗമാകുന്നു. അതുകൊണ്ട് നിങ്ങൾക്ക് ആ ചായ നഷ്ടപ്പെടുന്നു. കൂടുതൽ ചായ ഉണ്ടായാലും അതൊരു പൊതുവസ്തു ആകില്ല. എന്നാൽ ഗണിതശാസ്ത്രത്തിലെ പൈതഗോറസിന്റെ സിദ്ധാന്തം ഒരു പൊതുവസ്തുവാണ്. ഞാൻ ആ സിദ്ധാന്തം പഠിച്ചതു മൂലം നിങ്ങൾക്കത് നഷ്ടമാവില്ല. ഒരു വസ്തു എത്രമാത്രം പൊതു വാണോ അത്രമാത്രം അത് നിങ്ങളുടെയും എന്റെയും നമ്മളുടെയും ആകും. ഞാൻ ചായ കുടിക്കുമ്പോൾ അത് എന്റെ ശരീരത്തിന്റെ ഭാഗ മാകുകയും എന്റെ ശരീരത്തിൽ സമീകരിക്കുകയും ചായ അല്ലാതായി ത്തീരുകയും ചെയ്യും. എന്നാൽ ഞാൻ പഠിച്ച പൈതഗോറസിന്റെ സിദ്ധാന്തം അങ്ങനെയല്ല. ഞാൻ അത് എത്രത്തോളം മനസ്സിലാക്കി യാലും സിദ്ധാന്തം അങ്ങനെ തന്നെ നിലകൊള്ളുന്നു. ഒപ്പം മറ്റുള്ളവർക്ക് ആ സിദ്ധാന്തം പറഞ്ഞു കൊടുക്കാൻ ഞാൻ കഴിവുള്ളവനാകുകയും ചെയ്യുന്നു. പൊതുസ്വത്ത് എന്താണെന്ന് മനസ്സിലാക്കുന്നതിന് സഹാ യിക്കുന്ന *ബ്രഹദാരണ്യകോപനിഷത്തി*ലെ ഒരു മന്ത്രമുണ്ട്.

ഓം പൂർണ്ണമദ പൂർണ്ണമിദം
പൂർണ്ണാദ് പൂർണ്ണമ:ദശ്ച്യതെ
പൂർണ്ണസ്യ പൂർണ്ണമാദായ
പൂർണ്ണമേവശഷ്യദെ

അർത്ഥം ഇങ്ങനെയാണ്: എല്ലാം പൂർണ്ണമാണ്. പൂർണ്ണം പൂർണ്ണ ത്തിൽ നിന്നേ ഉണ്ടാവുകയുള്ളു. പൂർണ്ണത്തിൽനിന്നും പൂർണ്ണം എടു ത്താലും അവശേഷിക്കുന്നതും പൂർണ്ണമായിരിക്കും.

ഇവിടെ നമ്മുടെ ചർച്ച ഭാഷയെപ്പറ്റിയാണ്. മേൽപ്പറഞ്ഞ അർത്ഥ

ത്തിൽ ഭാഷയെ ഒരു പൊതുവസ്തുവായി പരിഗണിക്കാമോ? ഞാനിപ്പോൾ നിങ്ങളോട് സംസാരിക്കുന്നു അല്ലെങ്കിൽ എഴുതുന്നു. ഞാൻ പറയുന്നതു കൊണ്ടോ നിങ്ങൾ കേൾക്കുന്നതുകൊണ്ടോ നമ്മുടെ ഭാഷയ്ക്ക് യാതൊരു കുറവും സംഭവിക്കുന്നില്ല. അതേസമയം ഞാൻ കേൾക്കുന്നതും വായിക്കുന്നതും എന്നിലാവുന്നുമുണ്ട്. ഞാൻ പറഞ്ഞതും എഴുതിയതും നിങ്ങൾക്ക് മനസ്സിലായിട്ടുണ്ടെങ്കിൽ നിങ്ങൾക്കും അതേ കാര്യം പറയുകയും എഴുതുകയും ചെയ്യാവുന്നതാണ്. ഫെർഡിനൻഡ് ഡി സസ്സൂർ ഭാഷയെപ്പറ്റി പറഞ്ഞത് നമ്മളുടെ ഈ വാദത്തെ പിൻതുണക്കുന്നുണ്ട്. "ഭാഷ ഭാഷകന്റെ ധർമ്മമല്ല, അത് വ്യക്തി സജീവമല്ലാതെ തന്നിലേക്ക് സമീകരിക്കുന്നത് മാത്രമാണ്" (Saussure 1960:8889). സസ്സൂറിന്റെ അഭിപ്രായത്തിൽ ഭാഷ ഒരു ചെസ്സ്കളി പോലെയാണ്. ആർക്കും ഏതുസമയവും വന്ന് കളിയിൽ പ്രവേശിക്കാം. അതായത് ഓരോ ഭാഷകനും ഭാഷയിൽ പ്രവേശിക്കുന്നതിനു മുമ്പും ഭാഷ ഇവിടെയുണ്ട്. നമ്മൾ ഒരിക്കൽ കളിയിൽ പ്രവേശിക്കുന്നു, കളിക്കുന്നു. എന്നാൽ നമുക്ക് കളിയുടെ നിയമങ്ങളിൽ മാറ്റം വരുത്താൻ കഴിയില്ല. നമുക്ക് ഭാഷയിൽ പ്രവേശിക്കാം, ഭാഷ ഉപയോഗിക്കാം അത്രമാത്രം. ഇത് വളരെ സാമാന്യമായ ഒരു വിശദീകരണമാണ്. കാര്യങ്ങൾ കുറച്ചുകൂടി ആഴത്തിൽ ചർച്ച ചെയ്യേണ്ടതുണ്ട്.

പരമമായ പൊതുവസ്തുവും സമീപ പൊതുവസ്തുവും

ഭാഷ ഒരു പൊതുവസ്തു ആണെന്ന വിശദീകരണം മേൽക്കഴിഞ്ഞ ചർച്ചയിൽ കൂടുതൽ വ്യക്തമായിട്ടില്ല. ടെലോളജി അനുസരിച്ച് പൊതുവസ്തുവിനെ രണ്ടായി തരംതിരിച്ചിട്ടുണ്ട്. പരമമായ പൊതുവസ്തുവെന്നും (ultimate common good) സമീപ പൊതുവസ്തുവെന്നും (proximate common good). ഉദ്ദേശ്യാധിഷ്ഠിത ശാസ്ത്രമനുസരിച്ച് (teleogical) പരമമായ പൊതുവസ്തുവിന്റെ ലക്ഷ്യം അതുതന്നെയാണ്. നമ്മുടെ സന്തോഷം എന്നത് പരമമായ പൊതുനന്മയാണ്. സന്തോഷം എന്നത് മറ്റേതെങ്കിലും പൊതുവസ്തുവിലേക്കുള്ള മാർഗ്ഗമല്ല. എന്നാൽ ശുദ്ധമായ വെള്ളം ഒരു സമീപപൊതുവസ്തുവാണ്. അത് മറ്റു പൊതുനന്മയിലേക്കുള്ള മാർഗ്ഗമാണ്. അതായത് ശരിയായ ആരോഗ്യം എല്ലാവർക്കും ഉണ്ടാകണം എന്നതാണ് ശുദ്ധമായ വെള്ളത്തിന്റെ ലക്ഷ്യം. വെള്ളം മറ്റൊരു പൊതുനന്മയിലേക്കുള്ള മാർഗ്ഗമാണ്. അതുകൊണ്ട് ശുദ്ധമായ വെള്ളം ഒരു സമീപപൊതുവസ്തുവാണ്. ഇങ്ങനെയാണെങ്കിൽ ഭാഷ ഏതുതരത്തിലുള്ള പൊതുവസ്തുവാണ്? നമ്മൾ ഭാഷ ഉപയോഗിക്കുന്നത് ഒരു ലക്ഷ്യമായിട്ടല്ല. മാർഗ്ഗമായിട്ടാണ്. ഭാഷ വിനിമയത്തിന്റെ ഒരു ഉപാധിയാണ്. നല്ല വെള്ളം നല്ല ആരോഗ്യത്തിന്റെ ഉപാധിയാകുന്നതുപോലെ. അതിനാൽ ഭാഷ ഒരു സമീപപൊതുവസ്തുവാണ്. പക്ഷേ, നമ്മൾ എന്തിനാണ് ഭാഷ ഉപയോഗിച്ച് വിനിമയം ചെയ്യുന്നത്? ഈ ചോദ്യം നമ്മളെ ചർച്ചയുടെ രണ്ടാം ഭാഗത്തേക്കാണ് നയിക്കുന്ന

ത്. ഭാഷയിലൂടെ നമ്മുടെ പൊതുനന്മ വിനിമയം ചെയ്യപ്പെടുന്ന പ്രക്രിയയെ ഭാഷാസഹജീവിസ്നേഹം (linguistic altruism) എന്ന് വിളിക്കാം.

ഭാഷ പൊതുനന്മയുടെ ഉപകരണം

എല്ലാ വസ്തുക്കളും ഇച്ഛിക്കുന്നതെന്തോ അതാണ് നന്മ എന്നാണ് അരിസ്റ്റോട്ടിൽ നന്മയെ നിർവചിച്ചിട്ടുള്ളത് (Aristotle 1980). നമുക്കറിയാത്ത ഒന്നിനെയും നമുക്ക് ഇച്ഛിക്കാൻ കഴിയില്ല. എങ്ങനെയാണ് നമ്മൾ അറിയുന്നത്? എങ്ങനെയാണ് നമ്മൾ സ്നേഹത്തെപ്പറ്റിയും സമാധാനത്തെപ്പറ്റിയും അറിഞ്ഞത്? എപ്പോഴൊക്കെ നമ്മൾ ഇച്ഛിക്കുന്നുവോ അവിടെ ഭാഷയുണ്ടാവും. മറ്റുള്ളവരുടെ ഇച്ഛ എല്ലാവരുടെയും പൊതുനന്മയാക്കുന്നത് ഭാഷയിലൂടെയാണ്. അതായത് ഭാഷയിലേക്കാണ് നന്മകളൊക്കെ വെളിപ്പെടുന്നത്. നന്മ വെളിപ്പെടുത്താനുള്ള ഉപാധിയാണ് ഭാഷ. ഒരാൾ ഒരു പ്രത്യേക സന്ദർഭത്തിൽ അനുഭവിച്ച അനുഭവം ഭാഷസമൂഹത്തിലേക്ക് വെളിപ്പെടുത്തുകയാണ്. വെളിപ്പെടുത്തൽ നടക്കുന്നത് എനിക്കും നിങ്ങൾക്കും ഇടയിലല്ല. നമുക്കിടയിലാണ്. അതായത് ഭാഷാസമൂഹത്തിന്റെ പൊതുഭാഷാബോധത്തിലാണ്. അതിനെയാണ് സസ്സൂർ ലാംഗ് എന്നുവിളിക്കുന്നത് (Saussure 1970: 612). മനുഷ്യ നന്മകളുടെ ഒരു ഭാഷാ സഞ്ചികയാണ് ലാംഗ്. അതായത് നന്മ വെളിപ്പെടുന്നത് എനിക്കും നിങ്ങൾക്കും ഇടയിലുള്ള പരോളിലല്ല. ഭാഷാസമൂഹത്തിന്റെ പൊതുഭാഷാബോധത്തിലാണ്. മനുഷ്യന്റെ വിവേകവും വകതിരിവും സാന്മാർഗ്ഗികതയും ലാംഗിൽ വെളിപ്പെടുകയും ഏത് ഭാഷകനും ഏത് സമയവും അത് ഭാഷാവിനിമയത്തിലൂടെ ലഭ്യമാവുകയും ചെയ്യും. ഭാഷയുടെ ഈ ഗുണവിശേഷതയെ ആണ് ചാൾസ് ഹോക്കറ്റ് displacement എന്ന് വിളിക്കുന്നത് (Hockket 1960: 39–96). മനുഷ്യന്റെ ഭാഷാവിനിമയത്തെ ഇതര ജീവികളുടേതിൽനിന്നും വ്യത്യസ്തമാക്കുന്ന ഒരു ഗുണവിശേഷതയും ഇതാണ്. ഭാഷയിലെ ഈ ഗുണവിശേഷതയില്ലാതെ ഭൂതകാലത്തിൽ മനുഷ്യന് ദോഷകരമായി സംഭവിച്ച ഒരു സംഭവം എങ്ങനെ വിനിമയം ചെയ്യാൻകഴിയും? ഭാഷയ്ക്ക് ഈ ഗുണവിശേഷതയില്ലെങ്കിൽ പോകുന്ന വഴിയിൽ ഒരു വന്യജീവിയുണ്ടെന്ന് മനുഷ്യന് തങ്ങളുടെ സഹജീവിയോട് എങ്ങനെ പറയാൻ കഴിയും? അതുകൊണ്ട് നമുക്ക് ഇങ്ങനെ ഒരു നിഗമനത്തിലെത്താം. മനുഷ്യന്റെ സാന്മാർഗ്ഗികതയ്ക്കും മൂല്യബോധത്തിനും അതിലുപരി സഹജീവിസ്നേഹത്തിനും ഭാഷ അനിവാര്യമാണ്. ഭാഷയിൽ വെളിപ്പെട്ട മൂല്യങ്ങളും സാന്മാർഗ്ഗികതയും സഹജീവിസ്നേഹത്തിലൂടെയുള്ള പൊതുനന്മയിലേക്ക് നമ്മെ നയിക്കുന്നു.

ഭാഷയും സഹജീവിസ്നേഹവും

പൊതുനന്മയിലേക്ക് മനുഷ്യനെ നയിക്കുന്ന ഏതു പ്രവർത്തനവും സഹജീവിസ്നേഹപ്രവർത്തനമാണ് (Calvez:1961). മനുഷ്യവർഗ്ഗത്തിലെ സഹജീവി സ്നേഹത്തിന്റെ സാന്നിധ്യമാണ് ഭാഷയെ പൊതുനന്മയുടെ

ഉപകരണമാക്കുന്നത്. എങ്ങനെയാണ് ഭാഷ ഇങ്ങനെ സഹജീവി സ്നേഹത്തിനായി പ്രവർത്തിക്കുന്നത്? ചാൾസ് ഹോക്കറ്റ് അവതരിപ്പിച്ച ഭാഷയുടെ വ്യതിരിക്തഗുണങ്ങളെല്ലാം ഇങ്ങനെ ഭാഷയെ സഹജീവി സ്നേഹത്തിന്റെ ഉപാധിയാക്കുന്നുണ്ട് (Hockett 1960). ജോസഫ് പൗൾഷോക്കിന്റെ അഭിപ്രായത്തിൽ നാലുതരത്തിലാണ് ഇങ്ങനെ ഭാഷ സഹജീവിസ്നേഹത്തിന്റെ ഉപാധിയായി പ്രവർത്തിക്കുന്നത് (Poulshock 2006:12). ഇവ ഭാഷയുടെ നാല് സഹജീവിസ്നേഹധർമ്മങ്ങളാണ്. മൂല്യ നിർണ്ണയം (assessment), നിർദ്ദേശം (enforcement), പൊതു പ്രതിനി ധാനം (shared representation),സഹകരണധർമ്മം (co-operation function) എന്നിവയാണവ. മാനവേതര ജീവികൾക്ക് സഹജീവി സ്നേഹം ഉണ്ടെങ്കിലും അവയ്ക്ക് അതിനെ മൂല്യനിർണ്ണയം ചെയ്യാൻ കഴിയില്ല. കാരണം സഹജീവിസ്നേഹം അവയ്ക്ക് കേവലം ജൈവപ്രവർത്തനം മാത്രമാണ്. ഭാഷ സാമൂഹികമായി തലമുറകളിലൂടെ വിനിമയം ചെയ്യ പ്പെടുന്നതുകൊണ്ട് നമ്മുടെ പൂർവ്വികരുടെ അനുഭവങ്ങളെയും അതിൽനിന്ന് രൂപപ്പെട്ട അറിവുകളെയും മൂല്യങ്ങളെയും നമുക്ക് ഭാഷ യിൽ സങ്കേതനം ചെയ്യാൻ കഴിയും. ഒപ്പംതന്നെ ഏതുകാലഘട്ടത്തിൽ ഏത് തലമുറയ്ക്കും ഈ അറിവുകളെയും മൂല്യങ്ങളെയും മൂല്യ നിർണ്ണയം നടത്താനും വേണമെങ്കിൽ പരിഷ്കരിക്കാനും കഴിയും. നമ്മുടെ പൊതുബോധത്തിലേക്ക് ഭാഷയിലൂടെ ഇവ വെളിപ്പെട്ടതുകൊ ണ്ടാണ് നമുക്ക് ഇവയെ മൂല്യനിർണ്ണയം ചെയ്യാൻ കഴിയുന്നത്. ഭാഷ യിൽ വെളിപ്പെട്ട സഹജീവി സ്നേഹഉള്ളടക്കം മനുഷ്യനിലെ സഹജീ വിസ്നേഹത്തെ മറ്റുള്ള ജീവികളിലെ സഹജീവിസ്നേഹത്തിൽനിന്നും വ്യത്യസ്തമാക്കുന്നുണ്ടെന്ന് സോബറും വിൽസണും നടത്തിയ പഠന ങ്ങൾ സൂചിപ്പിക്കുന്നു. അതായത് ഇതരജീവികളുടെ കാര്യത്തിൽ സഹ ജീവിസ്നേഹം ഭൗതിക നഷ്ടം വരുത്തുമ്പോൾ മനുഷ്യന് കേവലം ഒരു ഉപദേശംകൊണ്ട് ഒരാളെ സഹായിക്കാൻ കഴിയുന്നു (Sober and Wilson 2000:186). കേവലം ചില നിർദ്ദേശങ്ങൾ കൊണ്ട് നമുക്ക് സഹ ജീവി സ്നേഹം പ്രാവർത്തികമാക്കാൻ കഴിയും. ഇത് സഹജീവികളുടെ ജീവനെത്തന്നെ രക്ഷിക്കുന്നു. 'വേഗത കുറച്ചു പോവുക', 'അപകടകര മായ വളവുണ്ട്' എന്നിങ്ങനെ ഡ്രൈവർമാർക്കായി റോഡരികിൽ പതി ച്ചിരിക്കുന്ന നിർദ്ദേശങ്ങൾ തന്നെ ഇതിന് ഉത്തമ ഉദാഹരണമാണ്. ഭാഷയ്ക്ക് സഹജീവിസ്നേഹത്തെ കുറഞ്ഞ ചെലവിൽ പ്രകടിപ്പിക്കാൻ കഴിയും. സാംസ്കാരിക കൈമാറ്റം എന്ന ഗുണവിശേഷത ഉള്ളതിനാൽ ഭാഷയ്ക്ക് എല്ലാവരും പങ്കുവഹിക്കുന്ന മൂല്യങ്ങളെയും അറിവുകളെയും കാലത്തിലൂടെ വിനിമയം ചെയ്യാൻ കഴിയും. താഴെ കൊടുത്തിരിക്കുന്ന പഴഞ്ചൊല്ലുകൾ അത്തരം ധർമ്മങ്ങളാണ് നിർവഹിക്കുന്നത്.

"കാക്ക കേട്ടറിയും കൊക്ക് കൊണ്ടറിയും."

"മൂത്തവർ ചൊല്ലും മുതുനെല്ലിക്ക ആദ്യം കയ്ക്കും പിന്നെ മധു രിക്കും."

"അവനവനാത്മസുഖത്തിനാചരിക്കുന്നവ അപരന്റെ സുഖത്തിനായ് വരേണം" എന്ന ശ്രീ നാരായണ ഗുരുവിന്റെ വരികളും ഭാഷയുടെ സഹജീവിസ്നേഹം നടപ്പാക്കലിന് ഉദാഹരിക്കാവുന്നതാണ്. ഇവിടെ ഭാഷയിലൂടെ മനുഷ്യനിലെ ജൈവികമായ സഹജീവിസ്നേഹം സാമൂഹികസഹജീവിസ്നേഹമായി പരിവർത്തിക്കുകയാണ്. ഒപ്പംതന്നെ മനുഷ്യനിലെ സഹജീവിസ്നേഹത്തെപ്പറ്റി സാമൂഹ്യജൈവശാസ്ത്രം മുന്നോട്ടുവയ്ക്കുന്ന സ്വാർത്ഥജനിതകവാദത്തെ (selfish gene argument) ഇത് ചോദ്യംചെയ്യുകയും ചെയ്യുന്നു (Dawkins 1976:3). മനുഷ്യനിലെ സ്നേഹത്തിന്റെയും ഇതര സാമൂഹ്യസ്വഭാവങ്ങളുടെയും കാരണം മനുഷ്യശരീരത്തിലെ സ്വാർത്ഥജീനുകളുടെ ജൈവസാന്നിധ്യമാണെന്നാണ് സാമൂഹിക ജൈവശാസ്ത്രത്തിന്റെ (sociobiology) വാദം. അതായത് ഞാൻ, ഒരാളെ സഹായിക്കുന്നത് നാളെ ഞാൻ മറ്റുള്ളവരാൽ സഹായിക്കപ്പെടണം എന്ന ജൈവത്വരമൂലമാണെന്നാണ് ഈ വാദം. ജീനിന് സ്വാർത്ഥമാകാം. പക്ഷേ മനുഷ്യന് പൂർണ്ണമായി അങ്ങനെ ആകാൻ കഴിയില്ലല്ലോ. ഭാഷയിലൂടെ മനുഷ്യനിലെ ജൈവികമായ സഹജീവിസ്നേഹം അവന്റെ രാഷ്ട്രീയമായും സമരങ്ങളായും പരിവർത്തിക്കുന്നു. ഭാഷ എങ്ങനെയാണ് സഹകരണപ്രവർത്തനത്തിലൂടെ സഹജീവിസ്നേഹം സാധ്യമാക്കുന്നത് എന്നതിന് പൗൾഷോക്ക് ഒരു സംഭവം വിശദീകരിക്കുന്നുണ്ട്. ആ സംഭവമിങ്ങനെയാണ് (Pulshock 2006).

> ഉദാഹരണമായി പത്തോളം ആളുകൾ ഒരാനയെ കുഴിയിൽനിന്ന് രക്ഷിക്കുന്നു എന്നു കരുതുക, ഒരു നേതാവിന്റെ നിർദ്ദേശങ്ങൾ അനുസരിച്ച് അവരെല്ലാം പ്രവർത്തിക്കുമ്പോൾ അവർക്ക് ആ ആനയെ കരയിൽ കയറ്റാൻ കഴിയുന്നു. 'ഇവിടെ ഭാഷ സഹജീവിസ്നേഹത്തിലുപരി ഇതര ജീവികളെ സ്നേഹിക്കുന്നതിനുപോലും മനുഷ്യന്റെ സഹകരണ സ്വഭാവത്തെ സഹായിക്കുകയാണ്.'

വിമോചനത്തിന്റെ ഭാഷയും പൊതുനന്മയുടെ വെളിപ്പെടുത്തലും

ഒരു ഭാഷാസമൂഹത്തിന്റെ മൂല്യവ്യവസ്ഥ പൂർണ്ണമായും ആ ഭാഷാസമൂഹത്തിന്റെ മാതൃഭാഷ നിർണ്ണയിക്കുന്നതാണെന്ന വാദം ഇന്ത്യ പോലുള്ള കോളനീകൃത രാജ്യങ്ങളുടെ കാര്യത്തിൽ ശരിയാകില്ല. ഇന്ത്യയിലെ തദ്ദേശീയ മൂല്യവ്യവസ്ഥയെ ആകെ മാറ്റുന്നതിൽ ഇംഗ്ലീഷ് വിദ്യാഭ്യാസത്തിന് പങ്കുണ്ട്. അതായത് ഇംഗ്ലീഷ് സംസ്കാരത്തിന്റെ മൂല്യവ്യവസ്ഥ ഇന്ത്യയിലെ പ്രധാന ഭാഷാസമൂഹങ്ങളുടെ പരമ്പരാഗത മൂല്യവ്യവസ്ഥയെ പുനഃപരിശോധനയ്ക്ക് വിധേയമാക്കി. ഇന്ത്യക്കാരന്റെ ജീവനലോകത്ത് വെളിപ്പെടാത്ത പല അർത്ഥ ഉള്ളടക്കങ്ങളും മൂല്യങ്ങളും ഇംഗ്ലീഷ് വിദ്യാഭ്യാസത്തോടെ ഇവിടെ വെളിപ്പെട്ടു. ദേശരാഷ്ട്രം, വംശം, പൗരൻ, അവകാശം, വ്യക്തിസ്വാതന്ത്ര്യം എന്നിവ ഇംഗ്ലീഷ് വിദ്യാഭ്യാസം

മൂലം നമ്മുടെ ജീവനലോകത്ത് വെളിപ്പെട്ട അർത്ഥങ്ങളാണ്. ഇന്ത്യൻ സമൂഹത്തിന്റെ പൊതുനന്മയെക്കുറിച്ചുള്ള സങ്കൽപ്പത്തെത്തന്നെ ഇവ മാറ്റിമറിച്ചു. കാൾ മാർക്സ് നിരീക്ഷിച്ചതുപോലെ, കോളനിവൽക്കരണം പൂർവ്വമുതലാളിത്ത അവസ്ഥയിലായിരുന്ന ഇന്ത്യൻ സമൂഹത്തെ മുതലാളിത്തത്തിലേക്ക് പരിവർത്തിപ്പിക്കേണ്ട അബോധപൂർവ്വമായ ഒരു ഉപകരണമായിരുന്നു (Marx and Engels 1972:339). പക്ഷേ ഇത് ദ്വിമുഖഫലങ്ങളാണ് ഇന്ത്യയിൽ ഉണ്ടാക്കിയത്. ഒ ചന്തുമേനോന്റെ *ഇന്ദുലേഖ* എന്ന നോവലിലെ ഇന്ദുലേഖ എന്ന കഥാപാത്രം സൂരിനമ്പൂതിരിപ്പാടിനോട് 'ഞാൻ' എന്ന് പരാമർശിച്ചപ്പോൾ നായർസ്ത്രീ നമ്പൂതിരിയുടെ പൊതുസ്വത്താണെന്ന വ്യവഹാരത്തെ ഇന്ദുലേഖ ചോദ്യംചെയ്യുകയായിരുന്നു (മേനോൻ 1955). ഫ്യൂഡൽ സങ്കൽപ്പത്തിൽ അഹമില്ലാത്ത സ്ത്രീയിൽനിന്നും അഹമുള്ള സ്ത്രീയിലേക്കുള്ള പരിവർത്തനമായിരുന്നു ഇന്ദുലേഖയുടെ 'ഞാൻ' പ്രയോഗം. നായർസ്ത്രീകളെ നമ്പൂതിരി ബാന്ധവത്തിനായി അനുവദിക്കുക എന്നത് അന്നത്തെ ഒരു പൊതുനന്മയായിരുന്നു (Trautmann 1981, Sreekumar 2003). പുരുഷകേന്ദ്രീകൃതമായ ഫ്യൂഡൽ വ്യവഹാരത്തെയാണ് ഇന്ദുലേഖ ചോദ്യം ചെയ്യുന്നത്. നായർ കുടുംബങ്ങളുടെ ഭൗതികമായ പൊതുനന്മയ്ക്കായി സ്ത്രീശരീരങ്ങൾ ബ്രാഹ്മണർക്ക് പൊതുവസ്തുവായി മാറ്റപ്പെടുന്ന ഒരു വ്യവഹാരത്തിലാണിത് നടക്കുന്നത്. ഞാനെന്ന പ്രയോഗത്തിലൂടെ ഇന്ദുലേഖ തന്റെ വ്യക്തിപരമായ പൊതുനന്മ സ്വയം തീരുമാനിക്കുകയായിരുന്നു. മാമൂൽപ്രകാരമുള്ള പൊതുനന്മയ്ക്ക് ബദലായി പൗരനന്മയുടെ പ്രഖ്യാപനമായിരുന്നു ഞാനെന്ന പ്രയോഗത്തിലൂടെ ഇന്ദുലേഖ നടത്തിയത്. ഇന്ദുലേഖയുടെ വ്യക്തിബോധവും വ്യവസ്ഥയ്ക്കതീതമായ വ്യക്തിസ്വാതന്ത്ര്യവും കൊളോണിയൽ ഇംഗ്ലീഷ് വിദ്യാഭ്യാസം കേരളത്തിന്റെ ജീവനലോകത്ത് കൊണ്ടുവന്ന മാറ്റമായിരുന്നു.

പതിനെട്ടാം നൂറ്റാണ്ടിൽ യൂറോപ്പിൽ രൂപംകൊണ്ട പൊതുമണ്ഡലത്തിൽ ഫ്യൂഡലിസത്തിനെതിരായ വിമർശനത്തിൽ നോവൽസാഹിത്യം വഹിച്ച പങ്കിനെപ്പറ്റി ഹെബർമാസ് വിശദീകരിക്കുന്നുണ്ട് (Habermas 1992:423). പക്ഷേ പിന്നീട് അതേ വ്യക്തിവാദം തന്നെ കേരളത്തിലെ കൂട്ടുകുടുംബവ്യവസ്ഥയെ തകർക്കുകയും ചെയ്തു. ഇത് കൃഷിഭൂമിയുടെ വിഭജനത്തിനും കേരളത്തിന്റെ കാർഷിക സമ്പദ്വ്യവസ്ഥയെ ദുർബലപ്പെടുത്തുന്നതിനും കാരണമായി. ഭാഷയുടെ സാമൂഹിക സഹകരണധർമ്മം പിന്നീട് കേരളത്തെ സാമൂഹ്യവിമോചനപ്രസ്ഥാനങ്ങളിലേക്കും നയിച്ചു. സാമൂഹിക രാഷ്ട്രീയ പ്രസ്ഥാനങ്ങളിലൂടെ ഫ്യൂഡൽ സാമൂഹ്യ വ്യവസ്ഥയിലെ തൊഴിൽശരീരങ്ങൾ സ്വതന്ത്രവ്യക്തിശരീരങ്ങളായി വിമോചിച്ചു. പൊതുവസ്തുക്കൾ പ്രാപിക്കുന്നതിനും ഉപയോഗിക്കുന്നതിനുമുള്ള ജാതിപരമായ വിലക്കുകൾ ചോദ്യം ചെയ്യപ്പെട്ടു. "നമ്മൾ കൊയ്യും വയലെല്ലാം നമ്മുടെതാകും പൈങ്കിളിയേ" എന്ന ഒ എൻ വി കുറുപ്പിന്റെ വരികൾ പൊതുസ്വത്തിനെപ്പറ്റിയുള്ള സ

ങ്കൽപ്പത്തിനുണ്ടായ മാറ്റത്തിന്റെ ഭാഷയിലെ പ്രകടനമായിരുന്നു. അദ്ധ്വാനിക്കുന്ന തൊഴിലാളിവർഗ്ഗത്തിന് നിഷേധിക്കപ്പെട്ടിരുന്ന പൊതുസ്വത്തിന്മേലുള്ള അവകാശപ്രഖ്യാപനമായിരുന്നു ഈ വരികൾ. ഇതിന് മുന്നോടിയായി മറ്റ് രണ്ടു പൊതുസ്വത്തുക്കൾ കൂടി ഭാഷ മലയാള ഭാഷാസമൂഹത്തിലേക്ക് വെളിപ്പെട്ടു. "വിദ്യകൊണ്ട് പ്രബുദ്ധരാകുക", "സംഘടനകൊണ്ട് ശക്തരാകുക" എന്ന ശ്രീനാരായണഗുരുവിന്റെ വാക്കുകൾ ഇതിന്റെ ഭാഷാപ്രകടനമായിരുന്നു. എല്ലാവർക്കും വിദ്യാഭ്യാസവും സംഘടനയും പൊതുവസ്തുവും പൊതുനന്മയാകണമെന്നാണ് ഈ വാക്കുകൾ വ്യക്തമാക്കിയത്. സംഘടനയും വിദ്യാഭ്യാസവും പൊതുനന്മ ആയതോടെ കേരളത്തിൽ ഒരു മധ്യവർഗ്ഗം രൂപപ്പെടുകയും ചെയ്തു. നമുക്ക് സന്യാസം തന്നത് ബ്രിട്ടീഷുകാരാണ് എന്ന് പറഞ്ഞ നാരായണഗുരുവിൽനിന്നും സംഘടനയും വിദ്യാഭ്യാസവുമാണ് പൊതുനന്മയെന്ന് പറഞ്ഞ നാരായണഗുരുവിലേക്കുള്ള മാറ്റവും പിന്നീട് കൃഷിഭൂമിയാണ് പൊതുനന്മയെന്ന് പറഞ്ഞ കമ്യൂണിസ്റ്റ് പ്രസ്ഥാനങ്ങളിലേക്കുള്ള വളർച്ചയുമാണ് കേരളത്തിന്റെ അനന്യത. ഇവിടെ ഭാഷ ഓരോ കാലഘട്ടങ്ങളിലും പൊതുവസ്തുവിനെയും പൊതുനന്മയെയും കുറിച്ചുള്ള അർത്ഥം പരിഷ്കരിക്കുകയായിരുന്നു. വ്യക്തിജീവിതമൂല്യത്തിൽ ജീവിതനിഷേധത്തിന്റെ വ്യവഹാരഘടകങ്ങൾ ഉള്ളടങ്ങിയ ഏഷ്യൻ സാഹചര്യത്തിൽ സംഘടനയും വിദ്യാഭ്യാസവും വ്യവസായവുമാണ് പൊതുനന്മയെന്ന് പറഞ്ഞ നാരായണഗുരു പൊതുനന്മയെപ്പറ്റിയുള്ള ഹൈന്ദവവ്യവഹാരങ്ങളെ അപനിർമ്മിക്കുകയായിരുന്നു. പൊതുനന്മയെപ്പറ്റിയുള്ള മാറുന്ന അർത്ഥങ്ങൾ കാണിക്കുന്നത് പരമമായ പൊതുനന്മ എന്നതിനെ ഭാഷ സമീപ പൊതുവസ്തുവായും സമീപ പൊതുനന്മയായും ഭൗതികവൽക്കരിക്കുന്നു എന്നാണ്. ഭാഷയിൽ സാധ്യമാകുന്ന വെളിപ്പെടുത്തലിന്റെ ബഹുവിധസാധ്യതകളാണ് ഇത്തരത്തിലുള്ള ഒരു ഭൗതികവൽക്കരണം സാധ്യമാക്കുന്നത്.

അരിസ്റ്റോട്ടിലിനെ സംബന്ധിച്ചിടത്തോളം പൊതുനന്മ എന്നാൽ ദൈവികമാണ്. അതായത് അതിഭൗതികമാണ് (Aristotle 1941:88-89). നഗരരാഷ്ട്രം പൊതുനന്മയുടെ പ്രതീകമാണ് (സ്ത്രീകൾക്കും അടിമകൾക്കും സ്വാതന്ത്ര്യമില്ലാതിരുന്നിട്ടും!). സെന്റ് തോമസ് അക്വിനാസ് പൊതുനന്മയെ നിർവചിച്ചിരിക്കുന്നത് ഇങ്ങനെയാണ് :

"സർവ്വതിലെയും നന്മ ദൈവത്തെ ആശ്രയിച്ചിരിക്കുന്നതിനാൽ ഉന്നതനായ ദൈവം തന്നെയാണ് പൊതുവായ നന്മ" (Aquinas 1945:27). ജെസ്യൂട്ട് സമൂഹത്തിന്റെ സ്ഥാപകനായ ഇഗ്നേഷ്യസ് ലയോളയെ സംബന്ധിച്ചിടത്തോളം പൊതുനന്മ എന്നത് സാർവ്വലൗകികമാണ്. അത് ഭൂമിയുടെ അതിരുകൾ വരെ എത്തുന്നു. ഭൂമിയുടെ അതിരുകൾവരെ എത്തുന്ന ക്രിസ്തുമത പ്രചരണത്തിന് അത്തരം ഒരു നിർവചനം ആവശ്യമായിരുന്നു. കൂടുതൽ സാർവ്വലൗകികമായ നന്മ കൂടുതൽ ദൈവികമാണെന്നാണ് ലയോളാസ് പ്രസ്താവിച്ചിരിക്കുന്നത്. എന്നാൽ പൊതുനന്മയെപ്പ

അക്വിനാസ്

റ്റിയുള്ള ഉപയുക്തതാവാദികളുടെ കാഴ്ചപ്പാട് വ്യത്യസ്തമാണ്. അരിസ്റ്റോട്ടിലിന്റെയും സെന്റ് തോമസിന്റെയും ലയോളാസിന്റെയും പൊതുനന്മാ സങ്കൽപ്പനത്തെപ്പറ്റി ജോൺ റാവൽസ് ഇങ്ങനെ പരാമർശിച്ചിരിക്കുന്നു : "ലിബർട്ടിയുടെയും സഹിഷ്ണുതയുടെയും പരിമിതികൾ അംഗീകരിക്കുന്നവർക്ക് ഈ നിർവചനങ്ങൾക്ക് രാഷ്ട്രീയ സാധ്യത ഇല്ലെന്ന് ബോധ്യപ്പെടും (Rawls 1993:1)". കാരണം പരിഷ്കരണത്തിന്റെയും യുദ്ധങ്ങളുടെയും യൂറോപ്യൻ അനുഭവം പൊതുനന്മാ സങ്കൽപ്പനത്തെ പ്രതിസന്ധിയിലാക്കിയിട്ടുണ്ട്. അതുകൊണ്ട് റാവേൽ ഇങ്ങനെ പ്രസ്താവിക്കുന്നു.

> ഭരണകൂടത്തിന്റെ മർദ്ദന അധികാരം ഉപയോഗിച്ചു മാത്രമേ പൊതുനന്മയുടെ പ്രായോഗികമായതും എല്ലാവർക്കും സ്വീകാര്യമായതുമായ ഒരു നിർവചനം പ്രായോഗികമാക്കാൻ കഴിയൂ (Rawls: 1987:1–25).

വ്യത്യസ്ത സമൂഹങ്ങളിൽ ഭാഷ നിർമ്മിക്കുന്ന വ്യത്യസ്തമായ പൊതുനന്മാസങ്കൽപ്പനം മൂലം രാഷ്ട്രീയ ചിന്തകനായ മിഖായേൽ സാൻഡൽ പറയുന്നതിങ്ങനെയാണ്. "നമുക്കെല്ലാം പൊതുവായി അറിയാവുന്ന ഒരു നന്മ ഏതാണെന്ന് നമുക്ക് അറിയില്ല" (Sandel 1982:83).

പടിഞ്ഞാറൻ സാമ്രാജ്യത്വവും അതിന്റെ പിൽക്കാല സാംസ്കാരിക യുക്തിയും പടിഞ്ഞാറൻ മൂല്യവ്യവസ്ഥയെ ആണ് ലോക പൊതുനന്മയായി പ്രചരിപ്പിക്കുന്നത്. എന്നാൽ കിഴക്കൻ ഭൂവിഭാഗത്തിലെ കമ്യൂണിസ്റ്റ് രാജ്യങ്ങൾ സാർവ്വലൗകികസമത്വത്തെയാണ് ആഗോള പൊതുനന്മയായി പ്രചരിപ്പിച്ചത്. എന്നാൽ റഷ്യയുടെ തകർച്ചയും ശീതസമരത്തിന്റെ അന്ത്യവും ഇത്തരത്തിലുള്ള ലളിതവൽക്കരണത്തെ ഏറെ സങ്കീർണ്ണമാക്കിയിരിക്കുകയാണ്. ഫുക്കുയാമയുടെ വീക്ഷണത്തിൽ പടിഞ്ഞാറൻ ലിബറൽ ജനാധിപത്യത്തിന്റെ പ്രചാരമാണ് ഇനിയുള്ള കാലത്തിന്റെ പൊതുനന്മ (Fukuyama 1992). എന്നാൽ ലോകത്ത് നാമിന്ന് കാണുന്നത് ഫുക്കുയാമ പ്രവചിച്ചതിന് വിരുദ്ധമായ മാറ്റങ്ങളാണ്. മതവൈരവും വംശീയതയും അടിച്ചമർത്തപ്പെടുന്നവന്റെ സത്വസമരങ്ങളും മതതീവ്രവാദവും കാണിക്കുന്നത് പൊതുനന്മയെപ്പറ്റിയുള്ള ബഹുവിധ വ്യവഹാരങ്ങളും സങ്കൽപ്പനങ്ങളുമാണ്. ആഗോളതലത്തിലെന്നല്ല

കേവലം ദേശീയതലത്തിൽ പോലും എല്ലാവർക്കും സ്വീകാര്യമായ ഒരു പൊതുനന്മ നമുക്കിന്ന് സങ്കൽപ്പിക്കാൻ കഴിയുമോ? ഇന്ത്യയിലെതന്നെ ഏതെങ്കിലും ഒരു മണ്ഡലത്തിലെങ്കിലും എല്ലാവർക്കും സ്വീകാര്യമായ ഒരു പൊതുനന്മയെ നമുക്ക് സങ്കൽപ്പിക്കാൻ കഴിയുമോ?

ചുരുക്കത്തിൽ പൊതുനന്മ എന്ന ആശയം തന്നെ ഇന്ന് ഏറെ സങ്കീർണ്ണമാണെന്ന് കാണാം. ഒരു നാമം എന്ന നിലയിൽ ഭാഷ എപ്പോഴും പൊതുവസ്തു എന്ന വാക്കിന്റെ അർത്ഥത്തെ പരിഷ്കരിച്ചുകൊണ്ടിരിക്കുന്നു. ഒരു സമീപ പൊതുവസ്തു എന്നനിലയിൽ ഭാഷ എപ്പോഴും പൊതുനന്മയെ നമുക്ക് സമീപസ്ഥമാക്കുന്നു. ശ്രീനാരായണ ഗുരു സന്യാസത്തിൽനിന്നും വിദ്യാഭ്യാസത്തിലേക്കും സംഘടനയിലേക്കും വ്യവസായത്തിലേക്കും പൊതുനന്മയെ നമുക്ക് പ്രാപിക്കാൻ തക്ക തരത്തിൽ സമീപസ്ഥമാക്കിയതുപോലെ. പരമമായ ഒരു പൊതുനന്മ ഇല്ലെന്നും മനുഷ്യന് പ്രാപിക്കാൻ കഴിയുന്ന സമീപസ്ഥപൊതുവസ്തുക്കളിലൂടെയുള്ള മാർഗ്ഗങ്ങളേ ഉള്ളൂ എന്നുമാണ് ഭാഷ നമ്മളോടു പറയുന്നത്. പൊതുവസ്തുവിനെ ഒരു ലക്ഷ്യമായല്ല മാർഗ്ഗമായാണ് ഭാഷ വെളിപ്പെടുത്തുന്നത്.

ഫുക്കുയാമ

എന്നാൽ ചരിത്രത്തിൽ പല സന്ദർഭങ്ങളിലും ഭാഷ ഒരു ലക്ഷ്യമായി തെറ്റിദ്ധരിക്കപ്പെട്ടിട്ടുണ്ട്. തമിഴ്നാട്ടിലെ ഭാഷാപ്രണയം ഇതിനൊരുദാഹരണമാണ് (Ramaswamy 1998). എന്നാൽ പിൽക്കാലത്ത് ദ്രാവിഡപ്രസ്ഥാനത്തിന്റെ സ്ഥാപകനായ പെരിയാർ തന്നെ ഇത് തിരുത്തുകയുണ്ടായി (Ramaswamy 1962 : 7-17). തമിഴ്ജനസമൂഹത്തിന്റെ മുലപ്പാലിനോടുള്ള അതിരുകവിഞ്ഞ ഭ്രാന്ത് “തായ്പ്പാൽപതിയം” (madness over mother milk) എന്നാണ് പെരിയാർ ഇതിനെ വിമർശനാത്മകമായി നിരീക്ഷിച്ചത് (Ramaswamy: 1962:717).

> നിങ്ങളുടെ ഭാര്യയോടും കുട്ടികളോടും വേലക്കാരോടും ഇംഗ്ലീഷ് സംസാരിക്കുക! തമിഴ് ഭാഷയോടുള്ള നിങ്ങളുടെ മതിഭ്രമം ഉപേക്ഷിക്കുക... മനുഷ്യരെപ്പോലെ ജീവിക്കുക

എന്നാണ് പെരിയാർ തമിഴ് ജനതയെ ഉപദേശിച്ചത് (Anaimuthu 1974:989). തീർച്ചയായും ഭാഷ ഒരു പൊതുസ്വത്താണ്. എന്നാലതൊരു

ലക്ഷ്യമല്ല. പൊതുനന്മയിലേക്കുള്ള ഒരു മാർഗ്ഗം മാത്രമാണ് ഭാഷ. ഭാഷയെ ഒരു ലക്ഷ്യമാക്കി തെറ്റിദ്ധരിച്ച ആ കാലഘട്ടത്തിൽ പെരിയാറിന്റെ നിർദ്ദേശം സന്ദർഭോചിതമായിരുന്നു.

കത്തോലിക്കാ വിശ്വാസം അനുസരിച്ച് ഭാഷ നമ്മെ നയിക്കുന്നത് എല്ലാം ഉത്ഭവിച്ച ഒരു ഉറവിടത്തിലേക്കാണ്. ഇത് തികച്ചും അതിഭൗതികമാണ്. മനുഷ്യ വിമോചനത്തിൽ ഇത്തരം ഇടങ്ങൾക്ക് ഒന്നും ചെയ്യാനില്ല. അതിഭൗതികമായ ഇടങ്ങളുമായി ബന്ധപ്പെടുത്തി മനുഷ്യനിൽ സജീവമല്ലാത്ത ഒരു കർതൃത്വം നിർമ്മിക്കാൻ മാത്രമേ ഈ വ്യവഹാരങ്ങൾക്ക് കഴിഞ്ഞിട്ടുള്ളൂ. എന്നാൽ ഭാഷ ഇതിന് വിപരീതമായാണ് പ്രവർത്തിക്കുന്നത്. കത്തോലിക്കാ വിശ്വാസം പൊതുനന്മയെ മനുഷ്യനിൽ നിന്നും അകറ്റി പരമമായ ഒരു പൊതുനന്മയായി സങ്കൽപ്പിക്കുമ്പോൾ ഭാഷ അവനുചുറ്റും ഭൗതികമായ പൊതുനന്മകളെ വെളിപ്പെടുത്തുന്നു. മനുഷ്യമുന്നേറ്റങ്ങൾ വെളിപ്പെട്ട പൊതുനന്മയെയും പൊതുസ്വത്തിനെയും അവന് പ്രാപ്യമാക്കുന്നു. സമീപമായ പൊതുസ്വത്തുക്കൾ പ്രാപ്യമായാലും പരമമായ ഒരു പൊതുനന്മ ഭാഷയിലൂടെത്തന്നെ മനുഷ്യൻ ഇച്ഛിക്കുന്നു. ഭാഷ പൊതുനന്മയോടുള്ള മനുഷ്യന്റെ ഇച്ഛയെ വഹിക്കുന്നു. പ്രാപ്യമല്ലാത്തതും അതിഭൗതികവും പരമവുമായ പൊതുനന്മയിൽനിന്നും സമീപസ്ഥങ്ങളും ഭൗതികവുമായ പൊതുസ്വത്തിലേക്കും പൊതുനന്മയിലേക്കും മനുഷ്യന്റെ ഇച്ഛയെ ഓരോ കാലത്തിലും തിരിച്ചുവിടുന്നതും ഭാഷയാണ്. മതം നിർമ്മിച്ച അതിഭൗതികമായ പൊതുനന്മയിൽനിന്നും മനുഷ്യേച്ഛയെ നമ്മുടെ ഭൗതികമായ ജീവനലോകത്തിലേക്ക് തിരികെ വിളിക്കുന്നത് ഭാഷയാണ്. അതുകൊണ്ടാണ് സന്യാസമാണ് പൊതുനന്മയെന്ന് ആദ്യം പറഞ്ഞ ശ്രീനാരായണഗുരു വിദ്യയും സംഘടനയും, എല്ലാറ്റിലുമുപരി, വ്യവസായവുമാണ് അഭിവൃദ്ധിയിലേക്കുള്ള മാർഗ്ഗമെന്ന് പിന്നീട് പ്രസ്താവിച്ചത്. ഇത്തരത്തിലുള്ള പരിഷ്കരണങ്ങളൊക്കെ നടക്കുന്നത് പൊതുനന്മ അഥവാ പൊതുസ്വത്ത് എന്നീ വാക്കുകൾക്ക് അവ പ്രതിനിധീകരിക്കുന്ന സങ്കൽപ്പവുമായിട്ടോ വസ്തുവുമായിട്ടോ ഉള്ള ബന്ധം കൃത്രിമമായതുകൊണ്ടാണ്. അതായത് ഭാഷയിലെ കൃത്രിമത്വം എന്ന പ്രത്യേകത ഉള്ളതുകൊണ്ടാണ് ഭാഷ മനുഷ്യന്റെ പൊതുബോധത്തെ നിരന്തരം പരിഷ്കരിച്ചുകൊണ്ടിരിക്കുന്നത്.

8

ഭാഷയും സാമ്പത്തിക വികസനവും

ഭാഷകൾ വളരുന്നു, തളരുന്നു, ഭൂരിഭാഗം ഭാഷകളും മരിക്കുന്നു എന്നത് ഒരു വസ്തുനിഷ്ഠ യാഥാർത്ഥ്യമാണ്. ഭാഷകളുടെ വളർച്ച, തളർച്ച, മരണം എന്നീ പ്രക്രിയകളെ മനുഷ്യന്റെ നാളിതുവരെയുള്ള സാമ്പത്തികവികസനവുമായി ചേർത്തു പരിശോധിക്കേണ്ടതുണ്ട്. അത്തരത്തിലല്ലാത്ത ചർച്ചകൾ കേവലം 'ഭാഷയ്ക്കുവേണ്ടി മാത്രം ഭാഷ' എന്ന തരത്തിലുള്ള ഐഡിയൽ സമീപനങ്ങളായിരിക്കും. ഭാഷാശാസ്ത്രത്തിന് പുറത്ത് അത്തരത്തിലുള്ള ഐഡിയൽ ആയ ചർച്ചകളും ഭാഷകൾ മരിക്കുന്നു എന്ന പരിദേവനങ്ങളും ഏറെ നടക്കുന്നുണ്ട്. ഭാഷകൾ രൂപപ്പെടുന്ന ഭൗതികസാഹചര്യങ്ങളെയും അവ തളരുകയും മരിക്കുകയും ചെയ്യുന്ന ഭൗതികമായ കാരണങ്ങളെയും പരിഗണിച്ചുകൊണ്ടുള്ള ചർച്ചകൾ ഭാഷാശാസ്ത്രത്തിൽ പൊതുവെ കുറവായിരുന്നു. എന്നാൽ കഴിഞ്ഞ കുറെ വർഷങ്ങളായി ഇത്തരം ചർച്ചകൾ സജീവമാകുന്നു എന്നത് ആശാവഹമാണ്. മനുഷ്യന്റെ സാമ്പത്തിക വികസനവുമായി ബന്ധപ്പെടുത്തി ഭാഷകളുടെ വളർച്ചയെയും തളർച്ചയെയും കുറിച്ചാണ് ഇവിടെ ചർച്ച ചെയ്യുന്നത്.

സാമ്പത്തികവികസനവും ഭാഷാവൈവിധ്യവും വ്യത്യസ്ത ദിശകളിലേക്കാണ് വളരുന്നത് (Alesina 2005). അതായത് സാമ്പത്തിക വികസനമുണ്ടാകുന്ന ലോകത്തിന്റെ വിവിധ പ്രദേശങ്ങളിൽ ഭാഷാവൈവിധ്യം കുറഞ്ഞു വരുന്നതായാണ് കണ്ടുവരുന്നത് (Krauss 1992). സാമ്പത്തികമായി വികസിക്കാത്ത ഭൂപ്രദേശങ്ങളിലാണ് ഭാഷാവൈവിധ്യം കൂടുതലായുള്ളത്. വികസിതരാജ്യങ്ങളിൽ ഭാഷാവൈവിധ്യം താരതമ്യേന കുറവാണ്. സാമ്പത്തികമായി ഏറെ വികസിച്ച യൂറോപ്പിൽ ഭാഷാവൈവിധ്യം വളരെ കുറവാണ്. അതായത് ലോകത്തിലെ മൊത്തം ഭാഷകളുടെ മൂന്ന് ശതമാനം മാത്രമാണ് യൂറോപ്പിലുള്ളത് (Skutnabb 2000).

എന്നാൽ സാമ്പത്തികമായും സാമൂഹികമായും ഏറെ പിന്നോക്കം നിൽക്കുന്ന ആഫ്രിക്കൻ ഭൂഖണ്ഡത്തിൽ ഭാഷാവൈവിധ്യം ഏറെ കൂടുതലാണ്. അതായത് ലോകത്തിലെ മൊത്തം ഭാഷകളുടെ മുപ്പത് ശതമാനവും ആഫ്രിക്കയിലാണ്. താഴെ കൊടുത്തിരിക്കുന്ന രണ്ട് ചിത്രങ്ങളിൽ നിന്നും ഇത് വ്യക്തമാവുന്നതാണ്. ഒന്നാമത്തേത് ലോകത്തിലെ ഭാഷാവൈവിധ്യത്തിന്റെ ഭൂപടവും രണ്ടാമത്തേത് ലോകത്തിലെ പ്രധാന ഭൂവിഭാഗങ്ങളിലെ ഭാഷാവൈവിധ്യത്തിന്റെ അളവിനെ സൂചിപ്പിക്കുന്ന ചിത്രവുമാണ്.

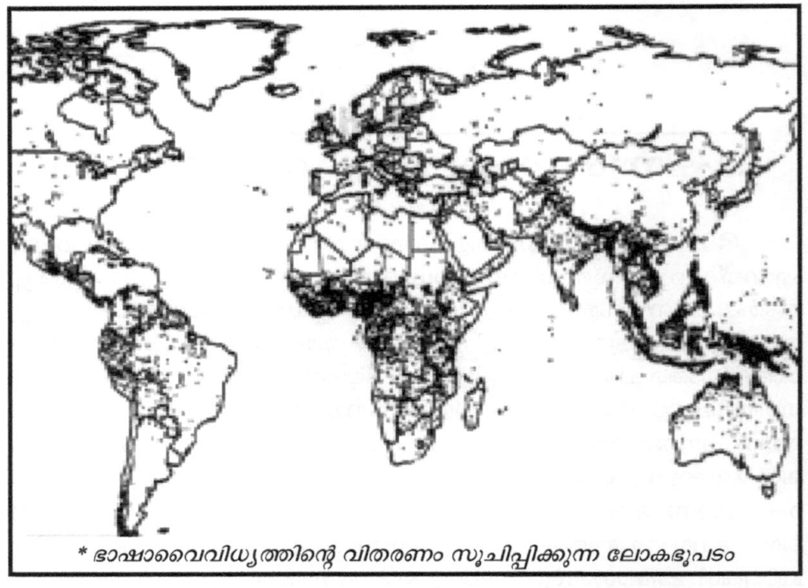

** ഭാഷാവൈവിധ്യത്തിന്റെ വിതരണം സൂചിപ്പിക്കുന്ന ലോകഭൂപടം*

ലോകത്തിൽ ഏറ്റവും കൂടുതൽ ഭാഷാവൈവിധ്യമുള്ള സ്ഥലം പസഫിക്കിലെ പപ്പുന്യൂഗേനിയ എന്ന ഒരു ചെറിയ രാജ്യമാണ്. ലോകത്തിലെ മൊത്തം ഭൂവിസ്തൃതിയുടെ 0.4 ശതമാനം വരുന്ന ഈ പ്രദേശത്ത്, ലോകജനസംഖ്യയിലെ 0.1 ശതമാനം ജനങ്ങളാണ് വസിക്കുന്നത്. 2006 ലെ ലോകമാനവവികസനസൂചിക പ്രകാരം ഈ രാജ്യത്തിന്റെ സ്ഥാനം 139 ആണ് (UNDP 2006:341). എന്നാൽ ഈ രാജ്യത്തെ ഭാഷകളുടെ എണ്ണം 862 ആണ്. അതായത് ലോകത്തിലെ മൊത്തം ഭാഷാവൈവിധ്യത്തിന്റെ 13.2 ശതമാനം (Gordon 2005). 1969-ൽ ലോകത്തിലെ പ്രധാന രാജ്യങ്ങളിലെ ഭാഷാവിവരങ്ങളുടെ അടിസ്ഥാനത്തിൽ ഫിഷ്മാൻ നടത്തിയ പഠനത്തിന്റെ കണ്ടെത്തൽ ഭാഷാവൈവിധ്യം സാമ്പത്തികവികസനത്തിന് ഒരു തടസ്സമായി നിൽക്കാം എന്നാണ് (Fishman

---

* *ഓരോ കറുത്ത കുത്തുകളും ഓരോ ഭാഷകളെ സൂചിപ്പിക്കുന്നു. കറുത്ത കുത്തുകൾ കൂടുതൽ ഉള്ളഭാഗം ഭാഷാസാന്ദ്രത കൂടുതലുള്ള പ്രദേശമാണ്.*

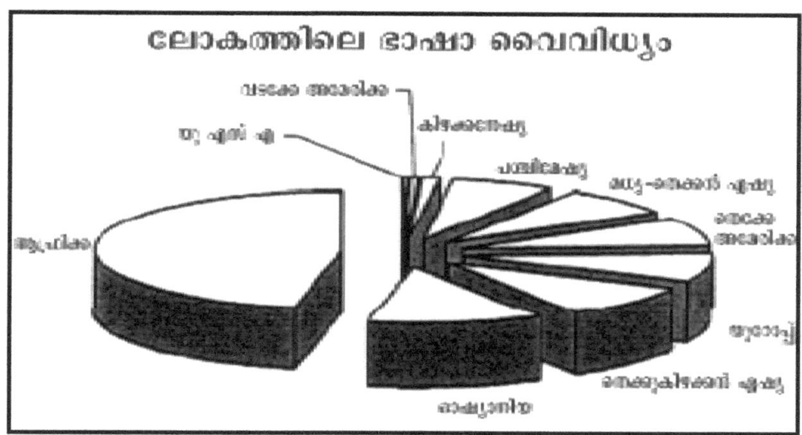

1969). 1972-ൽ ഫിഷ്മാന്റെ നിഗമനങ്ങളെ പോൾ എന്ന ഭാഷാശാസ്ത്രജ്ഞൻ 133 രാജ്യങ്ങളിൽനിന്നും സമാഹരിച്ച പുതിയ വിവരങ്ങളുടെ അടിസ്ഥാനത്തിൽ പുനഃപരിശോധിക്കുകയുണ്ടായി. പോൾ ഇങ്ങനെ അഭിപ്രായപ്പെടുന്നു (Paul: 1972).

> ഭാഷ ഏകതാനത (unity) സാമ്പത്തികവികസനത്തിന് അനിവാര്യമായ ഒരു ഘടകമല്ല. സാമ്പത്തികമായി വികസിച്ച രാജ്യങ്ങളിൽ ഭാഷാ ഏകതാനത ഉണ്ടാകണമെന്നുമില്ല. എന്നിരുന്നാലും കൂടുതൽ ഭാഷാവൈവിധ്യമുള്ള രാജ്യങ്ങൾ അവികസിതമായി കാണപ്പെടുന്നു.

1974-ൽ ലിബേഴ്സണും ഹാൻസണും ചേർന്ന് വിവിധ രാജ്യങ്ങളിലെ മൊത്തം ദേശീയ ഉൽപ്പാദനത്തെയും (Gross National Product) ഭാഷാവൈവിധ്യത്തെയും ചേർത്ത് പരിശോധിക്കുകയുണ്ടായി (Lieberson and Hansen: 1974: 524-5). ഭാഷാവൈവിധ്യം കുറഞ്ഞ രാജ്യങ്ങൾ വേഗത്തിൽ നഗരവൽക്കരിക്കപ്പെടുന്നെന്നും ഭാഷാവൈവിധ്യം കുറഞ്ഞ രാജ്യങ്ങളിൽ സാക്ഷരതയുടെ അളവ് കൂടുന്നു എന്നുമായിരുന്നു അവരുടെ കണ്ടെത്തൽ. ചുരുക്കത്തിൽ ഭാഷാവൈവിധ്യവും സാമ്പത്തികവികസനവും തമ്മിൽ ബന്ധമുണ്ടെന്ന കാര്യം വ്യക്തമാണ്.

വളരെ കുറച്ചു ഭാഷകൾ മാത്രം അവശേഷിക്കുന്ന ഒരു ആഗോള ഭാഷാസാഹചര്യത്തിലേക്കാണ് ലോകം മാറുന്നത് (UNESCO : 2005). ഈ മാറ്റത്തെ മനുഷ്യന്റെ സാമ്പത്തിക വ്യവസ്ഥയുടെ ചരിത്രവുമായി ചേർത്ത് ചരിത്രവൽക്കരിച്ചെങ്കിലേ മേൽസൂചിപ്പിച്ച ആഗോള ഭാഷാമാറ്റത്തെപ്പറ്റി വ്യക്തമാവൂ. പുരാവസ്തുശാസ്ത്രവും സാമ്പത്തികചരിത്രവും തരുന്ന വിവരങ്ങളുടെ അടിസ്ഥാനത്തിൽ ലോകത്തിലെ ഭാഷാവൈവിധ്യത്തിന്റെ ചരിത്രത്തെ നാല് സാമ്പത്തികഘട്ടങ്ങളായി തിരിക്കാം.

ആദ്യഘട്ടം: മനുഷ്യൻ വേട്ടയാടിയും കായ്കനികൾ ഭക്ഷിച്ചും ജീവിച്ചിരുന്ന പ്രാചീനശിലായുഗം.

രണ്ടാംഘട്ടം: കാർഷികവ്യവസ്ഥയിലേക്കും ഒരു പ്രദേശത്തെ സ്ഥിരതാമസത്തിലേക്കും വളർന്ന നവീനശിലായുഗം.

മൂന്നാംഘട്ടം: വ്യവസായിക ഉൽപ്പാദനത്തിലേക്ക് കടന്ന ആധുനിക കാലഘട്ടം.

നാലാംഘട്ടം: അറിവധിഷ്ഠിത ഉൽപ്പാദനത്തിലേക്ക് കടന്ന ആഗോളീകരണ കാലഘട്ടം.

ഈ നാലുകാലഘട്ടങ്ങളും ആഗോള ഭാഷാവൈവിധ്യത്തെ പൊതുവായും ഓരോ ജനസമൂഹത്തിന്റെയും ഭാഷകളെ വ്യത്യസ്തമായുമാണ് സ്വാധീനിച്ചത്. ഓരോ ഘട്ടത്തെയും നമുക്ക് പ്രത്യേകമായി ചർച്ചചെയ്യാം.

പ്രാചീന ശിലായുഗം

മനുഷ്യചരിത്രത്തിൽ ഏറ്റവും കൂടുതൽ ഭാഷാവൈവിധ്യം ഉണ്ടായിരുന്നത് ഈ കാലഘട്ടത്തിലാണ്. വേട്ടയാടിയും കായ്കനികൾ പറിച്ചുതിന്നും നടന്നിരുന്ന മനുഷ്യർ ചെറിയ ചെറിയ പല കൂട്ടങ്ങളായി പല പ്രദേശങ്ങളിൽ ജീവിച്ചിരുന്നു. ഈ ചെറിയ കൂട്ടങ്ങൾക്ക് അവരവരുടേതായ ഭാഷയും ഭാഷാഭേദങ്ങളും ഉണ്ടായിരുന്നു. ഇത്തരത്തിലുള്ള ചെറിയ കൂട്ടങ്ങൾ തമ്മിലുള്ള നിരന്തരസമ്പർക്കവും പ്രായേണ കുറവായിരുന്നു.

കാർഷിക സമ്പദ് വ്യവസ്ഥ

കൂടുതൽ പരിഷ്കരിച്ച ഉപകരണങ്ങളുടെ ഉപയോഗം, കാർഷികവൃത്തിയുടെയും കന്നുകാലി വളർത്തലിന്റെയും ആരംഭം, ഒരിടത്ത് സ്ഥിരമായി പാർപ്പുറപ്പിക്കൽ എന്നിവയായിരുന്നു നവീനശിലായുഗത്തിന്റെ പ്രത്യേകതകൾ. ഒരിടത്ത് സ്ഥിരമായി പാർപ്പുറപ്പിക്കാൻ തുടങ്ങിയതോടെ പ്രാചീന ശിലായുഗത്തിലെ പല ഭാഷകളും ഭാഷാഭേദങ്ങളും വളർന്ന് സുസ്ഥിരപ്പെടുകയും സുസ്ഥിരപ്പെടാത്ത ഭാഷകൾ ഇല്ലാതാവുകയും ചെയ്തു. കാർഷികസാമ്പത്തികവ്യവസ്ഥയുടേതായ ഈ കാലഘട്ടത്തിൽ ഭാഷ എന്നത് കേവല വിനിമയ ഉപാധി എന്നതിലുപരി കാർഷിക കൂട്ടായ്മയിലെ അറിവിന്റെ പൊതു സംഭരണി കൂടിയായിരുന്നു. കാർഷിക സാമ്പത്തിക വ്യവസ്ഥയിൽ വ്യക്തിപരമായ ഒരു തെരഞ്ഞെടുപ്പിന് ഭാഷ വിധേയമായിരുന്നില്ല. ഒരു ഭാഷാസമൂഹത്തിന് തങ്ങളുടെ ഭാഷ നഷ്ടപ്പെടണമെങ്കിലോ മറ്റേതെങ്കിലും ഒരു ഭാഷയിലേക്ക് മാറണമെങ്കിലോ താഴെപ്പറയുന്ന സാഹചര്യങ്ങൾ ഉണ്ടാവണമായിരുന്നു.

ഒന്ന്: ഒരു അധിവാസ മേഖലയിൽനിന്നും മറ്റൊരു അധിവാസമേഖലയിലേക്കുള്ള ഭാഷാസമൂഹത്തിന്റെ കൂട്ടായ പലായനവും ഒരു ഭാഷാസമൂഹത്തിന്റെ തന്നെ വിവിധ പ്രദേശങ്ങളിലേക്കുള്ള പിരി

ഞ്ഞുപോകലും (Zvelebil and Zvelebil 1988 : 574 – 83, Ammerman and Cavalli-Sforza 1973:335–58, Renfrew 1987, 1989:119).

രണ്ട്: വാണിജ്യ ആവശ്യങ്ങൾക്കായി ഇതര ഭാഷാസമൂഹങ്ങളുമായുള്ള നിരന്തരസമ്പർക്കം (Renfrew 1989:122).

മൂന്ന്: ഇതര ഭാഷാസമൂഹങ്ങളുടെ ആക്രമണവും തുടർച്ചയായ രാഷ്ട്രീയ അധീശത്വവും (Kahane 1979: Dension, 1977 : 13–22 Renfrew 1989:124).

മേൽപ്പറഞ്ഞ കാരണങ്ങളാൽ നിരവധി ഭാഷാസമൂഹങ്ങളിൽ ഭാഷാമാറ്റം (language shift) സംഭവിക്കുകയും ലോക ഭാഷാവൈവിധ്യത്തിൽ സാരമായ കുറവുണ്ടാവുകയും ചെയ്തു. ഇന്ന് ലോകത്ത് കാണപ്പെടുന്ന ഭാഷകളിൽ ഭൂരിഭാഗവും ഭാഷാഭേദങ്ങളെന്ന നിലയിൽനിന്നും വളർന്ന് സ്വതന്ത്ര ഭാഷകളായി രൂപപ്പെട്ടത് ഈ കാലഘട്ടത്തിലാണ്. ഈ കാലഘട്ടത്തിൽ തന്നെ രൂപപ്പെട്ട എഴുത്തിന്റെ വികാസം പല ഭാഷകളെയും സുസ്ഥിരപ്പെടുത്തുകയും ചെയ്തു. തുടർന്ന്, വാണിജ്യത്തിന്റെയും ഭരണകൂടത്തിന്റെയും വളർച്ച എഴുത്തിനെ ഒരു പ്രധാന വിനിമയ ഉപാധിയാക്കി മാറ്റി. എന്നാൽ ഇന്ന് കാണപ്പെടുന്ന തരത്തിൽ സംസാരഭാഷയ്ക്ക് മേലുള്ള എഴുത്തിന്റെ അധീശത്വം അന്ന് ഉണ്ടായിരുന്നില്ല. കാരണം എഴുത്ത് സമൂഹത്തിൽ ഒരു വിഭാഗത്തിന് മാത്രം പ്രാപ്യമായ ഒരു പ്രത്യേക വൈദഗ്ദ്ധ്യം ആയിരുന്നു. സമ്പൂർണ്ണമായ സാക്ഷരത കാർഷിക സമ്പദ്വ്യവസ്ഥയിൽ ഒരു ആവശ്യം ആയിരുന്നില്ല. എന്നാൽ സാമൂഹ്യ സാക്ഷരതയുടെ അഭാവം പലപ്പോഴും ഈ സമൂഹങ്ങളുടെ പെട്ടെന്നുള്ള ഭാഷാമാറ്റത്തിനും (language shift) ഭാഷാനഷ്ടത്തിനും (language lose) കാരണമായി. സാക്ഷരതയുടെ അഭാവം ഒരു ഭാഷാസമൂഹത്തിന്റെ പെട്ടെന്നുള്ള ഭാഷാമാറ്റത്തിന് കാരണമാകും എന്നതാണ് കാർഷിക സമ്പദ് വ്യവസ്ഥയിലെ ഭാഷാമാറ്റവും ഭാഷാനഷ്ടവും കാണിക്കുന്നത്.

വ്യാവസായിക സമ്പദ്വ്യവസ്ഥ

വർദ്ധിച്ച സാമ്പത്തിക ഉൽപ്പാദനം, സാങ്കേതികവിദ്യയുടെ വളർച്ച, തൊഴിൽ വിഭജനം, ഉൽപ്പാദന ഉപാധികളിന്മേലുള്ള സാമൂഹ്യവും പ്രാദേശികവുമായ അസമത്വം എന്നിവയായിരുന്നു വ്യാവസായിക സാമ്പത്തിക വ്യവസ്ഥയുടെ പ്രത്യേകതകൾ. വ്യാവസായിക സാമ്പത്തികവ്യവസ്ഥയിൽ ഭാഷാമാറ്റം സംഭവിക്കുന്നതിന് മൂന്നു കാരണങ്ങൾ ഉണ്ടാകാം.

ഒന്ന്: ഏറെ വികസിച്ച ഒന്നോ അതിലധികമോ ഭാഷകൾക്കും ഇതര ഭാഷകൾക്കും ഇടയിലുള്ള സാമ്പത്തിക അസമത്വം.

രണ്ട്: സാമ്പത്തികമായി മെച്ചപ്പെട്ട ഭാഷ സ്വാഭാവിക സാഹചര്യങ്ങളിൽനിന്നും ആർജ്ജിക്കുന്നതിനോ ബോധപൂർവ്വം പഠിക്കുന്നതിനോ സഹായിക്കുന്ന സൗകര്യങ്ങൾ.

മൂന്ന്: സാമ്പത്തികമായി മുന്നിൽ നിൽക്കുന്ന ഭാഷയെപ്പറ്റി വ്യാവസായിക സമൂഹങ്ങളിലെ വിദ്യാഭ്യാസ സ്ഥാപനങ്ങൾ വഴിയും മറ്റും രൂപപ്പെടുന്ന ഭാഷാസാമൂഹിക നിലപാട് (sociolinguistic attitude). അതായത് ചില ഭാഷകളെ സാമ്പത്തികമായി മുന്നിലെത്തിക്കുന്ന ഉൽപ്പാദനവ്യവസ്ഥ സുസ്ഥിരമാണെന്ന ഭാഷാസാമൂഹിക വ്യവഹാരം.

വ്യാവസായിക സാമ്പത്തികവ്യവസ്ഥയിൽ ഭാഷ എന്നത് വ്യക്തികളെ വ്യാവസായിക ഉൽപ്പാദനവ്യവസ്ഥയിൽ ഉപജീവനാർത്ഥം പ്രവർത്തിക്കാൻ പ്രാപ്തരാക്കുന്ന വ്യക്തിപരമായ ഒരു കഴിവാണ് (Bourdieu 1984, 1986). ഇതിനെ ഭാഷാമൂലധനം (linguistic capital) എന്നാണ് ബൊർദിയോ സങ്കൽപ്പിക്കുന്നത്. കാർഷിക സാമ്പത്തിക വ്യവസ്ഥയിൽനിന്നും ഭിന്നമായി വ്യാവസായിക സമ്പദ്വ്യവസ്ഥയിൽ ഭാഷ എന്നത് വ്യക്തിപരമായ ഒരു കഴിവായി മാറ്റപ്പെട്ടു. ഭാഷാനിലപാടും (language attitude) ഭാഷാമാറ്റവും (language shift) തികച്ചും വ്യക്തിപരമാക്കപ്പെട്ടു. വ്യാവസായിക നഗരങ്ങളിൽ വ്യവസായമേഖലയിൽ കൂടുതൽ തൊഴിലവസരങ്ങൾ ഉണ്ടായപ്പോൾ കാർഷിക സമ്പദ്വ്യവസ്ഥയിൽ പ്രവർത്തിച്ചിരുന്നവർ ഗ്രാമങ്ങളിൽനിന്നും തൊഴിലിനായി ഒറ്റയ്ക്കും കൂട്ടായും നഗരങ്ങളിലേക്ക് കുടിയേറി. എന്നാൽ വ്യാവസായിക നഗരങ്ങളിലെ ഭാഷ ഇവരുടെ മാതൃഭാഷയിൽനിന്നും വ്യത്യസ്തമായിരുന്നു. ഇങ്ങനെ കുടിയേറിയവരുടെ ആദ്യ തലമുറ തങ്ങളുടെ മാതൃഭാഷയോടൊപ്പം വ്യവസായനഗരങ്ങളിലെ ഭാഷകൂടി സംസാരിക്കുന്ന ആദ്യ ദ്വിഭാഷികളായി. വ്യവസായനഗരങ്ങളിലേക്ക് ഗ്രാമങ്ങളിൽനിന്നും വന്ന് വ്യവസായനഗരങ്ങളിലെ ഭാഷകൂടി സംസാരിക്കാൻ തുടങ്ങിയ ആദ്യ ദ്വിഭാഷാസമൂഹമായിരുന്നു ഇവർ. ഇവരിൽ ഭൂരിഭാഗവും വ്യവസായശാലകളിൽ തൊഴിലെടുത്തുകൊണ്ട് നഗരങ്ങളിൽത്തന്നെ സ്ഥിരതാമസമുറപ്പിക്കുകയും ചെയ്തു. ഇവർ തങ്ങളുടെ മാതൃഭാഷ വീട്ടിനുള്ളിലും ഉപജീവനാർത്ഥം തങ്ങളുടെ രണ്ടാംഭാഷ തൊഴിലിടങ്ങളിലും പൊതുസ്ഥലങ്ങളിലും ഉപയോഗിച്ചു തുടങ്ങി. ഇത് സ്വാഭാവികമായും ഒരു അസന്തുലിത ദ്വിഭാഷാമനോഭാവത്തിലേക്ക് (asymmetrical linguistic attitude) ഇവരെ നയിച്ചു. സ്വകാര്യ ഇടങ്ങളുടെ ഭാഷ മാതൃഭാഷയും സാമ്പത്തിക

ബൊർദിയോ

ഉൽപ്പാദനത്തിന്റെയും പൊതുവ്യവഹാരങ്ങളുടെയും ഭാഷ സാമ്പത്തികമായി മുന്നോക്കം നിൽക്കുന്ന ഇതരഭാഷയുമാണെന്ന മനോഭാവത്തിലേക്ക്. ഇതിനാൽ ഇവരുടെ തൊഴിലിടങ്ങളിലെ ഭാഷ തുടർന്നുള്ള തലമുറയുടെ പ്രധാന ഭാഷയും മാതൃഭാഷയുമായി മാറുകയും തങ്ങളുടെ പൂർവ്വികരുടെ മാതൃഭാഷ ഇവരുടെ പിൻതലമുറയ്ക്ക് നഷ്ടപ്പെടുകയും ചെയ്തു. കൂടുതൽ വ്യവസായനഗരങ്ങൾ ആവിർഭവിച്ചതോടെ ഗ്രാമീണ ഭാഷകൾ സംസാരിക്കുന്ന കൂടുതൽ ആളുകൾ ഗ്രാമങ്ങളിൽനിന്നും നഗരങ്ങളിലേക്ക് കുടിയേറി. ഇത് നിരവധി ഭാഷകളുടെ തളർച്ചയ്ക്കും തിരോധാനത്തിനും കാരണമായി (Tabouret-Keller 1968, 1972 Dressler and Wodak Leodolter 1077:31-34, Dorian 1980:85-94). ഇങ്ങനെയാണ് വ്യാവസായിക സമ്പദ്വ്യവസ്ഥ ലോകഭാഷാവൈവിധ്യത്തിന്റെ ലഘൂകരണത്തിന് കാരണമായത്. എന്നാൽ അച്ചടിയുടെ കണ്ടുപിടുത്തവും വ്യാവസായിക നഗരങ്ങളിൽ രൂപംകൊണ്ട സാക്ഷര പൊതുമണ്ഡലവും സാമ്പത്തികമായി മുന്നോക്കം നിൽക്കുന്ന ഒരുകൂട്ടം ഭാഷകളുടെ സമഗ്രപുരോഗതിക്ക് സഹായകരമായി.

ആഗോള അറിവ് സമ്പദ്വ്യവസ്ഥ

ഭൗതിക ഉൽപ്പാദനത്തിലുപരി, അറിവുൽപ്പാദനവും അറിവധിഷ്ഠിത സേവനങ്ങളും പ്രധാന ഉൽപ്പാദന പ്രവർത്തനമായ ഒരു സമ്പദ്വ്യവസ്ഥയാണ് അറിവ് സമ്പദ്വ്യവസ്ഥ. വിവരവിനിമയ സാങ്കേതികവിദ്യയിലുണ്ടായ പെട്ടന്നുള്ള ആഗോളവ്യാപനവും 1980-കൾക്കുശേഷം ഉണ്ടായ ആഗോള സാമ്പത്തികനയങ്ങളും ഈ സമ്പദ്വ്യവസ്ഥയെ ആഗോളസ്വഭാവമുള്ളതാക്കി മാറ്റി. മേൽപ്പറഞ്ഞ മാറ്റങ്ങ

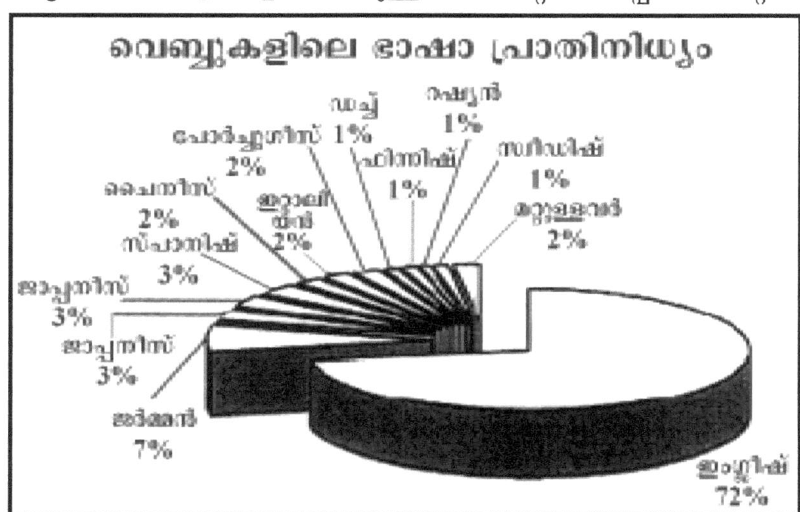

ളൊക്കെ പാശ്ചാത്യ രാഷ്ട്രങ്ങൾ കേന്ദ്രീകരിച്ചാണ് ആദ്യം ഉണ്ടായത്. അതിനാൽ ഈ ഉൽപ്പാദനവ്യവസ്ഥയുടെ ഭാഷ ഇംഗ്ലീഷായിരുന്നു. ലോകത്തിലെ പ്രധാന ഭാഷകളിലെ വെബ്സൈറ്റിലുള്ള ഉള്ളടക്കത്തിന്റെയും

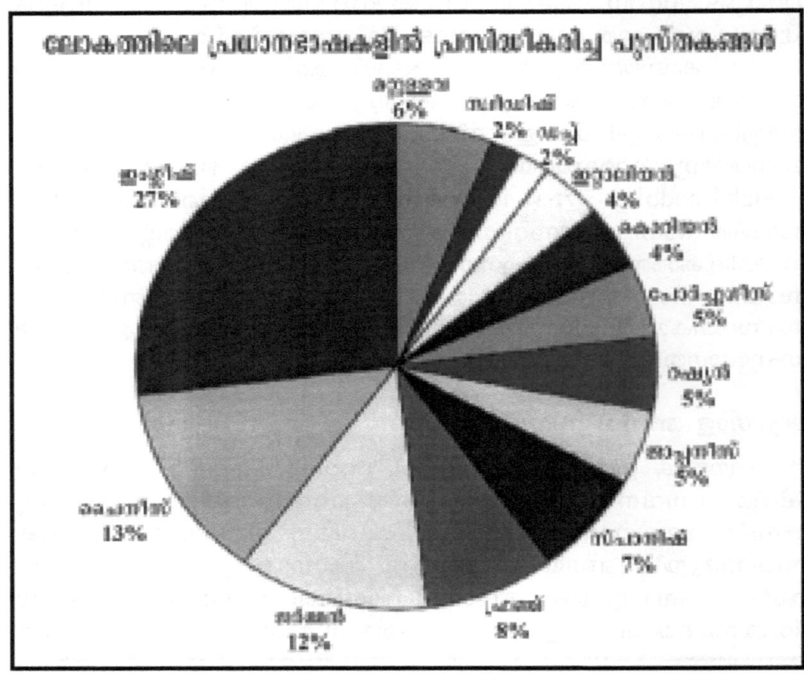

ലോകത്തിൽ പ്രസിദ്ധീകരിച്ച പുസ്തകങ്ങളുടെ അളവിന്റെയും ചിത്രം അറിവുള്ളടക്കത്തിന്റെ കാര്യത്തിൽ ലോകഭാഷകൾ തമ്മിലുള്ള അസമത്വം വ്യക്തമാക്കുന്നുണ്ട്.

ലോകത്തെ ഭാഷകൾ തമ്മിൽ അറിവുള്ളടക്കത്തിന്റെ കാര്യത്തിൽ ഇത്തരത്തിലുള്ള അസമത്വം നിലനിൽക്കുമ്പോഴാണ് മിക്കവാറും എല്ലാ രാജ്യങ്ങളിലും സാമ്പത്തികമാന്ദ്യം ഉണ്ടായതും പൊതുമേഖലയിൽ തൊഴിൽ ഇല്ലാതെ വരുന്ന സാഹചര്യം രൂപപ്പെട്ടതും. എന്നാൽ ഇതേ സാഹചര്യത്തിൽത്തന്നെ അറിവ് സമ്പദ്വ്യവസ്ഥയിൽ ഏറെ തൊഴിലവസരങ്ങൾ രൂപപ്പെടുകയും ചെയ്തു. ഏതാണ്ട് തൊണ്ണൂറുകളുടെ അവസാനത്തോടെ ലോകത്തിലെ മിക്കവാറും എല്ലാ രാജ്യങ്ങളും, പ്രത്യേകിച്ചും വികസിതരാജ്യങ്ങൾ, അറിവുൽപ്പാദന മേഖലയിൽ വിദേശനിക്ഷേപം പൂർണ്ണമായി അനുവദിച്ചു തുടങ്ങി. ഇന്ത്യപോലുള്ള കോളനിയാനന്തര രാജ്യങ്ങളിൽ ഉന്നതവിദ്യാഭ്യാസത്തിന്റെ മാധ്യമം ഇംഗ്ലീഷായിരുന്നു. അതിനാൽ ഇംഗ്ലീഷ് അറിയാവുന്ന ഒരു വലിയ വിഭാഗം

തൊഴിൽശക്തി ഈ രാജ്യങ്ങളിലെ സമൂഹത്തിന്റെ മേലേത്തട്ടിൽ രൂപപ്പെട്ടിരുന്നു. യൂറോപ്പ്, വടക്കെ അമേരിക്ക എന്നീ രാജ്യങ്ങളിൽ കൂടുതൽ കൂലികൊടുത്ത് ചെയ്യിക്കാവുന്ന വിജ്ഞാനാധിഷ്ഠിത ജോലികൾ കുറഞ്ഞ കൂലിക്ക് ഏഷ്യൻ രാജ്യങ്ങളിൽ ചെയ്യിക്കാം എന്ന താരതമ്യേന ഗുണകരമായ ഒരു സാമ്പത്തിക സാഹചര്യവും രൂപപ്പെട്ടു. തൽഫലമായി ഇംഗ്ലീഷ് അറിഞ്ഞാൽ തൊഴിൽ ലഭിക്കും എന്ന ഒരു ഭാഷാ സാമ്പത്തിക സാഹചര്യം തെക്കേ ഏഷ്യൻരാജ്യങ്ങളിൽ ഉണ്ടായി. അറിവ് സമ്പദ്‌വ്യവസ്ഥയിൽ ഒരു ഭാഷയുടെ വളർച്ചയെയും തളർച്ചയെയും സ്വാധീനിക്കുന്ന സാഹചര്യങ്ങൾ താഴെ പറയുന്നവയാണ്.

ഒന്ന്: സാമ്പത്തികകാരണങ്ങളാൽ ഭാഷകൾ തമ്മിലുള്ള അസമത്വം.

രണ്ട്: ദേശരാഷ്ട്രങ്ങളുടെ പരിധികളെ അതിലംഘിച്ചുകൊണ്ട് അറിവുൽപ്പാദനമേഖലയിലേക്കുള്ള മൂലധനത്തിന്റെ ഒഴുക്ക്.

മൂന്ന്: പ്രാദേശിക ഭാഷകളിലേക്കുള്ള അറിവുൽപ്പന്നങ്ങളുടെ പ്രാദേശികവൽക്കരണവും ഇതരരാജ്യങ്ങളിൽ ലഭ്യമാകുന്ന കുറഞ്ഞ കൂലിക്കുള്ള തൊഴിൽശക്തിയും.

ഇത്തരം അറിവധിഷ്ഠിത സാമ്പത്തികസാഹചര്യങ്ങളിൽ രണ്ട് തരത്തിലാണ് പ്രാദേശിക ഭാഷാസമൂഹങ്ങൾ പ്രതികരിക്കുന്നത്.

ഒന്ന്: സ്വാഭാവികസാഹചര്യങ്ങളിൽനിന്നോ ഭാഷാപഠനസേവനങ്ങൾ വഴിയോ സാമ്പത്തികമായി സാധ്യതയുള്ള ഭാഷകൾ പഠിക്കാനുള്ള സൗകര്യങ്ങൾ ലഭിക്കുന്നവർ അറിവധിഷ്ഠിത ഉൽപ്പാദനവ്യവസ്ഥയിലെ ഭാഷ പഠിക്കും.

രണ്ട്: ഓരോ ഭാഷാസമൂഹവും തങ്ങളുടെ ഭാഷയെ അറിവധിഷ്ഠിതമായ സാമ്പത്തിക വ്യവസ്ഥയിൽ പ്രവർത്തിക്കുന്ന ഒരു ഭാഷയായി ഉയർത്തുന്നതിനാവശ്യമായ ശ്രമങ്ങൾ നടത്തും. പ്രാദേശിക ഭാഷയിലെ ഭാഷാസാങ്കേതികവിദ്യാവികസനശ്രമങ്ങളും മറ്റും ഇത്തരത്തിലുള്ള ശ്രമങ്ങളുടെ ഭാഗമാണ്.

മലയാളത്തിന്റെ സാമ്പത്തികചരിത്രം

കാർഷിക സമ്പദ്‌വ്യവസ്ഥയുടെ ഉദയത്തോടെയാണ് മലയാളം പഴയ തമിഴിന്റെ ഭാഷാഭേദങ്ങളിൽനിന്നോ കേരളത്തിൽ സംസാരിച്ചിരുന്ന ഏതെങ്കിലും ആദിവാസി ഭാഷകളിൽനിന്നോ ഒരു പ്രധാന വ്യവഹാരഭാഷയായി രൂപപ്പെട്ടത് (ബാലകൃഷ്ണൻ 1983 സുബ്രഹ്മണ്യം 1977, Krishna murti 2003). എന്നാൽ വ്യാവസായിക സമ്പദ്‌വ്യവസ്ഥ മലയാളഭാഷാസമൂഹത്തിൽ മുമ്പു സൂചിപ്പിച്ച തരത്തിലുള്ള ദ്വിഭാഷിത്വത്തിനോ തുടർന്നുള്ള ഭാഷാമാറ്റത്തിനോ കാരണമായില്ല. കേരളത്തിലെ ഭൂപരിഷ്കരണം ഒരു പരിധിവരെ ഇവിടെനിന്നും വ്യാവസായിക നഗരങ്ങളിലേക്കുള്ള കൂട്ടപലായനത്തെ തടഞ്ഞു. ഇവിടെനിന്നും വ്യാവസായികനഗരങ്ങളിലേക്ക് കുടിയേറിയവർ മലയാളഭാഷയിൽ സാക്ഷരരായിരുന്നതിനാൽ അവരിൽ ഭാഷാമാറ്റവും സംഭവിച്ചില്ല. അതായത് വ്യാവ

സായികസമ്പദ്‌വ്യവസ്ഥയിൽ മലയാളഭാഷ സുരക്ഷിതമായിരുന്നു. ഭൂപരിഷ്കരണവും (land reform) സാക്ഷരതയും (literacy) ഗ്രാമീണ ലൈബ്രറികളും (libraries) ചേർന്ന ഒരു സമഗ്രതയിലാണ് മലയാളം വളർന്നത് (Raman Nair 1993, Ranjith 2004, Anupkumar 2008). ചർച്ചാസൗകര്യത്തിനായി ഇതിനെ കേരളഭാഷാവികസനമാതൃക എന്ന് വിളിക്കാം. ഭൂപരിഷ്കരണം ഉണ്ടാക്കിയ സാമൂഹ്യ വളർച്ചയുടെ ഭാഗമായ സാക്ഷരതയും സാക്ഷരത സൃഷ്ടിച്ച ഭാഷാഉൽപ്പന്നങ്ങളുടെ ആവശ്യവും ഈ ആവശ്യങ്ങളോട് പ്രതികരിച്ച ഗ്രാമീണ ലൈബ്രറി പ്രസ്ഥാനവും പുസ്തകപ്രസാധകകമ്പോളവുമാണ് വ്യാവസായിക സമ്പദ്‌വ്യവസ്ഥയിൽ മലയാളഭാഷയെ വളർത്തിയ കേരളഭാഷാ വികസന മാതൃക രൂപപ്പെടുത്തിയത്. അതായത് വളരെ സുവ്യക്തമായ ഭൗതികപിന്തുണയിൽനിന്നും സാമൂഹ്യമായി വളർന്നതാണ് ഇന്ന് ഇന്ത്യയിൽ ഏറ്റവും കൂടുതൽ പുസ്തകങ്ങൾ അച്ചടിക്കപ്പെടുന്ന ഭാഷകളിൽ രണ്ടാമത്തെ സ്ഥാനത്ത് നിൽക്കുന്ന മലയാളം (Malhothra 2007:12). കേരള ഭാഷാവികസന മാതൃകയെ ഇങ്ങനെ ചിത്രീകരിക്കാം.

കേരള ഭാഷാവികസന മാതൃക

മലയാളത്തിൽ കൂടുതൽ പുസ്തകങ്ങൾ അച്ചടിക്കപ്പെടുവാനും മലയാളഭാഷയെ പൊതുമണ്ഡലത്തിൽ സജീവമായി നിലനിർത്താനും സഹായിക്കുന്ന സാക്ഷരവും വിമർശനാത്മകവുമായ പൊതുമണ്ഡലം.

ലൈബ്രറികൾ

മലയാളഭാഷയിലുള്ള ഉൽപ്പന്നങ്ങൾക്ക് പൊതുആവശ്യം സൃഷ്ടിച്ചു. ഭാഷാമാറ്റത്തെ (language shift) പ്രതിരോധിച്ചു.

സാക്ഷരത

കേരളത്തിൽനിന്നുള്ള മലയാളഭാഷാസമൂഹത്തിന്റെ സമഗ്രപലായനത്തെ തടഞ്ഞു. എല്ലാവർക്കും സാക്ഷരരാവാനുള്ള സാമൂഹ്യസാമ്പത്തികാവസ്ഥ ഉണ്ടാക്കിക്കൊടുത്തു.

ഭൂപരിഷ്കരണം

അറിവധിഷ്ഠിത സമ്പദ്‌വ്യവസ്ഥയിൽ ഇന്ത്യക്ക് പൊതുവിലും കേരളത്തിന് പ്രത്യേകമായും ഏറെ മെച്ചങ്ങളുണ്ട് (Lal 2006, Kerala State IT Mission 2006). പ്രത്യേകിച്ചും തെക്കേഇന്ത്യയിലേക്ക് വരുന്ന വർദ്ധിച്ച ആഗോളസംരംഭങ്ങൾക്ക് ആവശ്യമായ തൊഴിൽശക്തി പ്രദാനം ചെയ്യുന്നതിൽ. ഇംഗ്ലീഷ് അറിയാവുന്ന മലയാളിക്ക് തൊഴിൽ ലഭിക്കുകയും മലയാളഭാഷയ്ക്ക് യാതൊരു തരത്തിലുമുള്ള സാമ്പത്തിക സാധ്യതയുമില്ലാതിരിക്കുകയും ചെയ്യുന്ന ഭാഷാസാമ്പത്തികാവസ്ഥയിൽ മലയാളഭാഷാസമൂഹം രണ്ടുതരത്തിലാണ് പ്രതികരിക്കുന്നത്.

ഒന്ന്: ഉയർന്നുവരുന്ന ആഗോള തൊഴിൽസാധ്യതയെ ഇംഗ്ലീഷ് പഠിച്ച് ഉപയോഗപ്പെടുത്തുന്നു. തൽഫലമായി വിദ്യാഭ്യാസവ്യവസ്ഥയിൽനിന്നും മലയാളം വളരെ വേഗത്തിൽ തഴയപ്പെടുന്നു.

രണ്ട്: ഇത്തരം സാധ്യതകൾ സമൂഹത്തിലെ ചെറിയ ഒരു വിഭാഗത്തിന് മാത്രം ഒരുക്കുന്ന നവലിബറൽ ആശയങ്ങൾക്കെതിരെയുള്ള സമരത്തിന്റെ ഭാഷയായി മലയാളം മാറുന്നു.

ഗ്രാംഷി

ആഗോളവൽക്കരണത്തിന്റെയും നവലിബറൽ സാമ്പത്തിക പരിഷ്കാരങ്ങളുടെയും ഫലമായി നിരവധി ജനവിഭാഗങ്ങൾക്ക് ഇന്ത്യയിൽ ഭൂമിയും തൊഴിലും പൊതുമണ്ഡലവും നഷ്ടപ്പെടുന്നുണ്ട്. ഇതര സംസ്ഥാനങ്ങളെ അപേക്ഷിച്ച് കേരളത്തിൽ ഇവരുടെ അളവ് താരതമ്യേന കുറവാണെങ്കിലും ഇവരിൽനിന്നുണ്ടാകുന്ന പ്രതികരണവും പ്രതിഷേധവും ഗുണപരമായി ഏറെ വലുതാണ്. കേരളത്തിന്റെ തനതായ മൂന്ന് പ്രത്യേകതകളാണ് ഇവരുടെ പ്രതികരണത്തെ ഗുണപരമായി ശക്തമാക്കുന്നത്.

ഒന്ന്: കേരളത്തിലെ ഉയർന്ന അളവിലുള്ള സാക്ഷരതയും വിമർശനാത്മകമായ സാക്ഷരപൊതുമണ്ഡലവും.

രണ്ട്: തങ്ങളുടെ പ്രതിഷേധവും പ്രതികരണവും അച്ചടിരൂപത്തിലാക്കി കുറഞ്ഞ ചെലവിൽ അച്ചടിമാധ്യമങ്ങളിലൂടെ പൊതുമണ്ഡലത്തിലെത്തിക്കാൻ സഹായിക്കുന്ന മാധ്യമ സാഹചര്യങ്ങൾ.

മൂന്ന്: ഉയർന്ന സാക്ഷരതയും മലയാളത്തിലുള്ള അച്ചടിദൃശ്യമാധ്യമങ്ങളും നിർമ്മിച്ച സാന്ദ്രത കൂടിയതും വിമർശനാത്മകവുമായ പൊതുമണ്ഡലം.

ഈ ഘടകങ്ങളുടെ ഗുണപരമായ സാന്നിധ്യത്താൽ ഇന്ത്യയിൽ ഏറ്റവും കൂടുതൽ ആഗോളീകരണവിരുദ്ധ പ്രസിദ്ധീകരണങ്ങൾ ഉണ്ടാകുന്ന ഭാഷ മലയാളമാണ്. ഇത്തരം ഒരു വിനിമയസാഹചര്യം നിലനിൽക്കുമ്പോൾത്തന്നെ പുറത്താക്കപ്പെടുന്നവന്റെ പ്രതികരണത്തെയും പ്രതിഷേധത്തെയും മറച്ചുവയ്ക്കുന്ന ഭാഷയ്ക്കാണ് കേരളത്തിന്റെ സാക്ഷര പൊതുമണ്ഡലത്തിൽ അധീശത്വം.

ചുരുക്കത്തിൽ ലോകസാമ്പത്തിക വളർച്ചയുടെ ഫലമായി ഒരുഭാഗത്ത് മലയാളം തളരുകയും മറുഭാഗത്ത് മലയാളം 'അണ്ടന്റെയും അടകോടന്റെയും' (നമ്പൂതിരിപ്പാട് 1997:74) ഭാഷയായി ജനകീയസമരങ്ങളിലൂടെ വളരുകയുമാണ്. അതായത് പ്രാചീനകാലത്ത് ചെന്തമിഴിന്റെ അധീശത്വത്തിനെതിരായും മധ്യകാലത്ത് സംസ്കൃതത്തിന്റെ അധീശത്വത്തിനെതിരായും ആധുനികകാലത്ത് ബൂർഷ്വാ പൊതുമണ്ഡലത്തിന്റെ ഭാഗമായി നിന്നുകൊണ്ട് ഫ്യൂഡൽ വ്യവസ്ഥക്കെതിരെയും കലഹിച്ച ചരിത്രമാണ് മലയാളത്തിന്റെ വളർച്ച. അതേ മലയാളം ഇന്ന് കലഹിക്കുന്നത് മലയാളത്തിനകത്തുതന്നെയുള്ള മലയാളത്തോടാണ്. മലയാളഭാഷയ്ക്കകത്തു തന്നെയുള്ളതും ഇവിടുത്തെ പുറത്താക്കപ്പെടുന്നവന്റെ യാഥാർത്ഥ്യത്തെ മറച്ചുവയ്ക്കുന്നതും നവലിബറൽ ആശയങ്ങളെയും നവ യാഥാസ്ഥിതികവാദത്തെയും പിൻതുണയ്ക്കുന്നതുമായ മലയാളത്തെ നമുക്ക് 'കത്തോലിക്കാ മലയാളം' എന്നു വിളിക്കാം (ഇവിടെ കത്തോലിക്കാ എന്ന നാമവിശേഷണം ഉപയോഗിച്ചിരിക്കുന്നത് അന്റോണിയോ ഗ്രാംഷി ഉപയോഗിച്ച കത്തോലിക്കാ എന്ന അർത്ഥത്തിലാണ് - Gramsci 1996). അതായത് ഇനിയുള്ള മലയാളത്തിന്റെ വളർച്ച മലയാളത്തിനകത്തുതന്നെ രൂപപ്പെട്ട പെൺമലയാളത്തിന്റെയും ദളിത് മലയാളത്തിന്റെയും ഭൂമിയും തൊഴിലും നഷ്ടപ്പെട്ട, മലയാളം മാത്രം അറിയാവുന്നവരുടെയും മലയാളങ്ങളുടെ കത്തോലിക്കാമലയാളത്തിനെതിരെയുമുള്ള സമരത്തിലൂടെയാണ്. ചുരുക്കത്തിൽ മലയാളത്തിന്റെ വളർച്ച വിവരവിനിമയസാങ്കേതികവിദ്യയിൽ ഇടം നേടിയവരുടെ ഭാവിയിലല്ല അന്വേഷിക്കേണ്ടത്. നവസാമ്പത്തികാവസ്ഥയുടെയും നവ യാഥാസ്ഥിതികവാദത്തിന്റെയും ഇരകളായി ഭൂമിയും തൊഴിലും നഷ്ടപ്പെടുന്നവരുടെ ജീവിക്കാനുള്ള സമരത്തിന്റെ ശബ്ദത്തിലാണ് മലയാളത്തിന്റെ ഭാവി ഇനി അന്വേഷിക്കേണ്ടത്. അത്തരം അന്വേഷണങ്ങളിലൂടെയേ സാമ്രാജ്യത്വത്തിനെതിരെയുള്ള പ്രാദേശികഭാഷകളുടെ ചെറുത്തുനിൽപ്പിന്റെ രാഷ്ട്രീയം ഭാഷയ്ക്കുവേണ്ടിയുള്ള ഭാഷാവാദമല്ലെന്നും പുറംതള്ളപ്പെട്ടവന്റെ അതിജീവനത്തിന്റെ സമരമാണെന്നും നമുക്ക് വ്യക്തമാകൂ.

9

ഭാഷ, ജനാധിപത്യം, വിമോചനം

കഴിഞ്ഞ എട്ട് അദ്ധ്യായങ്ങളിലായി നമ്മൾ ചർച്ച ചെയ്തത് ഭാഷയുടെ വിവിധ വശങ്ങളെപ്പറ്റിയായിരുന്നു. ഭാഷ എങ്ങനെ ഉണ്ടായി, ഇതര ജീവികളുടെ വിനിമയശീലങ്ങളിൽനിന്നും ഭാഷ എങ്ങനെ വ്യത്യാസപ്പെട്ടിരിക്കുന്നു, ശരീരം, മനസ്സ്, സമൂഹം, സാമ്പത്തികവ്യവസ്ഥ, മനുഷ്യന്റെ പൊതുനന്മ എന്നിവയുമായി ഭാഷ എങ്ങനെ ബന്ധപ്പെട്ടിരിക്കുന്നു, എന്താണ് ഭാഷാസാങ്കേതികവിദ്യ എന്നിവയാണ് നമ്മൾ ചർച്ച ചെയ്ത വിഷയങ്ങൾ. ഓരോ വിഷയത്തെയും പറ്റിയുള്ള ഭാഷാശാസ്ത്ര നിരീക്ഷണങ്ങൾ ചുരുക്കത്തിൽ അവതരിപ്പിക്കുകയും അവയിൽ മനുഷ്യന്റെ വിമോചനാത്മകതയ്ക്ക് ഇടമുള്ള നിരീക്ഷണങ്ങളെ കൂടുതൽ ചർച്ച ചെയ്യുകയുമെന്ന ഒരു സമീപനമാണ് ചർച്ചയിൽ സ്വീകരിച്ചത്. ചർച്ചകളിൽ ഉരുത്തിരിഞ്ഞ നിഗമനങ്ങളെ സംഗ്രഹിക്കുകയും അവയുടെ അടിസ്ഥാനത്തിൽ മനുഷ്യവിമോചനത്തിനായുള്ള സാമൂഹ്യജനാധിപത്യ മാർഗ്ഗത്തിൽ ഭാഷയുടെ ധർമ്മം പ്രയോഗത്തിലാക്കുന്നതിനുള്ള ഒരു കർമ്മപദ്ധതി അവതരിപ്പിക്കുകയുമാണ് ഈ അദ്ധ്യായത്തിൽ.

ഭാഷ ദൈവസൃഷ്ടിയല്ല. മനുഷ്യന്റെ അദ്ധ്വാനഫലമായി സാമൂഹികമായി രൂപംകൊണ്ടതാണത്. ഇതരജീവികളുടെ വിനിമയത്തിൽനിന്നും തികച്ചും ഭിന്നമാണ് ഭാഷ. ഇതരജീവികളുടെ വിനിമയത്തിൽനിന്നും ഭാഷയെ ഭിന്നമാക്കുന്ന ഗുണവിശേഷതകൾ മനുഷ്യന്റെ അദ്ധ്വാനഫലമായി രൂപംകൊണ്ടവയാണ്. അദ്ധ്വാനമാണ് മനുഷ്യനെ പ്രകൃതിയുടെ പ്രാകൃതത്വത്തിൽനിന്നും മോചിപ്പിച്ചത്. പ്രകൃതിയുടെ പ്രാകൃതത്വത്തിൽനിന്നും മോചിച്ച മനുഷ്യൻ സമൂഹരൂപീകരണത്തിന്റെ അനിവാര്യതയിലേക്ക് പ്രവേശിച്ചത് ഭാഷയിലൂടെയാണ്. ഭാഷതന്നെയാണ് മനുഷ്യന്റെ ബോധത്തെ ഘടനാവൽക്കരിച്ചത്. യാഥാർത്ഥ്യത്തെപ്പറ്റിയുള്ള അവന്റെ വ്യത്യസ്തമായ ബോധഘടനയെ വഹിക്കുന്നത്

ഭാഷയാണ്. എന്നാൽ യാഥാർത്ഥ്യത്തെപ്പറ്റിയുള്ള ഓരോ ഭാഷാസമൂഹത്തിന്റെയും ബോധത്തിലെ വ്യത്യാസം ഭാഷയുടെ സൃഷ്ടിയല്ല. ഓരോ സമൂഹത്തിന്റെയും ഭൗതിക പരിസരം വ്യത്യസ്തമായ ഒരു ലോകവീക്ഷണത്തെ മനുഷ്യനിൽ നിർമ്മിക്കുകയായിരുന്നു. ഭാഷ ഈ ലോകവീക്ഷണത്തെ വഹിക്കുകയാണ് ചെയ്യുന്നത്. അതായത് ഭാഷ ഉപരിഘടനയുടെ ഭാഗമല്ല. മനുഷ്യന്റെ എല്ലാ പ്രക്രിയകളിലും ഭൗതികമായി പ്രവർത്തിക്കുന്ന ഒന്നാണ് ഭാഷ എന്ന സ്റ്റാലിന്റെ നിലപാടാണ് ഇവിടെ കൂടുതൽ സ്വീകാര്യം. സമൂഹവുമായി ബന്ധപ്പെട്ട ഭാഷയെപ്പറ്റിയുള്ള അന്വേഷണത്തിൽ വ്യക്തമായത് സാമൂഹ്യ അസമത്വത്തെ പുനരുൽപ്പാദിപ്പിക്കുന്നതിൽ ഭാഷയ്ക്ക് പ്രധാന പങ്കുണ്ട് എന്നാണ്. എന്നാൽ സമൂഹത്തിൽ രൂപംകൊള്ളുന്ന ഇത്തരം അസമത്വങ്ങളുടെ പരമമായ കാരണം ഭാഷയല്ല. ഉൽപ്പാദന ഉപാധികളുടെ ഉടമസ്ഥതയിലുള്ള അസമത്വം, അധികാരഅറിവ് ബന്ധങ്ങൾ ഇവ ചേരുന്ന സമഗ്രതയിൽ ഭാഷ കൂടി സാമൂഹ്യ അസമത്വത്തിന്റെ ഒരു കാരണമാവുകയാണ്. എന്നിരുന്നാലും ഇത്തരത്തിലുള്ള അസമത്വങ്ങളിൽനിന്നുള്ള വിമോചനത്തിന്റെ ഒരു ഉപാധിയായി ഭാഷയെ ഉപയോഗിക്കാവുന്നതാണ്. അത്തരം ഒരു അന്വേഷണത്തിൽ ഹെബർമാസ് മുന്നോട്ടുവയ്ക്കുന്ന ഭാഷയുടെ സാമൂഹ്യപ്രയോഗമായ വിനിമയ പ്രവർത്തനത്തെയാണ് പ്രധാനമായി പരിശോധിച്ചത്. ഒരു മനോരോഗി തന്റെ യഥാർത്ഥ രോഗാവസ്ഥയെ മറച്ചുവയ്ക്കാൻ ശ്രമിക്കുന്നു എന്നാൽ, മനോവിശ്ലേഷകൻ രോഗിയുമായുള്ള സംവാദത്തിലൂടെ യഥാർത്ഥ രോഗകാരണത്തെ രോഗിയുടെ ബോധമനസ്സിലെത്തിച്ച് അയാളെ രോഗത്തിൽനിന്നും വിമോചിപ്പിക്കുന്നു. അതുപോലെതന്നെ സമൂഹത്തിലെ വ്യക്തിയുടെ സ്വാതന്ത്ര്യത്തെയും അസമത്വങ്ങളെയും നിലനിർത്തുന്ന ഘടകങ്ങളെ സമൂഹത്തിൽ അധീശത്വം വഹിക്കുന്ന പ്രത്യയശാസ്ത്രം മറച്ചുവയ്ക്കുന്നു. സമൂഹത്തിലെ വിവിധ വിഭാഗങ്ങൾ തമ്മിലും വ്യക്തികൾ തമ്മിലും നടക്കുന്ന ആരോഗ്യകരമായ വിനിമയ പ്രവർത്തനത്തിലൂടെ യഥാർത്ഥ പ്രശ്നങ്ങളിലേക്ക് എത്താമെന്നുമാണ് ചർച്ച ചെയ്തത്.

സങ്കീർണ്ണമായ ഇന്നത്തെ സാമൂഹികവ്യവസ്ഥയിൽ സാധാരണ വാചികവിനിമയം പര്യാപ്തമല്ല എന്ന സാഹചര്യത്തിലാണ് നമ്മൾ ഭാഷാസാങ്കേതികവിദ്യയെപ്പറ്റിയുള്ള ചർച്ചലേക്ക് കടന്നത്. സാമൂഹ്യജീവിയായ മനുഷ്യന് സംസാരിക്കാനുള്ള ത്വരയോടൊപ്പം ദേശത്തെയും കാലത്തെയും ഒപ്പം ഭാഷയുടെയും ദേശരാഷ്ട്രത്തിന്റെയും പരിധിയെയും അതിവർത്തിക്കാനുള്ള ത്വരയുണ്ടെന്നും അത് അതികരണത്വര ആണെന്ന നിഗമനത്തിലുമാണ് നാമെത്തിച്ചേർന്നത്.

ഭാഷ ഒരു പൊതുസ്വത്താണ്. ഒപ്പംതന്നെ ഭാഷ മനുഷ്യരുടെ സഹജീവിസ്നേഹമായ പൊതുനന്മയുടെ ഉപകരണവുമാണ്. ഭാഷയുടെ വളർച്ചയും തളർച്ചയും തീരുമാനിക്കുന്നത് അതതുകാലത്തെ സമ്പദ്

വ്യവസ്ഥയാണ്. കാർഷികസമ്പദ്വ്യവസ്ഥയിലും വ്യാവസായികസമ്പദ് വ്യവസ്ഥയുടെ കാലത്തും മലയാളം വളരുകയായിരുന്നു. ഓരോ സമ്പദ്വ്യവസ്ഥയിലേക്ക് പ്രവേശിക്കുമ്പോഴും മലയാളഭാഷയിൽത്തന്നെ സമരം നടന്നിരുന്നു. എന്നാൽ ആഗോളീകരണവും ആഗോളീകരണകാലത്ത് രൂപപ്പെട്ട അറിവു സമ്പദ്വ്യവസ്ഥയും മലയാളഭാഷയെ രണ്ടു തരത്തിലുള്ള സമരത്തിലേക്കാണ് നയിക്കുന്നത്. ഒന്ന്, കൂടുതൽ സാമ്പത്തിക മൂല്യമുള്ള ഇംഗ്ലീഷുമായുള്ള അതിജീവനസമരം. രണ്ട്, സാമ്പത്തികമായ കാരണങ്ങളാലും ഇംഗ്ലീഷ് അറിയാൻ കഴിയാത്തതുമൂലവും സമൂഹത്തിന്റെ മുഖ്യധാരയിൽനിന്നും പുറംതള്ളപ്പെട്ടവരും അവരുടെ പ്രസ്ഥാനങ്ങളും മലയാളത്തിനകത്തുതന്നെ നടത്തുന്ന സമരം. മലയാള ഭാഷയ്ക്കകത്തു തന്നെ നടക്കുന്ന ഈ സമരങ്ങളെ സൂക്ഷ്മമായി തിരിച്ചറിഞ്ഞെങ്കിലേ ഭാഷയിലൂടെയുള്ള വിമോചനത്തിന്റെ പ്രായോഗിക കർമ്മ പരിപാടി രൂപീകരിക്കാൻ കഴിയൂ. അത്തരത്തിലുള്ള ഒരു കർമ്മ പരിപാടി സാമൂഹ്യജനാധിപത്യത്തിന്റെ ഗുണപരമായ പ്രയോഗത്തിന് അനിവാര്യമാണ്.

ജനാധിപത്യം എന്നത് ഭാഷയുടെ രാഷ്ട്രീയ പ്രയോഗമാണ്. അതായത് "ഞാൻ നിങ്ങൾക്ക് ഉറപ്പുതരുന്നു" എന്നൊരാൾ നിങ്ങളോട് പറയുമ്പോൾ അതൊരു വാചികപ്രവർത്തനമാണ് (speech act). ഇത്തരത്തിലുള്ള നിരവധി വാചികപ്രവർത്തനങ്ങളിലൂടെയാണ് ഒരു സാമൂഹികവ്യവസ്ഥ നിലനിൽക്കുന്നത്. ഭാഷയ്ക്ക് സമൂഹത്തിൽ രണ്ട് (Austin 1960) പ്രവർത്തനതലങ്ങളുണ്ട്. ഒന്ന്, വിവരങ്ങളെ വിനിമയം ചെയ്യുക. രണ്ട്, ഒരു ഭാഷാസമൂഹത്തിലെ വ്യക്തികളെ തമ്മിൽ ബന്ധിപ്പിക്കുക. ഈ ദ്വിമുഖപ്രവർത്തനങ്ങളിൽ ഒന്നാമത്തേതിനെ ഭാഷയിലെ പ്രസ്താവനാഘടകം (propositional component) എന്നും രണ്ടാമത്തേതിനെ illocutionary ഉള്ളടക്കം എന്നുമാണ് പറയുക. മനുഷ്യന്റെ സാമൂഹ്യബന്ധത്തെ നിർമ്മിക്കുന്നത് ഇത്തരത്തിലുള്ള നിരവധി illocutionary ഘടകങ്ങളാണ്. അതായത് ഞാൻ നിങ്ങൾക്ക് വേണ്ടി സംസാരിക്കും എന്ന് നേതാവ് തന്റെ വോട്ടർമാരോട് പറയുമ്പോഴും നിങ്ങൾ ഭാര്യാഭർത്താക്കന്മാരാണെന്ന് നവവധുക്കളോട് വിവാഹം നടത്തിത്തരുന്ന വൈദികൻ പറയുമ്പോഴും ഭാഷയിലെ illocutionary ഘടകമാണ് പ്രവർത്തിക്കുന്നത്. ഭാഷ ഒരു സാമൂഹിക പ്രയോഗമാകുമ്പോൾ ഭാഷയിലൂടെ നാം വിനിമയം ചെയ്യുന്ന ഏതു ഘടകവും സാധുതാപരിശോധനയ്ക്ക് (validity) വിധേയമാകാം. അതായത് illocutionary ഘടകത്തെ പിന്തുണയ്ക്കുന്ന പ്രസ്താവനാഘടകത്തിന്റെ സാധുത ചോദ്യം ചെയ്യപ്പെട്ടാൽ illocutionary ഘടകവും നിഷേധിക്കപ്പെടാം. ഉദാഹരണമായി 'ഇന്ന് വൈകിട്ട് അഞ്ചുമണിക്ക് ഞാൻ നിങ്ങളെ കാണാം' എന്ന് ഞാൻ നിങ്ങൾക്ക് ഉറപ്പുതരുന്നെന്ന് വയ്ക്കുക. 'ഇന്ന് അഞ്ചുമണിക്ക് എനിക്ക് മറ്റു ജോലികൾ ഒന്നുമില്ല' എന്ന പ്രസ്താവനാഘടകം ഇന്ന് വൈകിട്ട് ഞാൻ നിങ്ങളെ

കാണാം എന്ന വാക്യത്തിലുണ്ട്. എന്നാൽ 'ഇന്ന് വൈകിട്ട് അഞ്ചുമണിക്ക് എനിക്ക് മറ്റൊരു യോഗം ഉണ്ടല്ലോ' എന്ന് നിങ്ങൾ പറഞ്ഞാൽ ഭാഷയിലൂടെയുള്ള എന്റെ ഉറപ്പിന്റെ സാധുത ചോദ്യം ചെയ്യപ്പെടും. ഞാൻ നിങ്ങൾക്കു തന്ന ഉറപ്പ് ശരിയാണെന്ന് വീണ്ടും നിങ്ങളെ എനിക്ക് ബോധ്യപ്പെടുത്തണമെന്നുണ്ടെങ്കിൽ 'ഇന്ന് വൈകിട്ട് അഞ്ചുമണിക്ക് മറ്റു യോഗങ്ങൾ എനിക്ക് ഇല്ല' എന്ന ഒരു പ്രസ്താവനാഘടകത്തെയോ അല്ലെങ്കിൽ 'യോഗം കഴിഞ്ഞ് വേഗത്തിൽ ഞാൻ നിങ്ങളുടെ അടുത്തെത്താം' എന്ന മറ്റൊരു illocutionary ഘടകത്തെയോ ഞാൻ വീണ്ടും നിങ്ങളുടെ മുമ്പിൽ അവതരിപ്പിക്കേണ്ടിവരും. 'ഞാൻ അഞ്ചുമണിക്ക് യോഗത്തിൽ പങ്കെടുക്കുന്ന സ്ഥലത്തുനിന്നും എത്ര വേഗത്തിൽ വന്നാലും എനിക്ക് പറഞ്ഞ സമയത്ത് പറഞ്ഞ സ്ഥലത്ത് എത്താൻ കഴിയില്ല' എന്ന ഒരു പ്രസ്താവനാ ഉള്ളടക്കം നിങ്ങൾ പ്രയോഗിച്ചാൽ, എങ്ങനെ എത്താൻ കഴിയുമെന്ന് മറ്റൊരു പ്രസ്താവനാ ഉള്ളടക്കം കൊണ്ട് തെളിയിക്കേണ്ടിവരുന്നു. ഇങ്ങനെ ഒരു സമൂഹത്തിലെ വ്യക്തികളുടെയും സ്ഥാപനങ്ങളുടെയും വ്യവസ്ഥകളുടെയും പ്രസ്താവനകളുടെ സാധുതയെ പരിശോധിക്കുമ്പോഴാണ് ഭാഷ സത്യത്തിലേക്കുള്ള വിനിമയാത്മകമാർഗ്ഗമായി തീരുന്നത്. കാർഷിക കടങ്ങൾ എഴുതിത്തള്ളുമെന്ന് ധനമന്ത്രി ബഡ്ജറ്റ് സമ്മേളനത്തിൽ പ്രസ്താവിച്ചപ്പോൾ അതിന്മേലുണ്ടായ ചർച്ചയും ചർച്ചയിലൂടെ എത്തിച്ചേർന്ന നിഗമനവും ഇന്ത്യൻ ജനാധിപത്യത്തിലെ മാതൃകാപരമായ വിനിമയ പ്രവർത്തനമാണ്. ഇങ്ങനെ നിയമനിർമ്മാണം മുതൽ ഭാര്യാഭർത്തൃബന്ധം വരെയുള്ള സാമൂഹികബന്ധങ്ങളിൽ വിനിമയപ്രവർത്തനം പ്രയോഗത്തിലാകുമ്പോഴാണ് ജനാധിപത്യം പ്രായോഗികമായി പൂർണ്ണതയിലെത്തുന്നത്. അതായത് നമ്മുടെ പ്രസ്താവനകളെയും നിർദ്ദേശങ്ങളെയും പ്രവൃത്തികളെയും അർത്ഥപൂർണ്ണമാക്കാനുള്ള ഉത്തരവാദിത്വം ഭാഷ നമ്മെത്തന്നെ ഏൽപ്പിക്കുകയാണ്.

പ്ലാച്ചിമടയിലെ കോളാ കമ്പനിയുടെ പ്രവർത്തനം നിർത്തണം എന്ന് പ്രാദേശിക സമൂഹം ഭരണകൂടത്തോട് നിർദ്ദേശിക്കുമ്പോൾ കമ്പനിയുടെ പ്രവർത്തനം എന്തുകൊണ്ട് നിർത്തണമെന്ന് പ്രസ്താവിക്കാനുള്ള ഉത്തരവാദിത്വം പ്രാദേശിക സമൂഹത്തിനും എന്തുകൊണ്ട് പ്രവർത്തനം നിർത്തേണ്ടതില്ല എന്ന് പ്രസ്താവിക്കാനുള്ള ഉത്തരവാദിത്വം പ്രവർത്തനം നിർത്താൻ തയ്യാറാകാത്ത കമ്പനിക്കും ഉണ്ട്. കമ്പനിയുടെ പ്രവർത്തനം ആ പ്രദേശത്തെ ഭൂഗർഭജലം അപരിമിതമായ തോതിൽ ഉപയോഗിക്കുന്നത് കൊണ്ട് പ്രാദേശികവാസികൾക്ക് കുടിവെള്ളം ലഭിക്കുന്നില്ല എന്നാണ് പ്രദേശവാസികളുടെ പ്രസ്താവനാ ഉള്ളടക്കമെങ്കിൽ ആ ഉള്ളടക്കത്തെ പ്രദേശവാസികൾ ശരിയായി അംഗീകരിക്കത്തക്ക തരത്തിലുള്ള പ്രതിപ്രസ്താവനകൊണ്ട് കമ്പനി നേരിടേണ്ടതുണ്ട്. ഇത്തരം മാതൃകാപരമായ സാഹചര്യം വിനിമയപ്രവർത്തനത്തിൽ അനി

വാര്യമാണ്. എന്നാൽ, പ്രാദേശികഭരണകൂടങ്ങൾക്ക് പ്രദേശത്തുള്ള കമ്പനിയുടെ ലൈസൻസ് റദ്ദാക്കാൻ അവകാശമില്ല എന്ന് കോടതി വിധിക്കുമ്പോൾ ഭാഷയിലൂടെയുള്ള വിനിമയയുക്തിയുടെ പ്രവർത്തനസാധ്യത ഇല്ലാതാവുകയും ജനാധിപത്യത്തിന്റെ വികസിതരൂപമായ അധികാരവികേന്ദ്രീകരണത്തിന്റെ ഉള്ളടക്കം റദ്ദാക്കപ്പെടുകയുമാണ്. അതായത് സമൂഹത്തിന്റെ താഴെത്തട്ടിൽ നടക്കുന്ന വിനിമയത്തിനും സത്യാന്വേഷണങ്ങൾക്കും അർത്ഥമില്ലാതെ വരികയും ജനസമൂഹം ജനാധിപത്യത്തിൽനിന്ന് അന്യവൽക്കരിക്കപ്പെടുകയും ചെയ്യുന്നു. ഇത്തരത്തിലുള്ള വിനിമയപ്രവർത്തനങ്ങൾ നടക്കുന്നത് സമൂഹത്തിന്റെ പൊതുമണ്ഡലത്തിലാണ്. പൊതുമണ്ഡലത്തോട് ഭരണകൂടം എങ്ങനെ പ്രതികരിക്കുന്നു എന്നതിനെ ആശ്രയിച്ചിരിക്കും പൊതുമണ്ഡലത്തിന്റെ സജീവത. ജനസമൂഹത്തിന്റെ അവകാശങ്ങളും പ്രശ്നങ്ങളും അഭിലാഷങ്ങളും പൊതുമണ്ഡലത്തിൽ എത്രമാത്രം പ്രതിനിധീകരിക്കപ്പെടും എന്നതിനെ ആശ്രയിച്ചിരിക്കും അവയുടെ സാമൂഹിക അംഗീകാരവും ഭരണകൂട പിന്തുണയും. അതിനാൽ പൊതുമണ്ഡലത്തിൽ സജീവമായി ഇടപെടാനുള്ള ശേഷി വ്യക്തികൾക്കും സമൂഹത്തിനും ഉണ്ടാകണം. വ്യക്തികൾക്കും സാമൂഹികപ്രസ്ഥാനങ്ങളെ പ്രതിനിധീകരിക്കുന്നവർക്കും ഭാഷയിലുള്ള കേവലശേഷി (linguistic competence) എന്നതിൽനിന്ന് അധികമായ വിനിമയശേഷി അനിവാര്യമാണ് (communicative competence). ഒരു ഭാഷാസമൂഹത്തിൽ ഇത്തരത്തിലുള്ള വിനിമയശേഷി തങ്ങളുടെ മാതൃഭാഷയിൽ മാത്രമേ ഉണ്ടാവുകയുള്ളു. സാമൂഹ്യവൽക്കരണത്തിന്റെ പ്രധാന സ്ഥാപനരൂപമായ വിദ്യാഭ്യാസസമ്പ്രദായത്തിലൂടെയാണ് ഇത്തരം വിനിമയശേഷി ഒരു ഭാഷാസമൂഹത്തിൽ വികസിപ്പിക്കേണ്ടത്. വിദ്യാഭ്യാസം എന്നത് നല്ല പൗരന്മാരെ നിർമ്മിക്കുക എന്നതിലുപരി തൊഴിലാളികളെ നിർമ്മിക്കാനുള്ള ഉപകരണങ്ങളാണ് എന്ന ഉപകരണവാദത്തിലേക്ക് മാറുമ്പോഴാണ് മാതൃഭാഷയ്ക്കുപകരം നമുക്ക് ഇംഗ്ലീഷിന് പ്രാധാന്യം നൽകേണ്ടി വരുന്നത്. അതായത് മാതൃഭാഷയിൽ വിനിമയശേഷി ഇല്ലാത്തതും ഇംഗ്ലീഷിൽ കേവലഭാഷാശേഷി മാത്രമുള്ളതുമായ ഒരു തലമുറയെയാണ് കേരളത്തിലെ മുഖ്യധാരാവിദ്യാഭ്യാസം നിർമ്മിക്കുന്നത്.

കേരളസമൂഹത്തിലെ ആധുനികവൽക്കരണത്തിന്റെ തുടക്കം മുതലേ കേരളസമൂഹത്തിൽ രൂപംകൊണ്ട പൊതുമണ്ഡലത്തിൽ അധീശത്വം വഹിച്ചത് ബൂർഷ്വാ ഉള്ളടക്കമായിരുന്നു. ആധുനികവൽക്കരണത്തിന്റെ ആദ്യദശകങ്ങളിൽ ഫ്യൂഡൽ ഉപരിഘടനയെ വിമർശിച്ചതിലൂടെ ആധുനിക പൊതുമണ്ഡലം പുരോഗമനപരം ആയിരുന്നു. എന്നാൽ തുടർന്ന് ഈ പൊതുമണ്ഡലത്തെ മുതലാളിത്ത താൽപ്പര്യങ്ങൾ കോളനിവൽക്കരിക്കുകയും പൊതുമണ്ഡലത്തിന്റെ തുടർന്നുള്ള വികസനത്തെ തടയുകയും ചെയ്തു. അതേ പൊതുമണ്ഡലത്തിൽ വളർന്ന

മലയാളഭാഷ പൊതുമണ്ഡലത്തിന്റെ വർഗ്ഗസ്വഭാവത്തെ ഉൾക്കൊള്ളുന്നതുമായിരുന്നു. അതായത് മുതലാളിത്ത ആധുനികവൽക്കരണത്തെ ന്യായീകരിക്കുന്ന പ്രസ്താവനകളെ സാധുതാപരിശോധനയ്ക്ക് വിധേയമാക്കാൻ കഴിയാത്ത തരത്തിൽ ഭാഷ സംരക്ഷിച്ചിരുന്നു. വിമോചനം എന്ന ഏറെ വിമോചനപരമായ അർത്ഥം ഉൾക്കൊള്ളുന്ന വാക്ക് മലയാളിക്ക് ഏറെ സുപരിചിതമായത് കമ്യൂണിസ്റ്റ് സർക്കാരിനെതിരെ കേരളത്തിലെ നവയാഥാസ്ഥിതികവാദികൾ നടത്തിയ പ്രതിസമരം എന്ന അർത്ഥത്തിലാണ്. അതായത് കർഷകനെയും കർഷകത്തൊഴിലാളിയെയും ജന്മി-നാടുവാഴിത്തവ്യവസ്ഥയിൽനിന്നും വിമോചിപ്പിച്ച ജനാധിപത്യവിപ്ലവപ്രസ്ഥാനത്തിന് എതിരെയുള്ള ഒരു സമരത്തെയാണ് മലയാളി മലയാളത്തിൽ വിമോചനസമരമെന്ന് വിളിച്ചത്. അതായത് പൊതുമണ്ഡലത്തിൽ പ്രവർത്തിക്കുന്ന ഒരു ഭാഷയ്ക്ക് പൊതുമണ്ഡലത്തിന്റെ പ്രത്യയശാസ്ത്രത്തിൽനിന്നും മാറിനിൽക്കുവാൻ കഴിയില്ല. കൃഷിഭൂമി സംരക്ഷിക്കണം എന്ന മുദ്രാവാക്യവുമായി ഇടതുപക്ഷപ്രസ്ഥാനങ്ങൾ നടത്തിയ സമരത്തെ 'വെട്ടിനിരത്തൽ സമരം' എന്ന പ്രയോഗത്തിലൂടെ വക്രീകരിക്കുകയാണ് മലയാളഭാഷ ചെയ്തത്. അതായത് പൊതുമണ്ഡലത്തിൽ നടക്കുന്ന പുരോഗമനപരമായ ചലനങ്ങളെപ്പോലും അധീശവർഗ്ഗത്തിന്റെ താൽപ്പര്യങ്ങൾക്ക് അനുകൂലമായി മലയാളം വക്രീകരിച്ചിരുന്നു. അതായത് യാഥാർത്ഥ്യത്തെ പ്രതിനിധാനം ചെയ്യുന്ന പ്രസ്താവനാഘടകങ്ങളിലാണ് ഒരു ഭാഷയിൽ വർഗ്ഗ ഉള്ളടക്കം പ്രവർത്തിക്കുന്നത്. അത്തരം പ്രസ്താവനാഘടകങ്ങളെ ഒരു ഭാഷയിലെ വർഗ്ഗപ്രസ്താവനാഘടകങ്ങൾ എന്നു പറയാം. അതായത് സൂചകവും (പ്രതിനിധീകരിക്കുന്ന ശബ്ദം) സൂചിതവും (പ്രതിനിധീകരിക്കപ്പെടുന്ന വസ്തു, സംഭവം അഥവാ സങ്കൽപ്പം) തമ്മിലുള്ള ബന്ധത്തിന്റെ കൃത്രിമത്വത്തിലാണ് ഭാഷ വർഗ്ഗ ഉള്ളടക്കത്തിന് വഴങ്ങുന്നത്. അവിടെനിന്നാണ് ഭാഷയിൽ വർഗ്ഗരോഗം ബാധിക്കുന്നത്. മനോരോഗി തന്റെ രോഗത്തിന്റെ കാരണങ്ങളെ മനോവിശ്ലേഷകനിൽനിന്നും മറച്ചുവയ്ക്കുന്നതുപോലെ ഭാഷയും സമൂഹത്തിലെ പ്രശ്നങ്ങളെ ഭാഷാസമൂഹത്തിന്റെ പൊതുബോധത്തിൽനിന്നും മറച്ചുവയ്ക്കുന്നു. ഭക്ഷ്യപ്രതിസന്ധി രൂക്ഷമായ ഈ സാഹചര്യത്തിൽ ഇടതുപക്ഷപ്രസ്ഥാനങ്ങൾ നടത്തിയ വെട്ടിനിരത്തൽ സമരത്തെപ്പറ്റിയുള്ള ചർച്ചയിൽ ആ വെട്ടിനിരത്തലെന്ന പ്രയോഗം തന്നെ തെറ്റാണെന്ന് ബോധ്യം വരും. അതായത് വളരെ മാതൃകാപരമായ ഒരു വിനിമയം നടന്നാൽ ഭാഷയ്ക്ക് അതിന്റെ തെറ്റായ പ്രസ്താവനാ ഘടകങ്ങളെ പരിഷ്കരിക്കാതിരിക്കാൻ കഴിയില്ല. ചുരുക്കത്തിൽ മുമ്പ് സൂചിപ്പിച്ച വിനിമയപ്രവർത്തനം നടത്തേണ്ടത് ഇങ്ങനെ വർഗ്ഗപരമായി പക്ഷംപിടിക്കുന്ന മലയാളഭാഷ ഉപയോഗിച്ചുവേണം. ഭാഷയിലൂടെ മനുഷ്യവിമോചനത്തിന്റെ സാധ്യത അന്വേഷിക്കുന്ന ഒരു ഭാഷാപ്രവർത്തകൻ അഭിമുഖീകരിക്കുന്ന പ്രതിസന്ധിയും ഇതാണ്.

ഭാഷയിലെ വർഗ്ഗപരമായ ഉള്ളടക്കത്തിന് ഏകപക്ഷീയമായി നിലനിൽക്കാൻ കഴിയില്ല. ഭാഷയ്ക്കകത്തു നിന്ന് തന്നെ അതിനെതിരെയുള്ള കലാപങ്ങൾ നടക്കും. ഇതിനെ ഭാഷയിലെ വർഗ്ഗസമരമെന്ന് വിളിക്കാം. മലയാളഭാഷയുടെ ചരിത്രത്തിൽ 14-ാം നൂറ്റാണ്ടുമുതൽക്കേ, അതായത് *ലീലാതിലക*ത്തിന്റെ കാലംതൊട്ടേ, ഈ കലാപമുണ്ട്. ആധുനികവൽക്കരണത്തിന്റെ കാലത്ത് ഫ്യൂഡൽമൂല്യങ്ങളെ ഉൾക്കൊള്ളുന്ന സംസ്കൃതവാക്കുകൾ ഉപയോഗിക്കുന്നതിനെതിരെ ആയിരുന്നു ഈ കലാപം. ആ കലാപം ഇന്നും മലയാളത്തിൽ നടക്കുന്നു. ജനകീയ ഇച്ഛയോട് പ്രതികരിക്കാതെ പോസിറ്റിവിസ്റ്റിക്കായ രീതിയിൽ നീതി കൈകാര്യം ചെയ്യുന്ന ന്യായാധിപനെ ന്യായാധിപൻ എന്നതിനുപകരം 'കൊഞ്ഞാണൻ' എന്ന് വിളിക്കുമ്പോൾ ഭാഷ വർഗ്ഗപരമായ ഈ പ്രതിസന്ധിയിൽനിന്ന് പുറത്തുകടക്കുകയാണ്. വർഗ്ഗപരമായ പ്രതിസന്ധിയിൽനിന്ന് പുറത്തുകടക്കാനുള്ള ശ്രമങ്ങൾക്ക് ഭാഷാസമൂഹത്തിന്റെ അധീശത്വ നിലപാടിനെ (hegemonic linguistic attitude) അഭിമുഖീകരിക്കേണ്ടതായി വരും. ഒരു ഭാഷയിലെ മാനകീകൃതവും കുലീനവും അതിലുപരി, വ്യാകരണപരം എന്ന് പ്രത്യക്ഷാർത്ഥത്തിൽ ഭാഷാസമൂഹത്തിന് തോന്നുന്നതുമായ ഭാഷാമാനകങ്ങളെ തീരുമാനിക്കുന്നത് ആ ഭാഷാസമൂഹത്തിലെ ഉപരിവർഗ്ഗത്തിന്റെ താൽപ്പര്യങ്ങളാണ്. ഒരു ഭാഷയിലെ വ്യാകരണപരം എന്ന് നമുക്ക് തോന്നുന്ന വാക്യങ്ങൾ അർത്ഥപരമാകണമെന്നില്ല എന്ന ചോംസ്കിയുടെ നിരീക്ഷണം ഇവിടെ സഗതമാണ്. അതിനാൽ ഭാഷയിന്മേലുള്ള വളരെ സൂക്ഷ്മമായ വർഗ്ഗ വിശകലനം ഏതു മണ്ഡലത്തിലെയും വിനിമയപ്രവർത്തനത്തിന് അനിവാര്യമാണ്.

ഒരു ജനാധിപത്യ സമൂഹത്തിലെ ഭാഷയിലൂടെയുള്ള വിമോചന പ്രവർത്തനത്തിന് നാലു തലങ്ങളുണ്ട്.

ഒന്ന്: സമൂഹത്തിൽ നിലനിൽക്കുന്ന വർഗ്ഗവ്യത്യാസങ്ങൾമൂലം ഭാഷയിലും ഭാഷയുമായി ബന്ധപ്പെട്ട ഭാഷാസമൂഹത്തിലും നിലനിൽക്കുന്ന ഭാഷാവർഗ്ഗസമരം.

രണ്ട്: വർഗ്ഗപരമായ ഉള്ളടക്കമുള്ള അതേ ഭാഷ ഉപയോഗിച്ചുകൊണ്ട് സമൂഹത്തിൽ നടക്കുന്ന വിനിമയപ്രവർത്തനം.

മൂന്ന്: വിനിമയപ്രവർത്തനത്താൽ സജീവമാകുന്ന സാക്ഷരപൊതുമണ്ഡലം.

നാല്: പൊതുമണ്ഡലത്തോട് ഗൗരവത്തോടെയും നിരന്തരമായും പ്രതികരിക്കുന്ന ജനാധിപത്യ രാഷ്ട്രീയ സമൂഹം.

ഈ നാല് ഘടകങ്ങളുടെയും തുടർച്ചയായുള്ള പ്രവർത്തനഫലമായാണ് ഒരു ജനാധിപത്യ സമൂഹത്തിൽ ഭാഷ വിമോചനത്തിന്റെ ഉപാധി ആവുന്നത്. ഈ പ്രക്രിയയെ ഇങ്ങനെ ചിത്രീകരിക്കാം.

സാമൂഹിക സാമ്പത്തിക അസമത്വത്തെ കുറയ്ക്കുന്നതിനുള്ള വിമോചനാത്മകമായ നിയമനിർമ്മാണപ്രക്രിയ

പൊതുമണ്ഡലത്തോട് ആരോഗ്യകരമായി നിരന്തരം പ്രതികരിക്കുന്ന സാമൂഹ്യ ജനാധിപത്യത്തിലധിഷ്ഠിതമായ രാഷ്ട്രീയ സമൂഹം

പൊതുമണ്ഡലത്തിലും വിവിധ സത്യാന്വേഷണ മണ്ഡലങ്ങളിലും ഭാഷയിലൂടെ നടക്കുന്ന വിനിമയപ്രവർത്തനം

ഭാഷാസമൂഹത്തിനകത്തെ ഭാഷാപരമായ വർഗ്ഗ അസമത്വവും യാഥാർത്ഥ്യത്തെ പ്രതിനിധീകരിക്കുന്നതിൽ ഭാഷയിൽ നടക്കുന്ന വർഗ്ഗസമരവും

സാമൂഹിക സാമ്പത്തിക അസമത്വം

ഭാഷയുടെ വിമോചനാത്മകത അന്വേഷിക്കുന്ന പുരോഗമനവാദികളായ ഭാഷാപ്രവർത്തകർ (language activist) ഈ പ്രക്രിയയുടെ ഓരോ ഘടകത്തെയും ഉപഘടകത്തെയും സൂക്ഷ്മമായി പരിശോധിക്കുകയും ഇടപെടുകയും ചെയ്യേണ്ടതുണ്ട്.

അസമത്വപൂർണ്ണമായ ഒരു സാമൂഹികവ്യവസ്ഥമൂലം ഭാഷ വർഗ്ഗതാൽപ്പര്യങ്ങളുടെ ഉപകരണം ആകുന്നതും ഭാഷയിൽത്തന്നെ വർഗ്ഗസമരം രൂപപ്പെടുന്നതും നിരീക്ഷിക്കേണ്ടതുണ്ട്. ഇത് രണ്ടുതരത്തിലാണ്.

ഒന്ന്: ഒരു സമൂഹത്തിലെ നിരവധി ഉപസങ്കേതങ്ങളിൽ ഒരു വർഗ്ഗത്തിന്റേത് മാത്രമായ ഉപസങ്കേതം വിദ്യാഭ്യാസത്തിന്റെയും പൊതു വ്യവഹാരങ്ങളുടെയും ഭാഷ ആയത് എങ്ങനെയെന്ന് പരിശോധിക്കണം. നിലനിൽക്കുന്ന ഉൽപ്പാദനബന്ധങ്ങളെ ന്യായീകരിക്കുന്ന അറിവ്-അധികാര ബന്ധം എങ്ങനെയാണ് ആ ഭാഷാസങ്കേതത്തിന്റെ അംഗീകാരത്തിന് കാരണമായതെന്നും പരിശോധിക്കണം.

രണ്ട്: സമൂഹത്തിലെ അസമത്വത്തിന്റെ വസ്തുനിഷ്ഠ യാഥാർത്ഥ്യത്തെ മറച്ചുവയ്ക്കാനും മുതലാളിത്തവ്യവസ്ഥയുടെ സാംസ്കാ

രിക ന്യായീകരണമായും ഇതിനെതിരെയുണ്ടാകുന്ന സാമൂഹിക ചെറുത്തുനിൽപ്പുകളെ തമസ്കരിക്കുന്നതിനുവേണ്ടിയും ഭാഷ എങ്ങനെയാണ് പ്രസ്താവന ഉള്ളടക്കങ്ങളെ വികസിപ്പിക്കുന്നതെന്നും യാഥാർത്ഥ്യത്തെ തെറ്റായി പ്രതിനിധീകരിക്കുന്നതെന്നും പരിശോധിക്കണം. അത്തരം ഒരു പരിശോധനയിലൂടെ ശരിയായ വിനിമയപ്രവർത്തനത്തിൽനിന്നും ഭാഷയെ തടയുന്ന പ്രത്യയശാസ്ത്ര ഉള്ളടക്കത്തെയും വിനിമയപ്രവർത്തനത്തിൽ സ്വതന്ത്രമായി ഇടപെടുന്നതിൽനിന്നും സമൂഹത്തിലെ അംഗങ്ങളെ തടയുന്ന കാരണങ്ങളെയും കണ്ടെത്താം. സമൂഹത്തിലെ മുഖ്യധാരാ മാധ്യമങ്ങൾ ഭാഷാസമൂഹത്തിൽ നടക്കുന്ന സംഭവങ്ങളെ എങ്ങനെ ഭാഷയിൽ പ്രതിനിധീകരിക്കുന്നു എന്നതാണിവിടെ പ്രധാനമായി അന്വേഷണവിഷയമാക്കേണ്ടത്.

പൊതുമണ്ഡലത്തിൽ നടക്കുന്ന വിനിമയപ്രവർത്തനമാണ് ഒരു സമൂഹത്തിന്റെ ചലനത്തെ നിശ്ചയിക്കുന്നത്. സാമൂഹ്യമായ പൊതുമണ്ഡലത്തോടൊപ്പം ഓരോ ഉൽപ്പാദനമേഖലയിലും പൊതുമണ്ഡലങ്ങൾ വികസിക്കേണ്ടതുണ്ട്. ഉദാഹരണമായി, കേരളത്തിലെ പൊതുമേഖലാ സ്ഥാപനങ്ങൾ അഭിമുഖീകരിക്കുന്ന പ്രശ്നങ്ങൾക്കുള്ള പ്രതിവിധി ആ സ്ഥാപനങ്ങളിലെ തൊഴിലാളികളും മാനേജ്മെന്റും തമ്മിൽ നടക്കുന്ന നിരന്തര വിനിമയപ്രവർത്തനങ്ങളിൽനിന്നും ഉരുത്തിരിയേണ്ടതുണ്ട്. അത്തരത്തിലുള്ള നിരവധി പ്രൊഫഷണൽ പൊതുമണ്ഡലങ്ങൾ സമൂഹത്തിൽ രൂപപ്പെടുകയും ചെയ്യണം. അതിനുള്ള ബോധപൂർവ്വമായ ശ്രമങ്ങൾ ഭാഷാപ്രവർത്തകർ നടത്തേണ്ടതാണ്. ഇങ്ങനെ നിരവധി പ്രൊഫഷണൽ പൊതുമണ്ഡലങ്ങൾ ഒരു സമൂഹത്തിൽ വിനിമയ പ്രവർത്തനത്തിൽ സജീവമാകുമ്പോൾ പൊതുസമൂഹത്തിന്റെ ശാസ്ത്രീയ സാക്ഷരതയും വിമർശനാത്മകതയും ഉയരും. അങ്ങനെ ഭാഷ മുതലാളിത്തതാൽപ്പര്യങ്ങളെ മറച്ചുവയ്ക്കാനുള്ള സാധ്യത പൊതുസമൂഹത്തിന്റെ ശാസ്ത്രീയ സാക്ഷരതമൂലം ഇല്ലാതാവുകയും ചെയ്യും. പൊതുസമൂഹത്തിന് അറിവിന്റെ ഏതു മണ്ഡലത്തിലാണ് ശാസ്ത്രീയസാക്ഷരത എന്ന് മുൻകൂട്ടികണ്ട് ആ മേഖലയിൽ അറിവ് ഉള്ളടക്കം സമൂഹത്തിൽ പ്രചരിപ്പിക്കേണ്ട ഉത്തരവാദിത്വം ഭാഷാപ്രവർത്തകർക്കുണ്ട്. വിമർശനാത്മകശാസ്ത്രബോധം ജനകീയമായ ഒരു ഭാഷാസമൂഹത്തിൽ അധീശത്വപ്രത്യയശാസ്ത്രത്തിന് സ്വാധീനം പ്രായേണ കുറവായിരിക്കും.

ഭാഷാസമൂഹത്തിലെ ഓരോ അംഗത്തിന്റെയും വിനിമയശേഷി വർദ്ധിപ്പിക്കാനുള്ള ശ്രമങ്ങൾ വിദ്യാഭ്യാസത്തിൽത്തന്നെ തുടങ്ങേണ്ടതാണ്. കേരളത്തിലെ ജനകീയ ആസൂത്രണവുമായി ഓരോ വിദ്യാർത്ഥിയെയും ബന്ധപ്പെടുത്തുന്നതിനാവശ്യമായ മാർഗ്ഗങ്ങളെപ്പറ്റി അന്വേഷിക്കാവുന്നതാണ്. പ്രാഥമികവിദ്യാഭ്യാസത്തിൽ ശിശുനിയമസഭകൾ, വിദ്യാർത്ഥി നിയമസഭകൾ തുടങ്ങിയവ പഠനഅനുബന്ധപ്രവർത്തനങ്ങളായി ഉൾപ്പെടുത്താവുന്നതാണ്. വിദ്യാർത്ഥിപ്രസ്ഥാനങ്ങളെ സജീ

വമായ ചർച്ചാവേദികളാക്കുകയും വിദ്യാർത്ഥിപ്രസ്ഥാനത്തിലൂടെ വളർന്നുവരുന്നവർക്ക് തങ്ങളുടെ വിനിമയശേഷി പല തലങ്ങളിൽ വികസിപ്പിക്കുന്നതിന് സഹായിക്കുന്ന സാഹചര്യങ്ങളിൽ അവസരം കൊടുക്കുകയും വേണം.

പൊതുമണ്ഡലത്തിൽ ആരോഗ്യകരമായ വിനിമയപ്രവർത്തനത്തിൽനിന്നും ഭാഷകരെ പിൻവലിക്കുന്ന സർവ്വീസ് നിയമങ്ങൾ, കോടതിയലക്ഷ്യനിയമങ്ങൾ, സെൻസർ നിയമങ്ങൾ, അഭിപ്രായപ്രകടന നിയന്ത്രണ നിയമങ്ങൾ എന്നിവ പൂർണ്ണമായും എടുത്തു കളയേണ്ടതുണ്ട്.

ഇങ്ങനെ വർഗ്ഗപരമായി സ്ഫുടീകരിച്ച ഭാഷയും വിനിമയപ്രവർത്തനത്തെ ഭൗതികമായി സഹായിക്കുന്ന സംഘടനാ-സ്ഥാപന സംവിധാനങ്ങളും വിനിമയപ്രവർത്തനത്തിൽ ആരോഗ്യകരമായി ഇടപെടാൻ കഴിവുള്ള ഭാഷകരും ചേരുമ്പോഴാണ് പൊതുമണ്ഡലം വികസിക്കുന്നതും സമൂഹം യുക്തിവൽക്കരിക്കപ്പെടുന്നതും.

ഇത്തരത്തിൽ സജീവമായ പൊതുമണ്ഡലം സമൂഹത്തിലെ പ്രശ്നങ്ങളെയും പ്രശ്നപരിഹാരങ്ങളെയും വെളിപ്പെടുത്തുമ്പോൾ രാഷ്ട്രീയസമൂഹം അതിനോട് ആരോഗ്യകരമായും ക്രിയാത്മകമായും പ്രതികരിക്കേണ്ടതുണ്ട്. വിനിമയപ്രവർത്തനത്തിലൂടെ പൊതുമണ്ഡലത്തിൽ രൂപപ്പെട്ട തിരിച്ചറിവുകളും സമൂഹത്തിലെ ഓരോ വിഭാഗത്തിന്റെയും പ്രതിനിധികളുടെ പ്രാതിനിധ്യ ഉത്തരവാദിത്വവും കൂടിച്ചേരുമ്പോഴാണ് സാമൂഹ്യ ജനാധിപത്യം വിമോചനാത്മകമാകുന്നത്.

അത്തരം ഒരു വിമോചനാത്മകതയാണ് പ്രാദേശികഭാഷകളുടെ ഇനിയുള്ള രാഷ്ട്രീയം. അതായത് മലയാളഭാഷയുടെ ഭാവി എന്നത് മലയാള ഭാഷാസമൂഹത്തിൽ മലയാള ഭാഷയിൽ എത്ര അളവിൽ വിനിമയപ്രവർത്തനം നടക്കുന്നു എന്നതിന്റെ അടിസ്ഥാനത്തിലാണ് അതായത് കേരള സമൂഹത്തിന്റെ സൂക്ഷ്മജനാധിപത്യ പ്രക്രിയയിൽ, മലയാളം എത്രമാത്രം പ്രവർത്തിക്കുന്നു എന്നതിനെ ആശ്രയിച്ചാണ് മലയാളഭാഷയുടെ ഇനിയുള്ള വളർച്ച. അതായത് കേരള ഭാഷാസമൂഹത്തിന്റെ സാമൂഹികവിമോചന പ്രക്രിയക്ക് അനുപൂരകമായിരിക്കും മലയാളത്തിന്റെ ഇനിയുള്ള വളർച്ച.

കൂടുതൽ അറിയുന്നതിന്

1 എംഗൽസ് ഫ്രെഡറിക് 1983 *പ്രകൃതിയുടെ വൈരുദ്ധ്യാത്മകത* (വിവർത്തനം: ഗോപാലകൃഷ്ണൻ), പ്രോഗ്രസ് പബ്ലിഷേഴ്സ്, മോസ്കോ.

2 Saussure, Ferdinand de 1957/1959. *Course in General Linguistics. (trans) Wade Baskin, New York.*

3 Pavlov I P, 1995. *Selected works.* Moscow: Foreign Language Press.

4 Skinner B F, 1957. *Verbal Behaviour;* New York; Appleton Century Crafts.

5 Elder, 1971. *Human Nature : Justice versus power* (Noam Chomsky debates with Michel Foucault, http://www.chomsky.info/debates/1971 xxxx.htm.

6 Formey J H S 1760 (1759) Reunion des principaux moyens employes pour decouvrir i origine du language, des ideas et des connoissances de i'homme. Memoires de i' academie royale des sciences et des belles-letters. Classe de philosophie speculative, annee MDCCLIX. Haude & Spener Berlin.

7 Muller, Max. 1861. *Lectures on the science of Language*, New Delhi, Munshi Ram Manohar Lal.

8 Anderson B. 1991. *Imagined Communities*, London: Verso.

9 Abercrombie David 1956 (1978). *Elements of General Phonetics.* Edinburgh: Edinburgh University Press.

10 Aitchison J. 1989. *The articulate mammal.* New Yourk: Routledge.

11 Alesina Alberto and La Ferrara, Eliana. 2005. *Ethnic diversity and economic performance.* Journal of *Economic Literature*, 42, 762-800.

12 Althusser Louis. 1990 (1974). *Philosophy and the Spontaneous Philosophy of Scientists & Other Essays, (ed.) Gragory Elliott* and (trans) Warren Montag et al., London Verso.

13 Anaimuthu, V. 1974. *Periyar I. Ve Ra Cintanaikal* (Periyar EVR's thoughts) 3vols. Tiruchirapalli: Periyar Self respect Publications.

14 Anup Kumar Das and Banwari Lal. 1998. *Information lireracy and Public Libraries in India.* http://eprints.rclis.org/archive/00005697/01/Information Literacy Public Libraries India.pdf (Access on January 5th 2008).

15 Aquinas, Thomas. 1945. *Summa Contra Gentiles*, Basic Writings of St. Thomas Aquinas,ed, Anton C. New York: Random House Vol.II.

16 Aristotle. 1941. *Politics* 1280 b, 6-7, 1281 a, 3-4, trans Benjamin Jowett in Richar Mc Keon, ed., *The Basic Works of Aristotle*, New York; Random House, pp ii 88-89.

17 Aristotle 1980. *Nicomachean Ethics*. Oxford: Oxford University Press, trans. David Ross.1.1.

18 Bernestein B. 1971. *Class, Codes and Control. Vol. 1. The orerical Studies towards a Sociology of language.* London: Rautledge

19 Bloomfield, Leonard. 1933(1935/1963). Language New Delhi: Motilal Banarsidass.

20 Bourdieu P. 1986. *The forms of Capital*. in Richardson, *Handbook of Theory and Research for the Sociology of Education*. London: Greenwood Press.

21 Bourdieu P. 1984. *Distinction: a social critique of the judgement of taste.* (Trans. Richard Nice), Cambridge (Mass): Harvard University press.

22 Bourdieu P. 1993. *Sociology in Question* (trans) Richard Nice New Delhi: Sage Publishers.

23 Calvez,Jean-Yves, and Jacqus Perrin. 1961. *The Church and Social Justice: The Social Teaching of the Popes* from Leo XIII to Pius XII, Chicago: Henry Regency.

24 Chomsky 1959 *A Review of B F Skinner's Verbal Behaviour* in language, 35, No. I (1959) 26-58.

25 Chomsky Noam 2000. *New Horizons in the Study of Language and Mind,* with a Forward by Neil Smith. Cambridge, England: Cambridge University Press.

26 Coulmas. Florian. 1996. *Encyclopedia of writing systems.* London: Blackwell.

27 Dawkins R. 1976. *The Selfish Gene.* Oxford. Oxford University Press.

28 Derrida J 1976. *Of Grammatology.* Baltimore, MD: John Hopkins University Press.

29 Derrida J 1981. Dissemination. Chicago:Chicago University Press.

30 Dorian Nancy 1980. *Language Shift in Community and individual: the phenomenon of the laggard semi-speaker. International Journal of the Sociology of Language* 25:85-94.

31 Dressler and Wodak-Leodolter, Ruth. 1977. *Language preservation and language death in Brittany. International journal of the sociology of language* 12:31-34.

32 Elders 1971. *Human Nature: Justice Versus Power.* http://www.chomsky.infoldebates/1971xxx.htm. Accessed 15th July, 2006.

33 Engels F 1882/1940. *Dialectic of Nature* New York. International Publishers.

34 Freud, Sigmund 1962. *Two short accounts of Psycho-Analysis*, Harmondsworth: Penguin.

35 Fukuyama, Francis. 1992. *The End of History and the Last man.* New York:Free Press.

36 Goody Jack. 1986. *The Logic of Writing and the organization of Society.* Oxford: Oxford University Press.

37 Gordon, Raymond G. Jr. (Ed.) 2005 *Ethnologue:Languages of the World,* Fifteenth edition. Dallas Tex: SIL International.

38 Graddol David 2000. *The Future of English? A Guide to forecasting the popularity of the English language in the 21st century.* (A report commissioned by the British Council) UK. The England Company.

39 Gramsci Antonio 1996. *Selections from the prison notebooks.* Translated and edited by Quinting Hore and Geoffery Nowell Smith. New Delhi:Orient Longman.

40 Gyori, Gabor. 1997. *Cognitive archeology: a look at evolution outside and inside language.* In Roger Blench and Matthew Spring (edited). 1997. *Archeology and Language* Vol I: theoretical and methodological orinatation, London Routledge. 42-52.

41 Habermas Jurgern. 1971. *Knowledge and Human Intrest,* Jeremy J. Shapiro (trans.). Boston, MA: Beacon Press.

42 Habermas Jurgen 1984, 1987. *The Theory of Communicative Action* I:Reason and the Rationalization of Society, trans. Thomas McCarthy, London:Heinemann.

43 Habermas Jurgen 1989, *The structural transformation of public sphere: an enquiry into a category of bourgeois society.* Thomas Burger and Frederic Lawrence (trans.) Cambridge:Polity Press.

44 Habermas. 1992. *Further reflections on the public sphere.* Thomas Burger (trans.) In handbook of public sphere, Craig Cahoun (ed.), Cambridge, MA:MIT Press.

45 Halliday M A K, 2007. *Language and Society.* Edited by Jonathan J, Webster. London:Continuum.

46 Heidegger Martin. 1978. Basic Writings. London:Routledge.

47 Hockett Charles F 1958. *A Course in Modern Linguistics.* New York : The Macmillan Company.

48 Hockett, Charles F. 1960. *The origin of Speech, in Scientific American203/3, 89-96.*

49 Humboldt William Von. 1988. On Language. Oxford: Oxford University Press.

50 Institute of the Society of Jesus. 1996. The constitution of the Society of Jesus and their Complimentary norms, a complete English translation of the Official Latin text, Saint Louis, Institute of Jesui Source, I Formulas of the Institute of the Society of Jesus, Julius III, No. I P.4,

51 Jean-Jacques Lecercle. 2006. *A Marxist Philosophy of Language* (trans.) by Gregory Elliott. Boston : Leiden.

52 Kerala State IT Mission. 2006. *Digital Kerala a directory of ICT Initiatives in Kerala*, Thiruvananthapuram : Kerala State IT Mission.

53 Krishnamurti, Bh. 2003. Dravidian languages, Cambridge: Cambridge University Press.

54 Kymlicaka W 2001. *Politics in the Vernacular.* Oxford: Oxford University Press.

55 Labov. W. 1969. *The logic of Nonstandard English reprinted in P Giglioli (ed.) Language and Social Context Harmondsworth Penguin.*

56 Labov W. 1966 *The social Stratification of English in New York City.* Centre for Applied Linguistics, Washington, DC:

57 Lacan J. 1977. Ecrits: A Selection. London : Tavistock.

58 Lal K. 2006. Institutional Environment and Development of information and communication technology on India. In suresh Tendulkar and etc (editors) 225-254.

59 Lieberson and Hansen, Lynn. 1974. National development, mother tongue shift and the comparative study of nations. American Sociological Review, 39; 523-41.

60 Macdonald, Hargreaves and Miell. 2002. Musical Identities, New York: Oxford University Press.

61 Malhothra Dina N 2007. *60 years of Book Publishing In India 1947-2007.* The Story of one of the Top six publishing countries, DK Publishers.

62 Mandebaun, D G (ed), 1963. Selected writings of Edwerd Sapir in Language, culture and personality. Berkeley: University of California Press.

63 Marx and Engels. 1972. *Colonialism : Articles from the New York Tribune* and other writings, New York: International Publishers.

64 McLuhan, Marshall. 1964. *Understanding Media: extension of man.* London: Routledge.

65 Michael, Sandel 1982. *Liberalism and the Limit of Justice,* Cambridge: Cambridge University Press.

66 Nair, Raman 1993. *Origin of People's library movements in India.* http://eprints.rclis.org/archive/00006711/01/1993Origins.pdf. Accessed on January 5th 2008.

67 Narayan M G S 1996 *Perumals of Kerala: Political and social condi-*

tions of Kerala under the Cera Perumals of Makotai, (unpublished Ph D theses). University of Kerala: Thiruvananthapuram.

68 Nettle Daniel 1999. *Linguistic Diversity* New York : Oxford University Press.

69 Pimienta Daniel. 2003. Linguistic diversity in cyber space - models for development and measurment. in UNESCO. 2005.

70 Pinker S 1994. The Language Instinct; the new science of language and mind. London: Allen Lane.

71 Pinler S and Bloom P. 1990. Natural language and natural selection. Behavioural and Brain Science 13, 708-84.

72 Pool, Jonathan 1972. National Development and Language Diversity, in Fishman, Joshua A (Ed). Advances in the Sociology of Languages. The Hague:Mouton.

73 Poulshock, Joseph W 2006 Language and Mortality: Evolution, Altruism, and Linguistic Moral Mechanisms (Ph.D thesies University of Edinburgh).

74 Ramasami E V, 1962. *Mozhium Arivum* (Language and reason). Tiruchirapalli: Periyar Self-respect Publications.

75 Ranjith K S 2004. *Rural Libraries of Kerala.* Kerala Research Programme on Local Level Development Thiruvananthapuram : Centre for Development Studies.

76 Rawls, Johns. 1987. *The Idea of an Overlaping Consensus, Oxford Journal of Legal Studies 7 p.l.-25.*

77 Rawls, John 1993. *Political Liberalism.* New York: Colombia University Press.

78 Ren Frew Colin. 1987.*Archaeology and language : the puzzle of Indo-European orgin. Loundon:Cape,*

79 Ren frew Colin 1989 Models of change in language and Archaeology. In Transactions of the Philogical Society. 87:103-55.

80 Rosalind Coward and John Ellis 1977. *Language and materialism.* Boston, Routledge and Kegan Paul.

81 Sapir Edward. 1921. *Language.* Harcourt Brace.

82 Saussure, De. Ferdinand. 1960 *Course in General Linguistics*, New York, Fontanna.

83 Skinner B F 1957. *Verbal Behaviour.* New York Appleton-Century-Crofts.

84 Skutnabb-Kangas, T 2000. Linguistic genocide in education - or worldwide diversity and human rights? Mahwah, New Jersey and London: Lawrence Erlbaum Associates.

85 Sober E & Wilson, D 2000. Summary of Unto Others: The Evolution and Psychology of Unselfish Behaviour. In L Katz (Ed), *Evolutionary Origins of Morality: Cross Disciplinary Perspectives.* UK. Thorverton Imprint Academic. pp. 186.205.

86 Sreekumar P. 2003. *History of Women Body in Kerala*, In Proceeding Volume of 23rd session of South Indian History Congress. Thiruchirappalli: St. Joseph College.

87 Sreekumar P. 2006. *Language Technology: Essence and Existence.* Paper presented in the National Seminar on language technology, Calicut University, Kozhikkodu, 2006 January.

88 Sreekumar P. 2008 *Economic History of Malayalam: Kerala Model of Languager maintains until Globalisation.* Paper presented in the International Seminar on Globalizations and Malayalam. Dept. of Linguistics. University of Kerala.

89 Stalin, Joseph V. 1973 (1950) Marxism and language in the Essentials Stalin, ed, Bruce Franklin, London :Croom Helm.

90 Sumathi, Ramaswami. 1998. Passion of the Tongue: Language devotion in Tamil India. 1891-1970. New Delhi: Munshiram Manoharlal.

91 Trautman, Thomas R. 1981 *Dravidian Kinship*, New Delhi: Vistaar Publications.

92 UNDP 2006. Human Development Report 2006. New York : Palgrave Macmillan.

93 UNESCO 2005. Measuring linguistic diversity on the internet. Edited by an Introduction by UNESCO Institute for statistics. Canada: UNESCO institute for statistics.

94 Zvelebil M and Zvelebil K V 1988. Agricultural transition and Indo-European dispersals, Antiquity 62: 574-83.

95 നമ്പൂതിരിപ്പാട്, ഇ എം എസ്. 1997. *നമ്മുടെ ഭാഷ*, തിരുവനന്തപുരം, കേരള സംസ്ഥാന ഭാഷാ ഇൻസ്റ്റിറ്റ്യൂട്ട്.

96 ബാലകൃഷ്ണൻ, പി കെ. 1983/2003. *ജാതിവ്യവസ്ഥയും കേരള ചരിത്രവും.* തൃശൂർ കറന്റ് ബുക്സ്.

97 എംഗൽസ്, ഫ്രെഡറിക്. 1882. (1983). *പ്രകൃതിയുടെ വൈരുദ്ധ്യാത്മകത* (വിവർത്തനം - ഗോപാലകൃഷ്ണൻ) മോസ്കോ:പ്രോഗ്രസ് പബ്ലിഷേഴ്സ്.

98 ഒ ചന്തുമേനോൻ. 1955 *ഇന്ദുലേഖ, എൻ ബി എസ്, കോട്ടയം.*

99 സുബ്രഹ്മണ്യം വി ഐ. 1977. *മലയാളത്തിന്റെ പൂർവചരിത്രം. മലയാള സാഹിത്യം* 13.

100 Marx, Karl and Engels. 1972 (1977). *The German Ideoogy,* C J Arthur (ed). Lonon : Lawrence & Wishart.

101 Austin J L. 1960. *How to Do Things with Words*, J O Vrmson and Marina Sbisa (eds). Oxford: Clarendon Press.

102 രാജേന്ദ്രൻ എൻ. 2005. *ജന്തുക്കളും ഭാഷയും. വിജ്ഞാന കൈരളി.* 36:48 -50.

103 Paul J, Thibault. 1997. Re-reading saussure : The dynamic of signs in social life. London : Routledge.

104 Darwin, R Charles 1859. on the origin of species by means of Natural Selection; or the preservation of favoured rales in the struggle for Life: London

9 789382 808251

Printed by Libri Plureos GmbH in Hamburg,
Germany